மோடி ஆட்சி:
இருண்ட காலத்தின் சாட்சி

வன்னி அரசு

மோடி ஆட்சி
இருண்ட காலத்தின் சாட்சி

வன்னி அரசு

முதல் பதிப்பு 2024
பக்கங்கள் 224
நூலின் அளவு (14X21.5) டெமி
விலை ரூ.225

வெளியீடு
நக்கீரன்
105, ஜானி ஜான்கான் சாலை
இராயப்பேட்டை
சென்னை 14
தொடர்புக்கு 044- 26881700

கட்டமைப்பு
சாருபிரபா பிரிண்டர்ஸ் லிட்.,
சென்னை 14

அச்சாக்கம்
என் பிரிண்டர்ஸ்
சென்னை 14

MODI AATCHI
IRUNDA KALATHIN SATCHI

VANNI ARASU

First Edition 2024
Pages 224
Book Size (14X21.5) Demy
Price Rs. 225

Published by
NAKKHEERAN
105, Jani JahanKhan Road
Royapettah, Chennai 14
Ph 044- 26881700

Binding by
Saaruprabha Printers Ltd.,
Chennai 14

Printed at
N Printers
Chennai 14

ISBN 978-81-976048-4-3

சனாதன எதிர்ப்பின் அடையாளம்
எழுச்சித்தமிழர்
முனைவர் தொல்.திருமாவளவன்
அவர்களுக்கு

பொருளடக்கம்

பதிப்புரை

இந்திய நாஜிசத்தை அம்பலப்படுத்தும் வன்னிஅரசு

பயங்கரவாதத்தை வீழ்த்தும் ஆயுதம்

முன்னுரை

1. இருண்ட காலத்தின் துவக்கம் — 47
2. நலிவடைந்த பொருளாதாரக் கட்டமைப்பு — 55
3. மோடியின் ஆர்.எஸ்.எஸ். செயல்திட்டம் — 65
4. இனப்படுகொலையின் அரசியல் — 72
5. ஜனநாயகத்தை வேட்டையாடும் 'ஊபா' இந்துத்துவா பாஜக அரசு — 85
6. மோடி ஆட்சியில் வறுமை — 91
7. நிர்வாகத் தோல்வி ஊழல் : அம்பலப்படுத்தில் சிஏஜி அறிக்கை — 94
8. பண மதிப்பு நீக்கம் : மோடியின் கருப்பு பண நாடகம் — 100
9. மோடியின் அரசியல் பழிவாங்கும் கருவி அமலாக்கத்துறை — 101
10. மோடியின் கதாநாயக பிம்பமும் சர்வதிகாரத்தனமும் — 117

11. சலுகைசார் பொருளாதாரம் : மோடியின் நயவஞ்சக ஆட்சி	125
12. தேர்தல் ஜனநாயக வீழ்ச்சி : மோடியின் தேர்தல் சர்வதிகாரம்	131
13. கர்நாடகாவில் பாஜக சூழ்ச்சி	144
14. இந்தியாவை தூண்டாடிய 'மோடி – ஷா'	150
15. பொது சிவில் சட்டத்தை அம்பேத்கர் ஆதரித்தாரா? பாஜகவின் பொய் மூட்டை அம்பலம்!	157
16. தமிழ்நாட்டு வேலைகள் தமிழ்நாட்டு மக்களுக்கே! இனவாதமா? பிரிவினைவாதமா?	177
17. சர்வதிகார மோடியை வீழ்த்தும் துணிச்சல் அம்பேத்கரியத்துக்கு உண்டு	184
18. இந்து ஆட்டுக்குட்டிகளும் ரத்தம் குடிக்க அலையும் ஓநாய் ராஜாக்களும்	187
19. மோடியின் கை பாவைகளா ஆளுநர்கள்?	197
20. ஜனநாயகத்தின் தாய்நாடா இந்தியா?	205
21. மகளிர் உரிமைத் தொகை அரசியல்: யு.பி.ஐ (UBI)	213

பதிப்புரை

அழுத்தமான ஆவணம்

மக்கள் அரசியல் பார்வையும் தெளிவும் தான் ஒரு நாட்டின் தலை எழுத்தை தீர்மானிக்கின்றன. அந்த நாட்டிற்கு உகந்த ஆட்சியாளர்களை தீர்மானிக்கும் காரணியாக அவையே இருக்கின்றன. அந்த வகையில், நம் மக்களுக்கு அரசியலிலும் சமூகத்திலும் தெளிந்த பார்வையை உருவாக்கும் முயற்சிகள் நிறைய தேவைப்படுகின்றன. ஏனெனில், தேசமெங்கும் இப்போது ஒரு வித மனநிலை மயக்கம் அதிகரித்து வருகிறது. அதைத் தொடர்ந்து மதவாத சக்திகள் இங்கே பரவலாக தலையெடுத்து வருகின்றன. இவற்றின் அடிப்படையில் தான் தேசத்தை வீழ்ச்சிப்பாதையில் செலுத்தும் ஒரு அதிகார மையம் இங்கே உருவாகி இருக்கிறது. இது மிகவும் இரங்கத்தக்கவையாகும். இந்த நிலைக்கு இன்னும் மக்கள் இடம் கொடுத்தால், இன்னும் கூட ஏதேசதிகார சக்திகளின் தாக்குதல்களை பல வகைகளிலும் இந்த தேசம் சந்திக்க நேரும். எனவே, மக்கள் மத்தியில், அரசியல் தெளிவை ஏற்படுத்த வேண்டியது முற்போக்கு முகாமைச் சேர்ந்தவர்களின் கடமையாகும்.

அந்த வகையில் தான் 'மோடி ஆட்சி இருண்ட காலத்தின் சாட்சி' என்னும் இந்த ஆவணப்படைப்பு உருவாகி இருக்கிறது. இதை சரியான நேரத்தில் படைத்திருக்கும்

சகோதரர் வன்னி அரசு அவர்கள் விடுதலை சிறுத்தைகள் கட்சியின் மாநில பொறுப்பாளராக திகழ்பவர். தொடர்ந்து மக்கள் பணியில் தன்னை இணைத்துக்கொண்டு களமாடி வருகிறவர். அவரது இந்த முயற்சி மிகுந்த பாராட்டுகளுக்கு உரியது.

அரசியல் தெளிவையும் விழிப்புணர்வையும் ஏற்படுத்தும் நோக்கத்தோடு உருவாக்கப்பட்டிருக்கும் இந்த கட்டுரை நூல் நமது தேசம் எவ்வளவு ஆபத்தான காலக்கட்டத்தில் இருக்கிறது என்பதற்கான அழுத்தமான ஆவணமாக அமைந்திருக்கிறது.

2001 ஆம் ஆண்டு அக்டோபர் 7ஆம் தேதி தான் நரேந்திர மோடி குஜராத் மாநில முதலமைச்சர் பொறுப்பில் அமர்ந்தார். அன்றே இந்தியாவிற்கு கிரகணம் பிடிக்க ஆரம்பித்துவிட்டது என்பதை இந்த நூலில் உள்ள முதல் கட்டுரையே உணர்த்துகிறது.

குஜராத் மாநிலத்தை நிமிர்த்திவர் என்ற பொய்யான பிம்பத்தைக் கட்டமைத்துக்கொண்டு நரேந்திர மோடி எப்படியெல்லாம் வளர்ந்தார் என்பதை இந்த நூல் தெளிவாக விவரிக்கிறது. 2014ல் மோடி ஒன்றிய பிரதமரானார். அது முதல் நமது தேசம் எப்படி எல்லாம் சரிசெய்ய முடியாத சரிவை நோக்கி உருண்டு கொண்டிருக்கிறது என்பதையும் இந்த நூல் அழகாய் படம்பிடித்துக்காட்டுகிறது.

மோடி தலைமையிலான பாஜகவின் நடவடிக்கைகள், இந்தியாவின் பொருளாதாரத்தை முடக்கிவிட்டது என்று குற்றம்சாட்டும் அண்ணன் வன்னிஅரசு இந்திய வரலாற்றிலேயே இதற்கு முன்பு யாரும் செய்திராத பணமதிப்பிழப்பு நடவடிக்கையை மோடி கையில் எடுத்து மக்களை வீதியில் தள்ளினார் என்று கூறி மோடியை குற்றவாளிக் கூண்டில் ஏற்றுகிறார். மேலும், அப்போது, அரங்கேரிய உயிரிழப்புகளையும் இந்த நூல் உணர்த்தி அன்றைய பதைபதைப்பை நமக்கு மீண்டும் நினைவூட்டுகிறது.

கருத்து சுதந்திரத்திற்கு மோடி அரசில் நேர்ந்த கொடுமைகளையும் இந்த நூல் பலவகைகளிலும் பட்டியல் போட்டுக்காட்டுகிறது. குறிப்பாக, மனித

உரிமை ஆர்வலர்களும், அரசின் அடக்குமுறைக்கு எதிராக கிளர்ந்து எழுந்தவர்களும் முற்போக்கு முகாமைச் சேர்ந்த கருத்தாளர்களும் எத்தனை எத்தனை விபரீதங்களை சந்திக்க நேர்ந்தது என்பதையும் இந்த நூலில் தோழர் வன்னி அரசு அவர்கள் விவரித்து எழுதி நிலவரத்தின் தகிப்பை துள்ளியமாக பதிவு செய்திருக்கிறார்.

சர்வாதிகார மனோபாவத்துடன் தான் விரும்பும் மசோதாக்களை எல்லாம் மோடி அரசு நிறைவேற்றி வருவதையும் இதன் மூலம் மக்களை குறிப்பாக சிறுபான்மை மக்களை அது பதைக்கச் செய்துவரும் கொடுமைகளைக் கூட இந்த நூல் தெளிவாக பதிவு செய்திருக்கிறது.

இந்த நூலைப்படிக்கின்ற எதிர்க்கால தலைமுறையினர் இந்தியாவில் இப்படியும் ஒரு ஆட்சி நடந்ததா? இப்படியும் கூட மக்களுக்கு எதிராக இங்கிருந்த ஆட்சியாளர்கள் செயல்பட்டார்களா? இத்தனை இருளையும் நாடு அனுபவித்ததா? இப்படி ஒரு கொடுமையான காலகட்டத்தை இந்திய மக்கள் சந்தித்தார்களா? என்றெல்லாம் திகைப்பார்கள். இது இனிமேலும், ஜனநாயகத்திற்கு ஊறுநேரக்கூடாது என்கின்ற உறுதியை அவர்களுக்கு ஏற்படுத்தும் என்று நம்புகின்றோம். மோடியின் அக்கிரமங்களை இத்தனை தெளிவோடும், தைரியத்தோடும் பதிவு செய்த அண்ணன் வன்னி அரசு அவர்களுக்கு பெரிய சபாஷ்!

இந்த விழிப்புணர்வு தொகுப்பை காலத்தின் கைகளில் ஒப்படைக்கும் நோக்கில் நம் நக்கீரன் பதிப்பகம் அழகிய வடிவில் வெளிப்படுத்துகிறது. இது காலத்திற்கு நாம் தடவ முயலும் மருந்தாக அமைகிறது.

நக்கீரன் வெளியீடுகளுக்கு பேராதரவு தரும் தமிழ்ச் சமூகமும் இந்த நூலின் பயனை உணர்ந்து இதைக் கையிலும் இதயத்திலும் ஏந்த வேண்டும் என்று கேட்டுக்கொள்கிறேன்.

நக்கீரன் கோபால்
நக்கீரன் ஆசிரியர்
சென்னை, *600 014*

இந்திய நாஜிசத்தை அம்பலப்படுத்தும் வன்னிஅரசு

2014 ஆம் ஆண்டு நாடாளுமன்றத் தேர்தலில் பா.ஜ.க., தனது பிரதமர் வேட்பாளராக மோடி நிறுத்தப்படுவார் என்று அறிவித்தவுடனேயே 'வாசல் படியில் பாசிசம்' என்ற கட்டுரையை தோழர் ஆதவன் தீட்சண்யா நடத்தி வந்த 'புது விசை' ஏட்டின் ஜனவரி 2014 இதழில் மாத ஏட்டின் இதழில் எழுதினேன். அதன் பிறகு இந்திய பாசிசத்தின் எழுச்சி பற்றி மட்டுமல்லது உலகின் பல்வேறு நாடுகளில் பல்வேறு வகை பாசிசங்கள் வளர்ந்து வருவதையும் அவை அரசு அதிகாரத்தைக் கைப்பறியுள்ளதையும் பற்றிய பல கட்டுரைகளை எழுதினேன். ஆனால், பாசிசம் பற்றிய சரியான கணிப்பு செய்யும் ஆற்றலுடைவையாகக் கருதப்பட்ட நாடாளுமன்ற இடதுசாரிகளோ 2019ஆம் ஆண்டு நாடாளுமன்றத் தேர்தல் நடந்து முடிந்த பிறகும் கூட இந்தியாவில் பாசிச ஆட்சி நிலைபெற்றுவிட்டது என்பதை ஏற்கத் தயங்கினார்கள் . மதகுருக்கள் தங்கள் மறை நூல்களைப் புரட்டிப் பார்த்து அவற்றில் எல்லாப் பிரச்சினைகளுக்கும் தீர்வு இருப்பதாகச் சொல்வதைப் போல 1936இல் மாபெரும் கம்யூனிஸ்ட் புரட்சியாளர் டிமிட்ரோவ், பாசிசம் பற்றி வழங்கிய வரையறையை இந்திய நிலைமைகளுடன்

பொருத்திப் பார்த்துக் கொண்டிருந்தனரே தவிர, ஒவ்வொரு நாட்டிலும் வெவ்வேறு சூழ்நிலைகளில் வெவ்வேறு வகை பாசிசம் தோன்றுவதைப் பற்றிய வரலாற்றுப் புரிதல் அற்றவர்களாக இருந்தனர். அண்மைக் காலமாகத்தான் இந்திய பாசிசம் பற்றிப் பேசத் தொடங்கியுள்ளனர். பத்தாண்டுகளுக்கு முன்பே இதைக் கூறி மக்களை எச்சரிப்பதில் தவறிவிட்டனர். ஆனால் தேர்தல்களில் பங்கேற்கும் இடதுசாரிக் கட்சிகளில் இதற்கு விதிவிலக்காக இருந்தது இந்தியக் கம்யூனிஸ்ட் கட்சி (மார்க்சிஸ்ட் லெனினிஸ்ட்) லிபரேஷன் மட்டுமே. வி.பி.சிங் காலத்தில் எல்.கே.அத்வானி இரத யாத்திரை தொடங்கிய உடனேயே அது பாசிசத்தின் அறிகுறி என்று சரியாக வரையறை செய்தது அக்கட்சி.

இன்று 'இண்டியா' (I.N.D.I.A) கூட்டணியிலுள்ள சில கட்சிகளும்கூட பாஜக அரசை பாசிச அரசு என்று கூறத் தயங்குகின்றன. ஆனால், அவற்றில் உள்ள பெரும்பாலான இடதுசாரிக் கட்சிகளுக்கு முன்பே மோடி அரசை பாசிச அரசு என்று வரையறுத்த பெருமை விடுதலைச் சிறுத்தைகள் கட்சிக்கு உண்டு.

எனவே இந்திய பாசிசத்தின் பல்வேறு பரிமாணங்களை விளக்குவதற்காகக் கடந்த சில ஆண்டுகளாக அக்கட்சியின் துணைப் பொதுச் செயலாளர்களில் ஒருவரான தோழர் வன்னி அரசு எழுதிய கட்டுரைகள் இப்போது ஒரு தொகுப்பாக வெளிவருவது காலத்தின் தேவை.

இந்த கட்டுரைகள் யாவும் அசைக்க முடியாத தரவுகளின், சான்றுகளின் அடிப்படையில் எழுதப்பட்டுள்ளன. இந்தத் தொகுப்பை வெறும் சம்பிரதாயத்துக்காக வாங்கி வைத்துக் கொள்ளாமல் வி.சி.க.விலுள்ள ஒவ்வொரு உறுப்பினரும் மட்டுமல்லாது தம் நேச சக்திகளும் படித்துப் பயன் பெறவும் மக்களிடையே இக்கருத்துகளைப் பரப்பவும் வேண்டும்.

பல்வேறு நாடுகளிலுள்ள பாசிசங்கள் அனைத்தும் ஜெர்மானிய நாஜிசத்தை தம் முன்மாதியாகக் கொண்டிருந்தாலும் அதன் முழு அச்சு வர்ப்பாக இந்திய பாசிசம் மட்டுமே இருப்பதாகக் கருதலாம் அதற்கான காரணங்கள் சில பின்வருமாறு:

1. ஜெர்மன் நாஜிகள் ஆரிய இனத்தின் மேன்மையை நிறுவ முயன்றனர். இந்திய நாஜிகளான சங் பரிவாரத்தினரோ 'இந்துக்களின் மேன்மை' என்ற பெயரில் பார்ப்பனர்களின் மேலாண்மையை முழுமையாக நிறுவப் பாடுபட்டுக் கொண்டிருக்கின்றனர். இதன் பொருட்டு 'ஆரியர்கள் வெளிநாட்டிலிருந்து வந்தவர்களல்லர், மாறாக இந்தியாவின் பழங்குடிகள்' என்ற கருத்தை நிறுவுவதற்காக தங்கள் வழக்கமான பொய் மூட்டைகளை அவிழ்த்துவிட்டனர். அந்த மூட்டைகளிலிருந்து சில இந்தியப் பார்ப்பன 'ஆராய்ச்சியாளர்களும்', சங் பரிவாரத்தின் மீது மோகம் கொண்டுள்ள ஓரிரு வெளிநாட்டு 'ஆராய்ச்சியாளர்களும், ஆரியர்கள்தான் சிந்துவெளி நாகரிகத்தைக் கட்டமைத்தனர் என்று மெய்ப்பிப்பதற்காகக் களமிறங்கினர். அதாவது அவர்களது ஆராய்ச்சிக் களம் என்பது கணினியும் கணினித் தொழில் நுட்பமும்தான்! அவற்றைக் கொண்டு சிந்துவெளி நாகரித்தில் காணப்படும் எருது சின்னத்தை குதிரையாகக் காட்ட முனைந்து படுதோல்வி அடைந்தனர் என்றாலும் ஆரியர்கள் இந்திய மண்ணைச் சேர்ந்தவர்கள்தான் என்பதை' மெய்ப்பிக்கும்' பல கட்டுரைகளும் நூல்களும் சங் பரிவார ' ஆராய்ச்சி' முகாமிலிருந்து வந்துகொண்டுதான் இருக்கின்றன.

இதில் வேடிக்கை என்னவென்றால், இந்துத்துவத்தின் பிதாமகன் வி.டி.சாவர்க்கர் 1923இல் வெளியிட்ட 'இந்துத்துவா அல்லது இந்துக்கள் யார்? (Hindutva or Who is a Hindu) என்ற நூலில் அவர், ஆரியர்கள் வெளிநாட்டிலிருந்து சிந்து நதிக் கரைப் பகுதிக்கு வந்தனர் என்றும், உலகின் மிகப் பழைமையான நாகரிகங்களிலொன்று எனச் சொல்லப்படும் பாபிலோனிய நாகரிகம் தோன்றுவதற்கு முன்பே ஆரிய வேத ரிஷிகளின் யாகப் புகைகள் வானை நோக்கி எழுந்து கொண்டிருந்தன என்றும் சிலாகிக்கப்பதுதான். வடமேற்கு இந்தியாவிலிருந்து மெல்ல மெல்ல இந்தியாவின் பிற பகுதிகளுக்குச் சென்ற ஆரியர்களோடு சேர்ந்து அவர்களது பண்பாடும் பரவியது என்றும், ஆரியரல்லாத மக்கள் அங்கு இருந்தபோதிலும் அவர்களுக்கும் ஆரியர்களுக்கும் இரத்தக் கலப்பு ஏற்பட்டு இந்து தேசம் உருவாகியது என்றும், இந்து பூர்வீகத்துடன் தொடர்புடையவர்கள் அனைவருடனும் தனக்கு

இரத்த உறவு இருக்கிறது என்று கருதுபவனும் வடக்கே சிந்து நதி முதல் தெற்கே இந்து மாக்கடல் வரை உள்ள பகுதியே இந்தியா என்று ஒப்புக் கொள்பவனும், இந்தியாவை ஒரு தெய்விக பூமி அல்லது புனித பூமி என்று கருதுபவனுமேதான் இந்து ஆவான் என்றும், இந்த இந்துக்கள் யாவரும் ஒரே மரபினம் (race) என்றும் இந்த நூலில் கூறுகிறார் சாவர்க்கர்.

சங் பரிவாரத்தின் ஆன்மிகக் குருக்களுக்கும் குருவாகக் கருதப்படும் எம்.எஸ்.கோல்வால்கர், ''நாம், அல்லது நமது தேசத்தன்மையை வரையறுத்தல்' (We, or our Nationhood Defined) என்ற நூலில், உலகில் எந்தவொரு மாபெரும் அறிவியலாளராலும் கண்டுபிடிக்க முடியாத 'அறிவியல் கண்டுபிடிப்பை' முன்வைக்கிறார்: "இந்துக்கள் அல்லது ஆரியர்களாகிய நாம் முதலில் வட துருவப் பிரதேசத்திலிருந்து வந்தவர்கள் என்ற கோட்பாட்டை லோக் (மான்ய) திலகர் முன்வைத்தார். அதாவது ஆரியர்கள், அதாவது இந்துக்கள் முதலில் வட துருவப் பிரதேசத்தில் இருந்தார்கள் என்று அவர் கூறுவதை நாம் ஒப்புக் கொள்கிறோம். ஆனால், அவருக்கு தெரியாமல் போனது என்னவென்றால் தொன்மைக்காலத்தில் வட துருவ முனையும் துருவப் பிரதேமும் இன்றுள்ள இடத்தில் இருக்கவில்லை என்பதுதான். நாம் அறிந்து கொண்டது என்னவென்றால். வடதுருவப் பகுதி ஓரிடத்தில் நிலையாக இருந்ததில்லை; மிக நீண்டகாலத்திற்கு முன்பு அது இன்றைய பிகாரிலும் ஒரிஸ்ஸாவிலும் இருந்தது; பிறகு வடகிழக்குத் திசை நோக்கிச் சென்றது; அதன் பின்னர் வளைந்து வளைந்து மேற்குத் திசையிலும் வடக்கு திசையிலும் சென்று இப்போதுள்ள இடத்தை அடைந்தது. அப்படியானால் நாம் துருவப் பிரதேசத்தை விட்டு இந்துஸ்தானத்துக்கு வந்துவிட்டோமா அல்லது நாம் எப்போதுமே இங்கேதான் இருந்திருகிறோமா, துருவப் பிரதேசம்தான் நம்மை விட்டு வளைந்து வளைந்து வட திசை நோக்கிச் சென்றுவிட்டதா?. இந்த உண்மை லோக் திலரின் காலத்திலேயே கண்டுபிடிக்கப்பட்டிருந்தால், வேதங்களில் சொல்லப்படும் துருவப் பிரதேசம் இந்துஸ்தானத்திலேயே இருந்தது, இந்துக்கள் அங்கு புலம் பெயர்ந்து செல்லவில்லை, மாறாக இந்துக்களை இந்துஸ்தானத்தில் விட்டுவிட்டு துருவப்

பிரதேசம்தான் வளைந்து வளைந்து வட திசையை நோக்கிப் புலம் பெயர்ந்துவிட்டது என்ற கோட்பாட்டை அவர் தயக்கமின்றி முன்வைத்திருப்பார் என்று நம்மால் தயக்கமின்றி உறுதிப்படுத்த முடியும்"

2. ஜெர்மன் நாஜிகள் யூத விரோதத்தையும் யூதர்களை இழிவுப்படுத்துவதையும் பின்னர் அவர்களை ஒழித்துக்கட்டுவதையும் தங்கள் அரசியல் கொள்கையாகவும் பரப்புரையாகவும் கொண்டிருந்தனர் (இன்றைய ஜெர்மன் அரசு நவநாஜிகளான இஸ்ரேலிய ஜியோனிஸ்டுகளுடன் கூட்டுச் சேர்ந்துள்ளது என்பது வேறு விடயம்.)

இந்திய நாஜிகளோ இஸ்லாமிய, கிறிஸ்தவ சிறுபான்மையினரை குறிப்பாக இஸ்லாமியர்களை இழிவுபடுத்துவதையும் முஸ்லிம் விரோதக் கருத்துகளைப் பரப்புவதையும் தங்கள் அரசியல் கொள்கையாகக் கொண்டிருப்பதுடன் அவர்களை முற்றிலுமாக இனக் கொலை செய்வதை நியாயப்படுத்தும் கருத்துகளைப் பரப்பி வருகின்றனர். அதன் பகுதியாக என்னற்ற முஸ்லிம்கள் கொல்லப்பட்டுள்ளனர். அவர்களது இல்லங்களும் கட்டடங்களும் புல்டோசர்கள் மூலம் இடித்துத் தள்ளப்பட்டுள்ளன.

3. ஜெர்மானியர்கள் ரோமாக்கள், ஜிப்ஸிகள் எனப்படும் நாடோடி மக்களைக் கொன்று குவித்தனர்.

இந்திய நாஜிக்கள் தலித்துகளையும் அடக்கவும் ஒடுக்கவும் அழிக்கவும் முயன்று கொண்டிருக்கிறார்கள்.

4. ஹிட்லரின் நாஜி அரசு ஜெர்மானியக் குடிமக்கள் பட்டியலிலிருந்து யூதர்களை விலக்கி வைத்தார்கள்; அவர்களுக்குக் குடியுரிமை வழங்க மறுத்தனர்.

இந்திய நாஜிகளோ தேசிய மக்கள் பதிவேட்டில் இந்திய முஸ்லிம்களை குடியுரிமை அற்றவர்களாக ஆக்கும் பொருட்டு குடியுரிமை சட்டத்திற்குத் திருத்தம் கொண்டு வந்திருக்கிறார்கள். அஸ்ஸாமிலுள்ள இலட்சக்கணக்கான முஸ்லிம்களுக்கு, அவர்கள் அந்த மாநிலத்தில் வாழ்ந்தவர்கள் என்பதற்கான வரலாற்று ஆவணங்கள் இல்லை என்ற காரணம்

காட்டி, அவர்களுக்குக் குடியுரிமையை மறுத்துள்ளதுடன் பல்லாயிரக்கணக்கான முஸ்லிம்களை சிறைகள் போன்ற முகாம்களில் அடைத்து வைத்துள்ளனர். அதேவேளை வரலாற்று ஆவணங்கள் இல்லாத, அஸ்ஸாமில் குடியேறிகளாக உள்ள பல இலட்சம் இந்துக்களுக்கு அவர்கள் வெளி மாநிலங்களிலிருந்தோ வெளிநாடுகளிருந்தோ வந்தவர்களாக இருந்தாலும் – குடியுரிமையை வழங்குகிறார்கள்.

5. ஜெர்மன் நாஜிகள் 'ஜெர்மானியர்களின் இரத்தம், கௌரவம் ஆகியவற்றைப் பாதுகாக்கும் சட்டம்' இயற்றினார்கள்; ஜெர்மானியர்களுக்கும் யூதர்களுக்குமிடையே திருமணங்கள் நடப்பதையோ திருணத்திற்கு வெளியே உறவு கொள்வதையோ தடை செய்தார்கள்.

இந்திய நாஜிகளோ 'சட்டவிரோதமாக மதமாற்றம் செய்யப்படுவதைத் தடுக்கும் அவசரச் சட்டம் 2020' என்பதை இயற்றினார்கள். அதன் நோக்கம் 'லவ் ஜியாத்' என்று அவர்களால் சொல்லப்படுவதைத் தடுப்பதும், இந்துப் பெண்களின் கௌரவத்தைக் காப்பது என்ற பெயரால் இரு மதத்தினரிடையே கலப்புத் திருமணங்கள் நடப்பதைத் தடுப்பதும்தான். அதேவேளை இந்துக்கள் என்று சொல்லப்படுவர்களிடையே நடக்கும் 'ஆணவக் கொலைகளைத் தடுக்கும் சட்டத்தைக் கொண்டு வர மறுக்கிறார்கள்.

6. ஜெர்மானிய நாஜிகள் யூதர்கள் இறைச்சிகாக விலங்குகளை வெட்டும்போது கடைப்பிடிக்கும் 'கோஷெர்' முறையைத் தடை செய்தனர். அந்த 'கோஷெர்' முறை என்பது, இறைச்சிக்கான விலங்குகளின் கழுத்தை அறுத்து இரத்தம் உடனடியாக வெளியேறும் படி செய்து, அந்த விலங்குகள் விரைவில் மடியும்படி செய்வதுதான். ஏறத்தாழ இதற்கு ஒத்ததும் இஸ்லாமியர்களால் பின்பற்றப்படுவதுமான 'ஹலால்' முறைக்கு எதிராகப் பரப்புரை செய்தனர்.

இந்திய நாஜிகளோ இஸ்லாமியர்கள் மட்டுமல்லாது, தலித்துகளும், கிறிஸ்தவர்களும் பிற்பட்ட சாதிகளைச் சேர்ந்த பலரும் உண்ணுகின்ற மாட்டிறைச்சியை விற்பதையும் உண்பதையும் தடை செய்கின்றனர். இறைச்சிக்காக

மாடுகளை ஏற்றிச் செல்பவர்களைக் கொடூரமாக வெட்டிக் கொல்கின்றனர்.

அது மட்டுமல்ல, நாம் கவனம் செலுத்தாத இன்னொரு விஷயமும் உண்டு. அதாவது அவர்களால் புனிதமானதாகக் கருதப்படும் 'பசு' விற்கு நேரிடும் ஏராளமான சித்திரவதைகள்தான். இந்து மேல் சாதியினரும் சமணர்களும் அதிகம் விரும்பி நுகர்கின்ற பசும் பாலுக்காக நடத்தப்படும் பால் பண்ணைத் தொழிலில் தாய்ப் பசு மாடுகள் கன்றுகளிலிருந்து வலுக்கட்டாயமாகப் பிரிக்கப்படுகின்றன –அவை காளைக் கன்றுகளாக இருந்தாலும் சரி, பசுக் கன்றுகளாக இருந்தாலும் சரி. தாய்ப் பாலைக் குடிக்க முடியாத ஏராளமான கன்றுகள் இறந்து போகின்றன. தாய்ப் பசுவின் தாய்மை உணர்வுக்கு ஏற்படும் மன வேதனையை அவர்கள் பொருட்படுத்துவதில்லை. ஏனெனில் அவை வாய் பேசாத பிறவிகளல்லவா? மேலும், வெளிநாடுகளிலிருந்து இறக்குமதி செய்யப்படும் ஜெர்சி போன்ற பசு மாட்டு வகைகள், நாட்டுப் பசு மாட்டு வகைகள் ஆகியவற்றின் மூலம் உருவாக்கப்படும் கலப்பினப் பசுக்கள் பல்லயிரக்கணக்கில் உற்பத்தி செய்யப்படுகின்றன. அவற்றிடமிருந்து அதிக அளவு பாலைக் கறப்பதற்காகவும் செயற்கையாக கரு உண்டாக்குவதற்காகவும் அவற்றின் ஆயுட் காலத்தைக் குறைக்கின்ற, அவற்றுக்கு சொல்லொனா உடல் துன்பத்தையும் நோய்களையும் ஏற்படுத்துகின்ற ஊசிகள் செலுத்தப்படுவதை அனுமதிக்கிறார்கள். இவர்கள்தான் 'அனாதை மாடுகளுக்கு' கோசாலை நடத்துபவர்களாம்!

7. ஜெர்மன் நாஜிகள் நாஜி கருத்துகளைப் பரப்புவதற்காகவென்றே ஓர் அரசாங்கத் துறையை வைத்திருந்தார்கள்.

இந்திய நாஜிகளோ, தூர்தர்ஷனையும் இந்திய வானொலியையும் தங்கள் பரப்புரைக் கருவிகளாக ஆக்கியுள்ளதுடன், தங்கள் ஆதரவுடன் நடத்தப்படும் தொலைக்காட்சி சானல்கள் முதலிய ஊடகங்களைப் பயன்படுத்துகிறார்கள். இவை போக, தொழில்ரீதியாகத் தகவல் தொடர்புத் தொழில்நுட்பத்தைப் பயன்படுத்திப் பொய்ச் செய்திகளைப் பரப்புவதற்கென்றே பாஜக தன்

கட்சியில் ஒரு பிரிவை உருவாக்கியுள்ளது. 'கோடி மீடியா' என்று சொல்லப்படும் இந்த ஊடகம்தான் சிறுபான்மையினரை அரக்கர்களாகச் சித்திரிக்கவும் இந்துத்துவத்துக்கு ஆதரவாக பொதுமக்கள் கருத்தை உருவாக்குவதற்கும் பயன்படுத்தப்படுகிறது. 'நாட்டெல்லைகளைக் கடந்த பத்திரிகையாளர்கள்' (Reporters Without Borders) என்ற சர்வதேசப் பத்திரிகையாளர் அமைப்பு, ஊடக சுதந்திரத்தைப் பொருத்தவரை, ஓயாத உள்நாட்டு சண்டைகளும் இனக்கொலைகளும் நடக்கும் சோமாலியா, போதைப் பொருள் வணிகத்தில் தலைசிறந்து விளங்குவதும் போதைப் பொருள் மாஃபியாக்கள் ஆதிக்கம் செலுத்துவதுமான கொலம்பியா ஆகிய நாடுகளுக்குக் கீழே, இந்தியா தர வரிசைப் பட்டியலில் 161ஆம் இடத்திலுள்ளது என்பதைச் சுட்டிக் காட்டியுள்ளது. பாடத்திட்டங்கள் மாற்றப்படுகின்றன அவற்றில் காந்தியைக் கொலை செய்தவனின் பெயர் மறைக்கப்படுகிறது' மொகலாய மன்னர்கள் மிகவும் இழிவாக சித்திரிக்கப்படுகின்றனர். ஜெர்மானிய நாஜிசம், இத்தாலிய பாசிசம் ஆகியவற்றைப் புகழ்ந்து தள்ளுவது இந்துத்துவக் கருத்துப் பரப்புரையாளர்களின் முக்கியப் பணியாக உள்ளது. இப்போது வரவிருக்கும் தேர்தல்களில் மோடி அரசின் சாதனைகளைப் புகழ்வதற்காக அரசாங்க உயர் அதிகாரிகளுக்கே பொறுப்புக் கொடுத்துள்ளனர்.

8. ஜெர்மன் நாஜிகள் முதலாம் உலகப் போருக்கு (அதில் அது படுதோல்வியடைந்தது) முன்னர் தனக்கு இருந்த 'புகழை' மீட்டெடுப்பதற்கு முனைந்தனர்.

ஆனால் இந்திய நாஜிகளோ புராணக் கட்டுக்கதைகளை வரலாறாகக் காட்டி, இண்டெர்னெட், பிளாஸ்டிக் அறுவை சிகிச்சை, விண்வெளிப் பயணம் முதலிய எல்லாமே பழங்கால இந்து இந்தியாவில் இருந்ததாகவும், எனவேதான் அந்தப் புகழை மீண்டும் பெறுவதற்காக இந்து நாகரிகத்தை சிதைத்த அந்நிய மதத்தினரை ஒழிக்க வேண்டும் என்றும் கூறுகின்றனர். ஆனால், இவர்கள் பயன்படுத்தாத மேற்கு நாட்டுத் தொழில் நுட்பம் ஏதும் கிடையாது என்பதுதான் உண்மை.

9. ஜெர்மன் நாஜிகள் யூதர்கள் வணிக செய்வதையோ, அவர்களின் கடைகளில் பொருள்களை வாங்குவதையோ, யூத மருத்துவர்கள், பொறியியலாளர்கள், வழக்குரைஞர்கள் முதலியோரைப் புறக்கணிக்கும் திட்டத்தை நடைமுறப்படுத்தினார்கள்.

இந்தியா நாஜிளோ முஸ்லிம்களின் வணிக நிறுவனங்களை, கடை கண்ணிகளைப் புறக்கணிக்குமாறும் தலித்துகள் மற்றும் சிறுபான்மையினர் ஆகியோர்களைச் சேர்ந்த மருத்துவர்கள், பொறியியலாளர்கள் முதலியோரைப் புறக்கணிக்கும்படி பரப்புரை செய்கிறார்கள்.

10. ஜெர்மன் நாஜிகள் ஹிட்லரை வழிபாட்டுக்குரிய மனிதரா மாற்றினார்கள். அவரை 'அடையாளம் தெரியாமல் வாழ்ந்து கொண்டிருந்த போர் வீரர்' என்றும் அனைத்து வல்லமை படைத்தவர் என்றும் போற்றிப் புகழ்ந்தனர். ஜெர்மனியின் இரட்சகர் அவர் ஒருவரே என்று போற்றினர்.

இந்திய நாஜிக்களோ 'சாயா விற்றுக் கொண்டிருந்த' மிக சாமானிய மனிதரான மோடி 56 அங்குல மார்பளவு கொண்ட மாபெரும் வீரர் என்றும், தன்னந்தனியாகவே இந்தியாவின் பிரச்சினைகள் அனைத்தையும் கையாண்டு தீர்வு காண்பதில் ஈடிணையற்றவர் என்றும் போற்றிப் புகழ்கின்றனர். ஆனால், அவர் எம்.ஏ, பட்டம் வாங்கியதற்கான சான்றைக் கேட்டால், கேட்பவருக்கு எதிராக வழக்குத் தொடுக்கின்றனர்.

11. ஜெர்மன் நாஜிகள் ஜெர்மானிய இளைஞர்களிடையேயும் சிறார்களிடமும் ஆரிய மேன்மைக் கருத்துகளையும் யூத விரோதக் கருத்துகளையும் புகுத்தினர்.

இந்திய நாஜிகளோ இந்துத்துவ வெறிக் கருத்துகளை இளம் பல்லாயிரக்கணக்கான பள்ளிகளையும் கல்லூரிகளையும் கொண்ட பெரும் வலைப் பின்னலை உருவாக்கியுள்ளனர். குழந்தைகளுக்கென்றே தனிப் பிரிவை உருவாக்கி அந்தப் பிஞ்சு உள்ளங்களிலும் இந்துத்துவ நச்சுக் கருத்துகளைப் புகுத்துகின்றனர்.

12. ஜெர்மன் நாஜிகள் யூதர்களின் தேவாலயங்கள் மீது தாக்குதல் நடத்தி அவற்றைத் தகர்தெறிந்தனர்.

இந்திய நாஜிக்களோ மசூதிகளையும் கிறிஸ்தவ தேவாலயங்களையும் தாக்கி அவற்றிலுள்ள பொருள்களைச் சூறையாடுவதுடன் அவற்றை இடித்துத் தள்ளவும் செய்கிறார்கள்.

இந்த ஒத்த தன்மைகளில் சில வன்னி அரசு அவர்களின் கட்டுரைகளிலும் மறைமுகமாகச் சொல்லப்படுவது அவற்றின் சிறப்பு.

எஸ்.வி.ராஜதுரை
மேலூர் மெடொ முதியோர் இல்லம்
குமரன் குன்று, மேட்டுப்பாளையம் அருகில்
31.10.2023

பயங்கரவாதத்தை வீழ்த்தும் ஆயுதம்

இந்தியாவை கடந்த 2014 ஆம் ஆண்டு முதல் ஆட்சி செய்து வரும் பாஜக என்னும் மதவாதக் கட்சியால் இந்தியா பன்முகத் தன்மையை இழந்து வருகிறது. புரட்சியாளர் அம்பேத்கர் யாத்துத் தந்த அரசியலமைப்புச் சட்டத்தின் ஆன்மா என்று சொல்லக்கூடிய 'ஜனநாயகம்' அழித்தொழிக்கப்பட்டு வருகிறது. மக்களின் அடிப்படை உரிமைகள் பறிக்கப்பட்டு வருகின்றன. இந்தியாவின் பெருமைமிகு அடையாளமான மதச்சார்பின்மை என்பதே இல்லாமல் செய்து கொண்டிருக்கிறது. ஜெய் ஸ்ரீராம் முழக்கங்கள், தனிமனிதன் தான் விரும்பிய உணவைக் கூட சுதந்திரமாக கடைக்குச் சென்று வாங்கி உண்ண முடியவில்லை. வீட்டிற்குள் புகுந்து மாட்டுக் கறி வைத்திருந்ததாக குற்றம் சுமத்தி படுகொலை செய்கிறார்கள். தான் விரும்பிய உடையைக் கூட சுதந்திரமாக அணிய முடியவில்லை. ஹிஜாப் போட்டு வரும் பெண்ணை தடுத்து நிறுத்தி அச்சுறுத்துகிறார்கள். இப்படி உணவு, உடை, இருப்பிடம் எல்லாவற்றையும் மத அடிப்படைவாதிகள், குறிப்பாக இந்துத்துவ பெரும்பான்மைவாதிகள் வேட்டையாடி வருகின்றனர்.

இந்தியாவின் சுதந்திரம் 75 ஆண்டு காலமாக பெருமையோடு கொண்டாடப்படுகிறது. ஆனால், தெருக்களில் சுதந்திரமாக நடமாட முடியவில்லை. மதத்தின் பெயரால், சாதியின் பெயரால் தினந்தோறும் மணிக்கணக்கில் படுகொலைகள் நடந்து கொண்டே இருக்கின்றன. பாஜக ஆட்சியும் அது ஏற்றுக்கொண்ட சனாதன கருத்தியலுமே இவற்றுக்கு அடிப்படைக் காரணம்.

இந்தியா விடுதலையான பின்பு இந்தியாவை இந்து ராஷ்டிரமாக மாற்றவே சனாதனவாதிகள் முயற்சித்தனர். ஆனால், ஜவஹர்லால் நேரு, புரட்சியாளர் அம்பேத்கர், காந்தி போன்ற தலைவர்களால் அம்முயற்சி முறியடிக்கப்பட்டது.

சாவர்க்கரின் இந்து ராஷ்டிர கனவு அன்றைக்கு தகர்க்கப்பட்டாலும் இந்து ராஷ்டிர கனவை இந்தியாவில் கொண்டு வந்து இந்துத்துவ நாடாக இந்தியாவை மாற்ற சாவர்க்கரின் வாரிசுகள் இன்றைக்கு முயற்சித்து வருகின்றனர். கடந்த 2014 ஆம் ஆண்டு இந்திய ஒன்றியத்தின் தலைமை அமைச்சராக பதவி ஏற்றுக்கொண்ட நரேந்திர மோடி சாவர்க்கரின் கனவை நிறைவேற்றுவதற்காக பல உத்திகளை கையாண்டுவருகிறார். அந்த உத்திகள் யாவும் மதவெறியை ஊட்டுவதாகவும் சாதிய கட்டமைப்பை பாதுகாப்பதாகவும் உள்ளது.

கடந்த ஒன்பதரை ஆண்டு கால பாஜக ஆட்சி முழுவதும் ரத்தம் தோய்ந்த ஆட்சியாகவே மாறிவிட்டது. எந்த தனிநபர்களும் நிம்மதியாக வாழ முடியவில்லை. இசுலாமியர்கள், கிறிஸ்தவர்கள், தலித்துகள் மட்டுமின்றி பிற்படுத்தப்பட்ட வகுப்பைச் சேர்ந்த இந்துக்களும் கூட நிம்மதி இழந்து பதற்றத்துடனேயே வாழ்ந்து வருகின்றனர்.

பார்ப்பனர்களுக்கான அதிகாரத்தை நிலைநிறுத்துவதே பாஜக ஆட்சியின் இலக்கு. அதற்காக பார்ப்பனரல்லாத அத்தனை சமூகங்களையும் பாஜக வஞ்சித்து வருகிறது. ஒரு நாடு ஒரு மொழி ஒரு தேர்தல் என்பதை பிரகடனப்படுத்தி அதன் மூலம் இந்தியாவின் பன்முகத்தன்மை சிதைக்கப்படுகிறது. ஒரே நாடு என்பது இந்து ராஷ்டிரமாகவும் ஒரே மொழி என்பது இந்தி மொழியாகவும் நிறுவதே பாஜகவின் இலக்கு.

இந்த இலக்கை அடையவே ஆர்.எஸ்.எஸ். நீண்ட காலமாக காத்திருகிறது. 1925 ஆம் ஆண்டு துவங்கப்பட்ட ஆர்.எஸ்.எஸ் அமைப்பு தனது நூறாவது ஆண்டை 2025 ஆம் ஆண்டு கொண்டாட மதவாத நாடாக இந்தியாவை மாற்ற தயார்படுத்திவருகிறது. அந்த நூற்றாண்டு தான் இந்து ராஜ்யத்தின் ஆண்டாக திட்டமிட்டுள்ளது. இந்த சதியை முறியடிக்க வேண்டிய பொறுப்பு இந்திய நாட்டின் குடிமக்கள் ஒவ்வொருவருக்கும் உண்டு. அத்தகைய பொறுப்புடன் இந்த நூலைப் படைத்திருக்கிறேன்.

கடந்த 18.07.2023 அன்று நான் வழக்கமாக மேற்கொள்ளும் காலை ஓட்டப்பயிற்சியில் ஈடுபட்டுக்கொண்டிருந்தேன். அப்போது, எதிர்பாராத விதமாக கீழே விழுந்ததால் முட்டியைச் சுற்றியுள்ள ஜவ்வு கிழிந்துவிட்டது. இச்சூழலில் 17.08.2023 ஆம் ஆண்டு, எமது தலைவர் எழுச்சித் தமிழர் முனைவர் தொல். திருமாவளவன் அவர்களின் மணி விழா நிகழ்வை ஒருங்கிணைக்க வேண்டிய தேவையும் பொறுப்பும் இருந்தது. தலைவர் அவர்களும் 'கால் வலியோடு எப்படி ஒருங்கிணைப்பாய்? ஆகவே விழாவை தள்ளி வைக்கலாம்' என்றார்.

'தமிழ்நாட்டின் திசைவழிப் போக்கைத் தீர்மானிக்கக் கூடிய பேராற்றல் படைத்த தலைவரின் மணி விழாவை எதற்காகவும் தள்ளி வைக்க முடியாது. நடத்தியே ஆக வேண்டும்'. வேண்டுமென்றால் அறுவைச் சிகிச்சையைத் தள்ளிவைக்கலாம் என்று மணி விழாவை சிறப்பாக தலைமை நிர்வாகிகளுடன் இணைந்து ஒருங்கிணைத்தேன். அந்த வரலாற்றுச் சிறப்பு மிக்க நிகழ்வை ஒருங்கிணைக்க வாய்ப்பு அளித்த எமது தலைவருக்கு இச்சூழலில் நன்றி தெரிவிக்க கடமைப்பட்டுள்ளேன்.

மணி விழா நிகழ்வு முடிந்ததும் 27.08.2023 அன்று அறுவைச் சிகிச்சை செய்யப்பட்டது. அறுவைச் சிகிச்சைக்குப் பிறகு மூன்று மாதங்கள் ஓய்வெடுக்க வேண்டும் என மருத்துவர்கள் ஆலோசனை வழங்கினார்கள். கால் வலி ஒரு பக்கம் வெளியே சென்று இயக்கப்பணியை ஆற்ற முடியாத மன வலி மறுபக்கம். தலைவர் அவர்களோடு தினமும் உரையாடுவது மட்டுமே ஆறுதலாக இருந்தது.

வீட்டில் முடங்கிக் கிடக்க முடியவில்லை. புத்தகங்கள் படிப்பதும் திரைப்படங்கள் பார்ப்பதுமே வழக்கமாகிவிட்டது. இச்சூழலில் தான் ஊடகவியலாளர் ஜோஸ்வா ஐசக் அவர்கள் என்னை நலம் விசாரிக்க வீட்டிற்கு வந்தார். 'ஏற்கனவே நீங்கள் எழுதிய கட்டுரைகள் உள்ளன. அத்துடன் புதிய கட்டுரைகளையும் எழுதுங்கள்' நூலாக கொண்டு வரலாம் என்று ஆலோசனை வழங்கினார். அதுமட்டுமல்லாது குறிப்புகளையும் எடுத்து வழங்கினார். கட்டுரைகளை திருத்தம் செய்துகொண்டிருந்த ஒருநாள் நக்கீரன் குழுமத்தின் ஆசிரியர் அண்ணன் நக்கீரன் கோபால் அவர்கள் நலம் விசாரிக்க வீட்டிற்கு வந்தார்கள். அப்போது, கட்டுரைகள் குறித்தும் நூலாக கொண்டுவருவது குறித்தும் திரு. நக்கீரன் கோபால் அவர்களிடம் மகிழ்ச்சிப் பெருக்கோடு வெளிப்படுத்தினேன். உடனடியாக அவரும் நக்கீரன் பதிப்பகத்திலேயே வெளியிட ஒப்புதல் அளித்தார். இப்படி தான் "மோடி ஆட்சி இருண்ட காலத்தின் சாட்சி" எனும் இந்நூல் உருவானது.

இந்திய அரசியல் சூழலில் மோடி ஆட்சி இருண்ட காலத்தின் சாட்சி என்பதை இந்தியாவின் வரலாற்று ஆய்வாளர்கள் பலர் தனித் தனி கட்டுரைகளாக எழுதியுள்ளனர். ஆனால், ஒரு ஆவணமாக, மோடி ஆட்சியின் 10 ஆண்டு கால ஆட்சியை - இந்த நூல் எழுதப்பட்ட போது மோடி தனது ஆட்சியின் அந்திம காலங்களை எண்ணிக்கொண்டு இருந்தார்- விமர்சித்தும், அவரின் மக்கள் விரோத போக்கை கண்டிக்கும் நூல்கள் குறைந்த அளவே வந்துள்ளன. மோடி எதிர்ப்பில், பாஜக, ஆர்.எஸ்.எஸ். இந்துத்துவ, சனாதன கருத்தியலுக்கு எதிராக மனநிலையில் தமிழ்நாட்டு மக்கள் எப்போதும் உள்ளனர். வாக்கு வங்கி அரசியலிலும் தமிழ்நாட்டில் ஆர்.எஸ்.எஸ். இந்துத்துவக் கருத்தியல்கள் தமிழ்நாட்டில் செல்வாக்கிழந்தே காணப்படுகிறது. சனநாயகத்தை, மக்கள் நலனை விரும்பும் தமிழ்நாட்டு மக்கள் பாஜக - மோடி - ஆர்.எஸ்.எஸ். - சனாதனத்தின் சனநாயக விரோதப் போக்கிற்கு சம்மட்டி அடியைத் தான் கொடுத்து வருகின்றனர். ஆனாலும், மோடியின் 10 ஆண்டு கால ஆட்சியை கடுமையாக விமர்சிக்கும் தனி நூல்கள் தமிழ்நாட்டுச் சூழலில் குறைவே. மக்கள் சனநாயகத்தை விரும்பக் கூடிய, அரசியல் கட்சிகளின்

முன்னணி தலைவர்கள், அம்பேத்கரிய, பெரியாரிய, மார்க்ஸிய அமைப்புகளின் இயக்கத் தோழர்கள், அரசியல் கட்சிகளின் பிரதிநிதிகள், கொள்கைப் பரப்பு செயல் வீரர்கள், மக்களிடம் நேரடியாக சென்று மோடியின் இருண்ட கால ஆட்சியை, அரசு அதிகாரத்தைப் பயன்படுத்தி மோடி செய்யும் பித்தலாட்டங்களை கடுமையாக விமர்சித்தும் விளக்கியும் வந்துள்ளனர். அவர்களுடன் சேர்ந்து அவ்வப்போது விடுதலை சிறுத்தைகள் கட்சியின் கொள்கை முழக்கங்களையும், மோடியின் சர்வாதிகார ஆட்சியையும் தொடர்ச்சியாக எனது இணைய பக்கத்திலும், செய்தி தொலைக்காட்சி விவாதங்களிலும் பேசி வந்துள்ளேன். வெவ்வேறு காலக்கட்டங்களில் எழுதப்பட்ட சில கட்டுரைகளுடன், புதிதாக எழுதிய சில கட்டுரைகளையும் தேவை கருதி இங்கே தொகுக்கப்பட வேண்டிய அவசியம் வந்துள்ளது.

2024 நாடாளுமன்ற தேர்தலை முன்வைத்து பாஜக, இந்துத்துவக் கருத்தியலை திணிக்க தீவிரம் காட்டி வருகிறது. அதைவிட கூடுதல் பலத்தோடு அவர்களின் நரித்தன செயல் திட்டத்தை முறியடிக்க வேண்டிய அவசியம் தமிழ்நாட்டு மக்களுக்கும், மக்கள் ஜனநாயகத்தை நம்பும் என்னைப் போன்ற தோழர்களுக்கும் உள்ளது. இந்த ஒற்றை நோக்கத்திற்காகத் தான் இந்த நூல் கொண்டு வரப்படுகிறது. 2024 ஆம் ஆண்டு நாடாளுமன்ற தேர்தலில் மோடியும் அவரது கும்பலும் பொய்யை மட்டுமே நம்பி தேர்தலை சந்திப்பார்கள். மக்கள் விரோத நடவடிக்கைகளை முடுக்கிவிடுவார்கள். இந்தியாவில் மத மோதல்களை தூண்டிவிட்டு அதன் மூலம் வாக்குவங்கியை பெருக்கிக் கொள்ள திட்டம் தீட்டுவார்கள். இந்த சூழ்ச்சிகளை முறியடிக்க விரும்பு தோழர்களுக்கும், ஜனநாயக சக்திகளுக்கும் இந்த நூல் சிறிய ஊன்றுகோல் போல் இருக்க வேண்டும் என்பதே எனது பெருவிருப்பம்.

விடுதலை சிறுத்தைகள் கட்சியின் சித்தாந்தத்தை நேசிப்பவன். புரட்சியாளர் அம்பேத்கர். எழுச்சித் தமிழர் முனைவர் தொல் திருமாவளவன் அவர்களின் பாதையில் இம்மியளவும் பிசகாமல் நடக்க பெரு விருப்பம் கொண்டவன். ஜனநாயகத்தைக் காக்கவும், இந்தியாவில் மதச்சார்பின்மை வேரூன்றி வளர்ந்து செழித்து இந்தியா உலகின் முன்னணி

நாடாக மாற வேண்டும் என்ற பெருங்கனவு கொண்டவன். சாதிரீதியாகவும் மதரீதியாகவும் மக்களைப் பிளவுபடுத்தும் கயவர்களை மக்கள் மன்றத்திலிருந்து வெளியேற்ற பாடுபட்ட புரட்சியாளர் அம்பேத்கர், உழைத்து வரும் எழுச்சி தமிழர் முனைவர் தொல்.திருமாவளவன் மற்றும் பல்வேறு அமைப்புகளின் இயக்கத் தோழர்களுடன் எப்போதும் கைகோர்த்துக்கொள்ள விருப்பப்படுகிறேன்.

நூறு பூக்கள் மலரட்டும் என்று மாவோ சொன்னது போல், மோடியின் சர்வாதிகார ஆட்சியை அம்பலப்படுத்த, இது போன்ற நூறாயிரம் நூல்கள் மலர வேண்டும் என்று சிந்திக்கிறேன். ஆர்.எஸ்.எஸ். பாஜகவின் தொங்கு சதைகளாக இருக்கும் அத்துனை பிற்போக்குவாதங்களையும் முறியடிக்க இந்த சிறிய நூல் உதவும் என்று நம்புகிறேன்.

இந்த நூலைக் கொண்டு வருவதில் உறுதுணையாக இந்த ஊடகவியலாளர் ஜோஸ்வா ஐசக் அவர்களுக்கு இந்நேரத்தில் நன்றியை தெரிவித்துக்கொள்கிறேன். அட்டைப்படம் வரைந்து தந்த ஓவியரும் என் மீது எப்போதும் அக்கறை செலுத்தி வரும் அண்ணன் மருது அவர்களுக்கு என் அன்பின் ப்ரியங்கள். நூலாக்கத்திற்கு உதவிய தமிழ் அலை இயக்குனர் தோழர் இசாக் அவர்களுக்கும் பிழை திருத்தம் செய்து தந்த தோழர் தமிழன் இளங்கோ அவர்களின் கரங்களை இருக பற்றி என் அன்பை பகிர்கிறேன்.

மோடி ஆட்சியைப் பற்றி எடுத்துரைக்கும் வகையில் பல்வேறு காலக்கட்டங்களில் பெரியார், அம்பேத்கர் வழியில் கட்டுரைகளையும் தனி நூல்களையும் எழுதியவர் அறிஞர் எஸ்.வி.ராஜதுரை அவர்கள். அவரின், இந்து-இந்தி -இந்தியா, அமித்ஷா அயோத்யா, ஷோபியன்: காஷ்மீரின் கண்ணீர்க் கதை, எழுத்துகளை எரித்தல் கருத்துகளை ஒடுக்குதல் முதலிய நூல்களை வாசித்துள்ளேன். இந்த நூலுக்கு எஸ்.வி.ஆர். அவர்கள் மதிப்புரை வழங்க வேண்டும் என கேட்டவுடனே கட்டுரைகளின் பிரதிகளை அனுப்பச் சொன்னார். இரு நாட்கள் கழித்து அறிஞர் எஸ்.வி.ஆர். தொலைபேசியில் அழைப்பெடுத்து, ‘தோழர் கட்டுரைகள் சிறப்பாக வந்திருக்கின்றன. நான் திருத்தம் செய்து உடனே அனுப்பியுள்ளேன். ஏனென்றால், நான் எத்தனை நாட்கள்

உயிரோடு இருப்பேன் எனத் தெரியாது' என உருக்கமாக பேசி, அனுப்பிவைத்தார். இரு நாட்கள் கழித்து மதிப்புரையையும் அனுப்பிவைத்தார். உயிர் போகும் வலியோடும் நோயோடும் போராடிக்கொண்டிருக்கிற சூழலில், இந்த நூலுக்கான மதிப்புரையை எழுதிக்கொடுத்த தோழர் எஸ்.வி.ஆர் அவர்களின் உள்ளங்கைகளை இருக பற்றிக்கொண்டு, அன்பின் நெகிழ்ச்சியை, ப்ரியத்தின் நெருப்பை பகிர்ந்துகொள்கிறேன்.

எமது கட்சியின் பொதுச்செயலாளரும் விழுப்புரம் நாடாளுமன்ற உறுப்பினருமான அறிஞர் ரவிக்குமார் அவர்களுக்கு இந்நேரத்தில் எனது அன்பும் நன்றியும்.

எல்லாவற்றிற்கும் மேலாக நான் சிகிச்சையில் இருந்த போது என்னை தாய் போல பாதுகாத்து, எழுதுவதற்கும் படிப்பதற்குமான சூழலை அமைத்துக்கொடுத்த எனது இணையரும் நல்ல தோழியுமான ஆதிரைக்கு நன்றி.

இந்நூல், பாஜக என்னும் பயங்கரவாதக் கட்சியை வீழ்த்துவதற்கு சிறு ஆயுதமாக பயன்படும் என்பதில் எந்த மாற்றுக்கருத்தும் இல்லை. அப்படியான நூலை பதிப்பித்துள்ள அண்ணன் நக்கீரன் கோபால் அவர்களுடனும் எனது அன்பைப் பகிர்ந்து கொள்கிறேன்.

வன்னி அரசு

25.12.2023

முன்னுரை

வரலாற்று ரீதியாகவும் அரசியல் ரீதியாகவும் மோடி ஒரு சர்வாதிகாரி என்பதை காலம் உணர்த்திக்கொண்டே இருக்கிறது. மோடியின் காலத்தில் வாழும், இந்திய அரசியல் தலைவர்கள் தொடர்ச்சியாக வேட்டையாடப் படுகிறார்கள். சமூக செயற்பாட்டாளர்கள், எழுத்தாளர்கள், கலைஞர்கள், பொருளாதார அறிஞர்கள், வரலாற்று ஆய்வாளர்கள் மோடியின் சர்வாதிகார குணத்தால் காவு வாங்கப்படுகிறார்கள். மோடி காலத்தில் இந்தியர்கள் இருப்பது இருண்ட காலத்தில் வாழ்வதற்கு சமம். குஜராத்தில் முதலமைச்சராக பொறுப்பேற்ற நாளில் குஜராத்தை மட்டுமே இருண்ட காலத்தில் வைத்திருந்த மோடி, 2014 ஆண்டுக்கு பிறகு இந்தியாவையே இருண்ட காலத்திற்குள் தள்ளியுள்ளார். மோடியின் சர்வாதிகார முகத்தை வரலாற்று ஆய்வாளர்கள் தொடர்ச்சியாக ஆய்வுரைகள் மூலமாக வெளிச்சத்திற்கு கொண்டு வருகின்றனர். இருப்பினும், மோடியின் சர்வாதிகாரத்தை வெளிப்படுத்துவது இன்னமும் முழுமை பெறாததாகவே உள்ளது. வரலாற்று ஆசிரியர்கள் அங்கொன்றும் இங்கொன்றுமாக மோடியை பற்றி எழுதுகிறார்கள். ஊடகங்கள், பத்திரிகைகள் பெரும்பாலும் மோடி ஆதரவு நிலைப்பாட்டிலேயே இருப்பதால் அவரின்

உண்மை முகம் இன்னும் பரவலாக மக்களிடம் சென்று சேர்வதில் சிக்கல் இருக்கிறது.

இந்தியாவை மீட்க வந்த மீட்பராக மோடியை கட்டமைக்க சங்பரிவார கும்பல் உழைத்துக்கொண்டே இருக்கிறது. இந்த பின்னணியில், மோடி ஆட்சியில், நடந்த மதவெறி தாக்குதல்கள், வரலாற்று இருட்டடிப்பு சம்பவங்கள், இந்திய மக்கள் மீது மோடி செய்யும் அறிவிக்கப்படாத அவசர நிலை ஆகியவற்றை விரிவாக ஆராய்வதும் விவாதிப்பதும் காலத்தின் தேவையாக கருதுகிறேன். மக்களை நேசிக்கின்ற, மக்களின் உண்மையான விடுதலைக்காக பாடுபட நினைப்பவன் என்ற முறையிலும் விடுதலை சிறுத்தைகள் கட்சியின் துணை பொதுச்செயலாளர் என்ற நிலையிலும் மோடியின் அரசியல் முக மூடியை கிழிக்க வேண்டியது காலம் எனக்கு பணித்த கட்டளையாகவே கருதுகிறேன். வரலாற்றை எந்த விதமான சார்பும் இன்றி பதிவு செய்ய வேண்டியதே நோக்கம். அந்த பணியை இந்த நூலில் செய்து காட்டி இருக்கிறேன். பல்வேறு காலச் சூழல்களில் மோடியின் சர்வாதிகாரத்திற்கு எதிராக, களத்திலும் தொலைக்காட்சி நேரலையின் பேச்சினூடாகவும் பெற்ற அனுபவங்கள் அடிப்படையிலும் இந்த நூலில் இடம் பெற்றுள்ள கட்டுரைகள் எனக்கு பிரதானப்படுகின்றன. பல கோணங்களில் மோடியின் சர்வாதிகார முகம் மதிப்பிடப்பட்டுள்ளது. குறிப்பாக,

குஜராத் முதலமைச்சராக 12 ஆண்டுகளுக்கும் மேலாக மோடி பதவியில் இருந்த காலமும், பத்து ஆண்டுகள் ஒன்றிய பிரதமராக மோடி இருந்ததும் இந்தியாவை தவறாக வழிநடத்தினார் என்பது ஆய்வுகளின் தரவுகள் மூலம் கிடைக்கும் உண்மை.

மோடியின் இந்த அரசியல் வாழ்க்கை, அதானிக்கும் அம்பானிக்கும் ஏற்றத்தை அளித்திருக்கிறது. இந்திய சாமானிய மக்களை படுகுழியில் தள்ளி அவர்களுக்கு வறுமை முடநாற்றத்தைக் கொடுத்துள்ளது. காஷ்மீருக்கான சிறப்பு அந்தஸ்த்தை ரத்து செய்து காஷ்மீர் மக்களை நீண்ட கொடிய முகாம்களுக்கு தள்ளி அவர்களை வஞ்சித்தது மோடியின் அரசியல் வாழ்வில் அசைக்க முடியாத சாதனை. கறுப்பு பணத்தை ஒழிப்பதாக மோடி நடத்திய அரசியல்

நாடகம் இந்தியாவின் பொருளாதாரத்தை வீதியில் நிற்க வைத்தது. சாமானிய மக்கள் வங்கி ஏடிஎம் வாசல்களில் மாதக்கணக்கில் நிற்க வைக்கப்பட்டு துன்புறுத்தப்பட்டனர். விவசாயிகளை வஞ்சிக்கும் 3 வேளாண் மசோதாக்களை கொண்டு வந்து விவசாயிகளின் ரத்தமும் சதையுமான வாழ்க்கையை மோடி சூறையாடினார். ஜிஎஸ்டி போன்ற வரிகளை அமல்படுத்தியும் கொரோனா காலக்கட்டத்தில் சிறு குறு தொழில்களை நலிவடைய செய்தும் மோடியின் ஆட்சி தொழிலாளர் விரோத ஆட்சியாக இருந்தது. மணிப்பூரில் குக்கி மக்கள் வேட்டையாடப்பட்டனர். மணிப்பூர் பெண்கள் பாலியல்ரீதியாக சூறையாடப்பட்டனர். தமிழ்நாடு, மேற்கு வங்கம், கேரளா, பஞ்சாப் உள்ளிட்ட பாஜக ஆளாத மாநிலங்களில் ஆளுநர்கள் மூலமாக நிழல் அரசை மோடி கட்டமைத்து இந்திய ஜனநாயகத்தை குழித்தோண்டி புதைத்தார். கர்நாடகாவில் காங்கிரஸ் ஆட்சியைக் கவிழ்த்தது. அரசியல் எதிரியாக உருவாகியதால் மகாராஷ்ட்ராவில் சிவசேனா மற்றும் தேசியவாத காங்கிரஸ் கட்சிகளை உடைத்து அப்பட்டமான சர்வாதியாக மோடி தன்னை வெளிப்படுத்திக்கொண்டார்.

இந்தியாவின் பொருளாதாரத்தை இரட்டிப்பாக்குவேன் என்று கூறிய மோடி ஆட்சிக்கு வந்த பிறகு அதனை எப்படி காற்றில் பறக்கவிட்டு சலுகை சார்ந்த பொருளாதாரத்திற்காக பாடுபட்டார் என்பதை நிறுவியுள்ளேன். நாடாளுமன்றத் தேர்தலுக்காகவும் சட்டமன்ற தேர்தல்களுக்காகவும் மக்களை சந்தித்த மோடி நிறைய பொய் வாக்குறுதிகளைக் கொடுத்து மக்களை ஏமாற்றினார். அந்த வாக்குறுதிகளில் சிலவற்றைக் கூட மோடி ஆட்சியில் இருந்த காலத்தில் நிறைவேற்றவில்லை. மாறாக, தனது நண்பர் அதானியின் குழும பங்குகள் லாபம் அடைவதற்காகவே உழைத்தார்.

2016 நவம்பரில் மோடி அரசு கறுப்பு பணத்தை ஒழிப்பதாக அரங்கேற்றிய நாடகம் நடந்து முடிந்த பிறகு இந்தியாவில் வேலை வாய்ப்பின்மை உச்சத்தைத் தொட்டது. 2017-2018 ஆம் ஆண்டில் வேலையின்மை விகிதம் 45 ஆண்டுகளில் இல்லாத அளவாக 6.1 சதவிகிதம் இருப்பதாக தேசிய மாதிரி ஆய்வு அலுவலகத்தின் அறிக்கை அம்பலப்படுத்தியது.

இதன் எதிரொலியாக தேசிய புள்ளியியல் ஆணையத்தின் இரண்டு உறுப்பினர்கள் மோடி அரசின் தவறான நிர்வாக சீர்கேட்டைக் கண்டித்து தங்களின் பதவியை ராஜினாமா செய்தனர். முந்தைய காங்கிரஸ் ஆட்சி காலத்தோடு ஒப்பிடுகையில் வேலைவாய்ப்பினை 2.2 சதவிகிதமாக உயர்ந்தது. 1972-73 ஆம் ஆண்டுக்கு பிறகு இந்தியாவில் வேலைவாய்ப்பின்மை தலைவிரித்தாடியது. தேசிய மாதிரி ஆய்வு அலுவலகத்தின் அறிக்கையின் படி கிராமப்புறங்களில் 15 முதல் 29 வயதுக்குட்பட்ட இளைஞர்களின் வேலையின்மை விகிதம் 2011-12 இல் 5 சதவிகிதமாக இருந்த வேலையின்மை 201718 காலக்கட்டங்களில் 17.4 சதவிகிதமாக உயர்ந்தது. கிராமப்புற பெண்களின் வேலையின்மை விகிதம் 2017-18 காலக்கட்டத்தில் 13.6 சதவிகிதமாக அதிகரித்தது. 2017 -18 ஆம் ஆண்டுகளில் கிராமப்புறங்களைவிட நகர்ப்புற இளைஞர்களிடையே வேலையின்மை உச்சத்தைத் தொட்டது. அதாவது, இந்த ஆண்டுகளில் நகர்ப்புற இளைஞர்களின் வேலையின்மையானது 18.7 சதவிகிதமாகவும் பெண்களின் வேலையின்மை 27.2 சதவிகிதம் இருப்பதாக தேசிய மாதிரி ஆய்வு அலுவலகத்தின் அறிக்கை சுட்டிக்காட்டியது.

நாட்டின் பொருளாதாரத்தை சீரழித்ததும் மக்களை வறுமையில் தள்ளியதும் தான் மோடி அரசின் சாதனைகளாக உள்ளன. இதற்கான பொருளாதார நலன்கள் யாரை சார்ந்து இருக்கிறது. மோடியின் பொருளாதார கொள்கைகள் யாருக்கு பயன்படக் கூடியதாக இருந்தது. மோடியின் சலுகை சார்ந்த பொருளாதார பின்னணி என்ன? அதனால் ஆதாயம் அடைந்தவர்கள் யார் என்பதை இந்த நூலில் மிகவிரிவாகவே ஆராய்ச்சி செய்ய முற்பட்டிருக்கிறேன்.

ஏழைகளுக்கான ஜன் தன் வங்கிக் கணக்கை துவக்க அவர் பிரச்சாரம் மேற்கொண்டார். 2016 ஆம் ஆண்டு நாடு இந்த கூத்தையெல்லாம் பார்த்துக்கொண்டு இருந்தது. மோடி, தினம் தினம் ஒரு நாடகத்தை அரங்கேற்றிக்கொண்டே இருந்தார். இந்த பின்னணியில் தான், 2016 ஆம் ஆண்டுக்கான தேசிய மாதிரி ஆய்வு அலுவலகத்தின் அறிக்கை வெளியாகி, மோடி சொன்ன ஏழைகள் அவரால் படு குழியில் தள்ளப்பட்டதை வெளிச்சம் போட்டுக்காட்டியது. எந்த மொரதாபாத் நகரில்

நின்றுகொண்டு ஜன் தன் வங்கிக் கணக்கிற்காக பிரச்சாரம் செய்தார்களோ அதே நகரத்தின் இளைஞர்கள் வேலைக்காக கையேந்த வேண்டிய நிலைக்குத் தள்ளப்பட்டிருந்தார்கள். இவர்களால் என்னை என்ன செய்துவிட முடியும். நான் ஒரு துறவி, பையை எடுத்துக்கொண்டு கிளம்பிவிடுவேன் என சொன்ன மோடி இந்தியாவின் கருவூலத்தை அதானிக்கும் அம்பானிக்கும் அடகு வைக்கும் வேலையை மறைமுகமாக செய்து கொண்டிருந்தார்.

முந்தைய காங்கிரஸ் ஆட்சியில் பொருளாதாரம் நலிவடைந்து இந்தியாவை காங்கிரஸ் கட்சி ஏழையாக்கிவிட்டது என குற்றம்சாட்டிய மோடி, அவரது ஆட்சி காலத்தில் தான் இந்திய பொருளாதாரத்தை சரிவுப்பாதைக்கு கொண்டு சென்றார். முந்தைய மன்மோகன் சிங் ஆட்சியில் இருந்த எதிர்காலத்தை நோக்கிய பார்வையானது இன்றைக்கு சுறுங்கிப் போய்விட்டது. ஆனாலும், மோடியை அப்பட்டமாக பொய் சொல்ல முடிந்தது. கூச்ச நாச்சமே இல்லாமல் பொது மேடைகளில் தோன்றி மோடியால் மட்டுமே மக்களுக்கு வெற்று வாக்குறுதிகளைக் கூற முடியும் என்பதை அவரது பத்து ஆண்டுகள் நிரூபித்துவிட்டன. மன்மோகன் சிங் ஒன்றிய பிரதமராக இருந்த போது இந்தியா அடைந்த வளர்ச்சியின் சில சாத்தியக் கூறுகளைக் கூட மோடியால் எட்ட முடியவில்லை. தேர்தல் வெற்றிக்காக மட்டுமே மோடி பேசினார் என்பதை காலம் உணர்த்தியது. தேர்தல் வெற்றிக்காக மோடி மக்களை எப்படியெல்லாம் ஏமாற்றினார் என்பதை சில தரவுகள் அடிப்படையில் விளக்கியுள்ளேன்.

விவசாயிகளின் வருமானத்தை இரட்டிப்பாக்குவதற்கான முக்கிய அளவுகோளாக இருப்பது குறைந்த பட்ச ஆதாரவிலை. (MSP) 2004 ஆம் ஆண்டு பிரதமராக இருந்த மன்மோகன் சிங், கோதுமைக்கான குறைந்த பட்ச ஆதார விலையாக குவிண்டாலுக்கு 640 ஆகவும், 2011 – 2012ல் குவிண்டாலுக்கு 1,285 ரூபாயாகவும், 2013-2014ல் குவிண்டாலுக்கு 1,400 ரூபாயாக இருந்தது. அதே போல, 2004ல் நெல்லுக்கு குவிண்டாலுக்கு 560 ரூபாயாக இருந்த குறைந்த பட்ச ஆதாரவிலையானது 2013–2014 காலக்கட்டத்தில் 1,310 ஆக உயர்த்தப்பட்டது. காங்கிரஸ் தலைமையிலான மன்மோகன்

சிங் அரசின் இந்த நடவடிக்கைகளுக்கு நேர் எதிராக மோடி தலைமையிலான பாஜக அரசு செயல்பட்டது. மோடி அரசின் இந்த 9 ஆண்டு காலத்தில் நெல், கோதுமை இரண்டிற்குமான குறைந்த பட்ச ஆதாரவிலையானது (MSP) 50 சதவிகிதத்திற்கு மேல் அதிகரிக்கவே இல்லை.

~~~~~~~

மோடி அரசின் முதலாம் ஆட்சி ஆண்டின் இறுதியில் மத்திய அரசு தேர்தல் பத்திர திட்டத்தில் திருத்தம் கொண்டு வந்தது. அதனை, தேர்தல் ஆணையம் மற்றும் இந்திய ரிசர்வ் வங்கி ஆகியவை எதிர்த்தபோதும் கூட அதனைப் பற்றி மோடிக் கவலைப்படாமல் தங்கள் கட்சியின் நலனுக்கானதாக அதனை மாற்றிக்கொண்டார். அதாவது, 2018 ஆம் ஆண்டு தேர்தல் பத்திரத்திட்டத்தை நாடாளுமன்றத்தில் கொண்டுவந்தார். ஆயிரம் ரூபாய் முதல் ஒரு கோடி ரூபாய் மதிப்பு வரை தேர்தல் பத்திரங்களானது அங்கீகரிக்கப்பட்ட எஸ்பிஐ வங்கி கிளைகளில் கிடைக்கும். இதனை தனிநபர், பெரு நிறுவனங்கள் ஆகியவை தேர்தல் ஆணையத்தால் அங்கீகரிக்கப்பட்ட கட்சிகளுக்கு நிதியாக அளிக்கலாம் என திட்டம் இயற்றப்பட்டது. ஒருவர் எத்தனை தேர்தல் பத்திரங்களைக் கூடப் பெறலாம் அதில் கட்டுப்பாடுகள் இல்லை என மோடி அரசு அறிவித்தது.

மோடி அரசின் இந்த தேர்தல் பத்திர திட்டத்தின் பலன்கள் பாஜகவுக்கே சாதகமாக இருந்தது 2019 தேர்தலில் வெளிப்பட்டது. 2018-19 நிதி ஆண்டில் பாஜக 1450.89 கோடி ரூபாயைப் பெற்றிருந்தது. தேர்தல் பத்திரப்பதிவு திட்டத்திற்கு பிறகு 2019-20 நிதி ஆண்டில் பாஜகவுக்கு 2555,01 கோடி தேர்தல் நிதியாக கிடைத்தது. மற்ற கட்சிகளோடு ஒப்பிடுகையில் பாஜகவுக்கு கிடைத்த தேர்தல் நிதியானது பல மடங்கு அதிகரித்திருந்தது. இதற்கு பாஜக அரசு கொண்டு வந்த தேர்தல் பத்திரப்பதிவு திருத்தமே காரணம் என விமர்சிக்கப்பட்டது. தேர்தல் பத்திரப்பதிவு திட்டம் கொண்டுவரப்பட்ட காலத்தில் இருந்து 2021 ஆம் நிதி ஆண்டு வரை பாஜகவுக்கு பல்வேறு அமைப்புகள், தனிநபர்கள் மூலமாக கிடைத்த தொகையானது அனைத்து கட்சிகளுக்கும் கிடைத்த தொகையைவிட 75 சதவிகிதம் அதிகமாக

காணப்படுகிறது. இந்த காலக்கட்டத்தில் பாஜகவுக்கு, ரூ.4238 கோடி ரூபாய் நிதியாக கிடைத்துள்ளது.

~~~~~~~

மோடி ஆட்சிக்கு வந்ததில் இருந்தே பாஜக ஆளாத மாநிலங்களை வலுவிழக்கச் செய்து அதன் மூலம் ஒன்றிய அரசின் நேரடி கட்டுப்பாட்டிற்குள் வைக்கும் முயற்சியில் தீவிரமாக இருந்தார். தமிழ்நாடு, மேற்கு வங்கம், டெல்லி, கேரளா உள்ளிட்ட மாநிலங்களில் பாஜக வளர்வதற்கான சாத்தியக் கூறுகளே இல்லை. இதனால், இந்த மாநிலங்களை ஆளுநர்கள் மூலமாக மோடி ஆட்டிவைத்தார்.

தமிழ்நாடு, கேரளா, மேற்கு வங்கம் ஆகிய மாநிலங்களை பாஜகவால் ஒன்றும் செய்ய முடியவில்லை. இங்கு மாநில சுயாட்சி கொள்கைகள் வலுவாக இருப்பதாலும், மாநில மக்கள் மோடியின் சர்வாதிகாரத்திற்கு எதிராக மாநில கட்சிகளை தேர்வு செய்வதாலும் அந்த மாநிலங்களை மோடியால் எதுவும் செய்ய முடியவில்லை. இந்த இடத்தில், மோடியின் சர்வாதிகார தன்மைக்கு எதிராக டெல்லி, ஜம்மு காஷ்மீர் மாநிலங்கள் வலுவான எதிர்ப்பு குரலை எழுப்பின. இதனை மோடி தனது ஆட்சி காலத்தில் வலுவிழக்கச் செய்யும் முயற்சியில் இறங்கினார். இந்தியாவின் கூட்டாட்சி தத்துவத்தின் மீது பலமான தாக்குதலை மோடி நிகழ்த்திக்காட்டினார். டெல்லியில் ஆம் ஆத்மி கட்சி தொடர்ச்சியாக வெற்றி பெற்றது. இந்தியாவை ஆளும் சக்தியாக பாஜக வளர்ந்து நின்றாலும் கூட அவர்களால் டெல்லியின் அதிகாரத்தைக் கைப்பற்ற முடியவில்லை. நீண்ட அரசியல் போராட்டம் மோடிக்கு டெல்லியைக் கைப்பற்ற சரியான வியூகத்தைக் கொடுக்கவில்லை. இதனால், டெல்லியை சட்ட ரீதியாக உடைக்கும் வேலையை மோடி கையில் எடுத்தார். மக்களால் தேர்தெடுக்கப்பட்ட மாநில அரசை அதிகாரமற்றதாக்கி அதை மத்திய அரசால் தேர்ந்தெடுக்கப்பட்ட துணைநிலை ஆளுநரின் கையில் கொடுத்தார்.

~~~~~~~

மோடி அரசு பொறுப்பேற்ற 2016ஆம் ஆண்டில் இருந்து 2022ஆம் ஆண்டு வரை மோடி அரசுக்கு எதிராக யார்

பேசினாலும் அவர்கள் மீது ராஜதுரோக வழக்குபதிவு செய்யப்பட்டு வந்தது. 2016 – 2019 இடைப்பட்ட காலத்தில் 124 A சட்டத்தின் கீழ் கைது செய்யப்படுவது 160 சதவிகிதம் அதிகரித்தது. குறிப்பாக, 2010 முதல் 816 பேர் ராஜ துரோக வழக்கில் குற்றம்சாட்டப்பட்ட 11 ஆயிரம் பேரும் 65 சதவிகிதம் பேர் 2014ஆம் ஆண்டு மோடி பிரதமராக பொறுப்பேற்றப் பின்னர் கைது செய்யப்பட்டனர். இவர்களில் மோடி அரசை எதிர்த்ததற்காக 149 பேரும் யோகி ஆதித்யநாத் அரசை விமர்சித்ததற்காக 144 பேரும் கைது செய்யப்பட்டனர்.

2010-2014 ஆம் ஆண்டு நடந்த ஐக்கிய முற்போக்கு கூட்டணி ஆட்சியின் இரண்டாவது பதவிக்காலத்தில் பதியப்பட்ட ராஜதுரோக வழக்குகளை விட 2014-2020 இடைப்பட்ட பாஜக ஆட்சி காலத்தில் பதியப்பட்ட ராஜ துரோக வழக்குகளின் எண்ணிக்கை 28 சதவிகிதம் அதிகரித்தது. மாநில வாரியாக ராஜ துரோக வழக்குகள் பதியப்பட்ட விவரங்களை எடுத்துப்பார்த்தால் கூட, பாஜக ஆளாத மாநிலங்களைக் குறிவைத்து இந்த ராஜதுரோக வழக்குகள் பதியப்பட்டது தெரியவருகிறது. குறிப்பாக, பீகார் (168), உத்தரப்பிரதேசம்(115), கர்நாடகா(50) ஜார்க்கண்ட் (62) ஆகிய மாநிலங்களில் மோடி அரசை எதிர்ப்பவர்கள் தொடர்ச்சியாக ராஜ துரோக வழக்கில் கைது செய்யப்பட்டனர். உத்தரப்பிரதேசத்தில் 2010 ஆம் ஆண்டு முதல் பதியப்பட்ட 115 ராஜ துரோக வழக்குகளில் யோகி ஆதித்யநாத்தை விமர்சித்ததற்காக மட்டுமே 77 சதவிகிதம் பேர் கைது செய்யப்பட்டனர்.

மனித உரிமை ஆர்வலர்கள், பாஜகவின் அடக்கு முறைக்கு எதிராக கிளர்ந்து எழக்கூடியவர்கள் கூட அச்சுறுத்தலுக்கு ஆளாக்கப்பட்டார்கள். பட்டியலினத்தைச் சேர்ந்த குஜராத் சுயேட்சை வேட்பாளர் ஜிக்னேஷ் மேவானி, மோடி அரசை விமர்சித்து ட்விட் போட்ட காரணத்திற்காக கைது செய்யப்பட்டார். மிகவும் பிரபலமான மனித உரிமை பாதுகாவலரும், குஜராத் மதக்கலவரத்தை வெளியுலகிற்குக் கொண்டு வந்தவருமான டீஸ்டா செடல்வாட், காவல்துறை முன்னாள் அதிகாரிகள் சஞ்சீவ் பட் மற்றும் ஆர்.பி.ஸ்ரீகுமார் ஆகியோர் போலியான ஆதாரங்களை உருவாக்குதல், உள்ளிட்ட

வழக்குகளில் கைது செய்யப்பட்டனர். சிறுபான்மையினர் மீதான தாக்குதல்களைக் கண்டித்ததால், மத உணர்வுகளை புண்படுத்துவதாக கூறி, சுதந்திர உண்மைச் சரிபார்ப்பு இணையதளமான ALT News இன் இணை நிறுவனர் முகமது ஜுபைர் கைது செய்யப்பட்டார்.

2014–2020க்கு இடைப்பட்ட காலத்தில் 10,552 பேர் உபா சட்டத்தின் கீழ் கைது செய்யப்பட்டனர். இதில், 253 பேர் மீது மட்டுமே குற்றச்சாட்டு நிரூபிக்கப்பட்டது. அதாவது, ஒவ்வொரு ஆண்டும் சராசரியாக 1,507 பேர் உபா சட்டத்தின் கீழ் கைது செய்யப்படுகிறார்கள் என்றால் அவர்களில் 36 பேர் மீது மட்டுமே குற்றச்சாட்டு நிரூபிக்கப்படுகிறது. மீதம் இருப்பவர்கள் சட்ட விரோதமாக, ஜனநாயகத்திற்கு விரோதமாக கைது செய்யப்பட்டு விசாரணைக்கு உட்படுத்தப்படுகிறார்கள். வடகிழக்கு, ஜம்முகாஷ்மீர் ஆகிய மாநிலங்களில் பாஜக ஜனநாயக படுகொலையை செய்வது இந்த உபா சட்டத்தில் கைது நடவடிக்கைகள் வெளிச்சமிட்டு காட்டுகின்றன.

~~~~~~~

2014 முதல் 2019 வரையிலான இந்திய பொருளாதாரத்தை கண்காணிப்பதற்கான மையம் (CMIE) சேகரித்த குடும்ப அளவிலான குழுத் தரவை பயன்படுத்தி ஆனந்த் சஹஸ்ரநாமன் மற்றும் நிஷாந்த் குமார் ஆகியோர் வருமானப் பகிர்வு மற்றும் சமத்துவமின்மையை ஆய்வு செய்தனர். அதில், அவர்கள் வெளியிட்ட ஆய்வு முடிவுகள் மோடியின் ஆட்சி காலத்தை வறுமை ஒழிக்கப்பட்டதா என்பதை அம்பலப்படுத்துகிறது.

இந்தியாவின் கிராமப்புற மக்கள் தொகை வருவாயில், 41 சதவிகிதம் சரிவு மற்றும் உண்மையான சராசரி வருமானம் இந்த காலக்கட்டத்தில் ஆண்டிற்கு 4.3 சதவிகிதமாக வீழ்ச்சி அடைந்தது எனக் குறிப்பிடுகின்றனர். கோவிட் பெருந்தொற்றுக்கு முந்தைய மற்றும் இலவச உணவுப் பரிமாற்றங்கள் இருந்த போதும் கூட இந்த சரிவு தொடர்ந்து கொண்டே தான் இருந்ததாக அவர்கள் தங்கள் ஆய்வில் சுட்டிக்காட்டுகின்றனர். இந்த இடைப்பட்ட காலக்கட்டத்தில் பொருளாதாரம் வளர்ந்துவிட்டதாக மோடி
~~~~~~~

மாரடித்துக்கொள்கிறார்.

அனூப் சத்பதி கமிட்டி (2019) பரிந்துரைத்த நாளொன்றுக்கு ரூ.375 என்ற தேசிய குறைந்தபட்ச ஊதிய வரம்புக்குக் கீழே வருமானம் உள்ளவர்களின் எண்ணிக்கை 230 மில்லியன் அதிகரித்துள்ளது என்று அசிம் பிரேம்ஜி பல்கலைக்கழக ஆராய்ச்சியாளர்கள் (2021 இந்திய மாநிலங்களின் நிலை) மேற்கொண்ட ஆய்வில் குறிப்பிடப்பட்டுள்ளது. இது கிராமப்புற இந்தியாவில் 15 சதவீதமும், நகர்ப்புற இந்தியாவில் கிட்டத்தட்ட 20 சதவீதமும் வறுமை விகிதத்தில் அதிகரித்துள்ளதாக கூறியுள்ளனர்.

உலக வங்கியின் அறிக்கையும் இதனைப் பட்டவர்த்தனப்படுத்தியுள்ளது. ஜிடிபி வளர்ச்சி, விவசாய நிலைமை, வேலைவாய்ப்பின்மை விகிதம் ஆகியவற்றை அடிப்படையாகக் கொண்டு உலக வங்கி கணக்கீட்டின் அடிப்படையில், 70 மில்லியன் மக்கள் வறுமைக் கோட்டிற்கு கீழே உள்ளனர். இவர்களில் இந்தியாவில் மட்டும் 80 சத விகிதம் பேர் இருப்பதாக உலக வங்கி அறிக்கை வெளியிட்டு மோடி அரசின் லட்சனத்தை குற்றவாளிக்கூண்டில் ஏற்றியது.

இந்தியாவில் இவ்வளவு பெரிய பொருளாதார சரிவுகள் நிகழ்ந்த போதும் கூட அதை வெளியே காட்டிக்கொள்ளாமல் மக்களை ஏமாற்றுவதையே தனது வழக்கமாக கொண்டுள்ளார்.

~~~~~~~

ஒன்றிய அரசு 2021-2022 ஆம் நிதியாண்டில் வெளிநாட்டுக் கடனை 2 லட்சம் கோடி வரை குறைத்து மதிப்பிட்டுள்ளது. இந்திய அரசியலமைப்பை மீறக்கூடிய செயல். அதனைக் கூட பொருட்படுத்தாமல் ஒன்றிய அரசு செயல்பட்டுள்ளதாக மத்திய கணக்கு தணிக்கை அறிக்கை சுட்டிக்காட்டியுள்ளது. 2021-2022 நிதியாண்டிற்கான விவரங்கள் ஆகஸ்ட் மாதம் பகிரப்பட்டது. அதில், வரலாற்று அடிப்படையில் மத்திய அரசின் வெளிநாட்டுக் கடன் 4.39 லட்சம் கோடியாக இருந்தது. பரிமாற்ற விகிதம் எவ்வாறு இருந்தாலும் இந்தக் காலக்கட்டத்திற்கான சமீபத்திய மாற்று விகிதம் 2022 மார்ச் மாதம் 31 ஆம் தேதி வரை கடன் உண்மையில் 6.58 லட்சம் கோடியாக இருக்கும். 2.19 லட்சம் கோடி அதிகமாக இருக்கும்

என ஒன்றிய அரசு அடிக்குறிப்பு வெளிப்படுத்துகிறது. இது, 2003ஆம் நிதிப் பொறுப்பு மற்றும் பட்ஜெட் மேலாண்மை சட்டம், நிலையான மற்றும் வெளிப்படையான நிதிக்கொள்கையின் நலன்களுக்காக அரசாங்கம் கடைபிடிக்க வேண்டிய விதிகளை மீறக்கூடிய செயல்.

“வெளியீட்டுக் கடனின் மதிப்பை அடிக்குறிப்பு மூலம் மட்டுமே வெளிப்படுத்துவது கணக்குகளின் வெளிப்படைத் தன்மையைப் பாதித்தது மற்றும் எஃப்ஆர்பிஎம் சட்டம், 2003 இன் விதி 2(aa) இன் வெளிச்சத்திலும் பார்க்கப்படலாம், இதில் யூனியன் அரசாங்கக் கடனின் வரையறை மதிப்புள்ள வெளிநாட்டுக் கடனை உள்ளடக்கியது. தற்போதைய மாற்று விகிதங்களில்,” மத்திய கணக்குத்தணிக்கைத்துறைக் கூறுகிறது.

இதே போல, பல விஷயங்களை ஒன்றிய அரசு கவனத்தில் கொள்ளாமல் நிதி மேலாண்மையை மேற்கொண்டுள்ளதையும் மத்திய தணிக்கைத்துறை அதிகாரிகள் வெளிக்கொண்டு வந்துள்ளனர்.

~~~~~~~

வரி செலுத்தாமல் கருப்பு பணம் வைத்திருக்கும் கொள்ளையர்களைப் பிடிப்பதற்காக நாடு ஒரு முக்கிய முடிவாக இந்த பண மதிப்பு நீக்க நடவடிக்கையை எடுத்துள்ளதாக அறிவித்தார். இந்தியர்கள் யாரும் அச்சப்பட தேவையில்லை. உங்களுக்கு அரசு ஐம்பது நாட்கள் கொடுக்கிறது. அந்த ஐம்பது நாட்களில் நீங்கள் உங்களிடம் உள்ள பணத்தை வங்கியில் செலுத்தினால் எந்த பிரச்னையும் ஏற்படாது. அரசின் இந்த அதிரடி நடவடிக்கை, பணத்தைப் பதுக்கியுள்ளவர்களை மட்டுமே நேரடியாக பாதிக்கும். சாமானிய மக்களுக்கு இதனால் எந்த பாதிப்பும் ஏற்படாது எனக் கூறினார். அத்துடன், பண மதிப்பு நீக்க நடவடிக்கைக்கான மூன்று காரணங்களையும் பட்டியலிட்டார். ஊழல் மற்றும் கருப்புப் பணத்தை ஒழிப்பது. கள்ள நோட்டுகளை ஒழித்து பயங்கரவாதிகளுக்கு அளிக்கப்படும் நிதி உதவிகளை நிறுத்துவது தான் இந்த பண மதிப்பு நீக்க நடவடிக்கையின் பிரதான நோக்கம் என்று மோடி கூறினார்.

மோடியின் இந்த முட்டாள் தனமான நடவடிக்கை
~~~~~~~

சாதாரண மக்களை இடையூறுக்கு உள்ளாக்கியது. பொதுமக்கள் நீண்ட நேரம் வங்கிகளுக்கு வெளியே வெயிலில் நிற்க வைக்கப்பட்டனர். திடீரென இரவில் 500, 1000 ரூபாய் நோட்டுகள் நீக்கப்படுவதாக அறிவித்துவிட்டு, அதற்கான காரணங்களையும் பட்டியலிட்டு பின்னர் அதன் இலக்கை மாற்றி அமைத்து தவறான பொருளாதார கொள்கைகை வகுக்கு மோடி மக்கள் முன்பு நாடகம் ஆடினார். பணப் பற்றாக்குறையால் ஒவ்வொரு பரிவர்த்தனையும் மக்களுக்கு மிகவும் கடினமானதாக மாறியது. கூலித் தொழிலாளர்கள் ஒரு நாள் முழுவதும் வங்கியில் வரிசையில் நிற்க வைக்கப்பட்டார்கள். குறைந்த வருமானம் கொண்ட நோயாளிகள் மருத்துவமனைகளுக்கு பணம் செலுத்த முடியாத அவலத்திற்கு தள்ளப்பட்டார்கள். அரசியல் ரீதியாக மோடியின் பண மதிப்பு நீக்க நடவடிக்கை ஒரு வெற்றி என்றும் பொருளாதார ரீதியாக குழப்பமான நடவடிக்கை என முன்னாள் தலைமை பொருளாதார ஆலோசகர் அரவிந்த் சுப்பிரமணியன் விமர்சித்தார். இதற்கு காரணம் இல்லாமல் இல்லை. இந்திய பொருளாதாரத்தின் மீது மோடியின் பண மதிப்பு நீக்க நடவடிக்கை கடுமையான பாதிப்பை ஏற்படுத்தியது. முறைசாரா துறை நொடிந்து போனது. தமிழ்நாட்டில், திருப்பூர், கோவை உள்ளிட்ட முறைசாரா துறைகள் ஆதிக்கம் செலுத்தும் பகுதிகள் போல இந்தியாவின் பல்வேறு மாநிலங்களில் இருந்த முறைசாரா துறைகள் உள்ள மாவட்டங்கள் கடுமையான பாதிப்பை சந்தித்தன.

பண மதிப்பு நீக்க நடவடிக்கைக்குப் பிறகு உத்தரப்பிரதேசத்தில் நடந்த தேர்தல் வெற்றியை ஒதுக்கி வைத்துவிட்டு பொருளாதாரத் தரவுகளை மட்டும் பார்த்தால் பண மதிப்பு நீக்க நடவடிக்கை என்பது தோல்வியில் தான் முடிந்துள்ளது என உலக வங்கியின் முன்னாள் தலைவர் கௌசிக் பாசு விமர்சித்தார்.

அரசியல் நோக்கத்திற்காக மட்டுமே முட்டாள் தனமாக ஒரு திட்டத்தை செயல்படுத்திவிட்டு நாட்டின் பொருளாதார கட்டமைப்பை மோடி சீர்குலைத்தார். பண மதிப்பு நீக்க நடவடிக்கைக்கு முந்தைய ஆண்டுகளோடு ஒப்பிடுகையில் இந்தியாவின் பொருளாதாரம் வலுவிழந்து காணப்பட்டது.

குறிப்பாக, ஐஐபி குறியீட்டு எண் பண மதிப்பு நீக்க நடவடிக்கை அமலில் இருந்த காலத்தில் 5.7 சதவிகிதமாக இருந்ததது. இது, டிசம்பர் மாததில் 1.7 சதவிகிதமாக குறைந்து, பின்னர் ஜனவரியில் 2.9 சதவிகிதமாக மாறியது. இந்த நடவடிக்கைகளுக்கு பிறகு இந்தியாவின் தொழில் துறையே கடும் வீழ்ச்சியை சந்தித்தது. ஏற்கனவே, ஜிஎஸ்டி மூலமாக மாநிலங்களில் தொழில் முடக்கம் அதிகரித்திருந்த சூழலில் பண மதிப்பு நீக்க நடவடிக்கையால் அது மேலும் அதள பாதாளத்திற்கு தள்ளப்பட்டது.

~~~~~~~

மது கோடா வழக்கு, ஏர்செல் - மேக்சிஸ் வழக்கு, சிகீநி வழக்கு, சஹாரா வழக்கு, பெல்லாரி சுரங்க வழக்கு, பாஜகவின் ரெட்டி சகோதரர்கள் மீதான வழக்கு, ஜக்மோகன் ரெட்டி வழக்கு, பாபா ராம்தேவ் வழக்கு என்று முக்கியமான வழக்குகள் காங்கிரஸ் ஆட்சி காலத்தில் அமலாக்கத்துறையால் விசாரிக்கப்பட்டது. ஆனால் அவற்றிற்கு பின்னணியில் அரசியல் சதியோ, அரசியல் பழிவாங்கலோ பற்றிய உரையாடலே நடக்கவில்லை. பாஜகவிற்கு எதிரான அரசியல் செயல்திட்டத்தோடு செயல்படுபவர்களை மட்டுமே பாஜக குறிவைத்து அமலாக்கத்துறையை ஏவி நடவடிக்கை எடுத்தது. கடந்த 27 ஆண்டுகளில் 23 பேர் மட்டுமே குற்றவாளிகளாக அறிவிக்கப்பட்டுள்ளார்கள். கடந்த எட்டு ஆண்டுகளில் அமலாக்கத்துறையால் 3,000 பேர் மீது வழக்குப் பதிவு செய்யப்பட்டுள்ளது. இந்த வழக்குகளை கவனிக்கும் பொழுது முழுக்க முழுக்க அரசியல் பழிவாங்குதலுக்காக மட்டுமே அமலாக்கத்துறையை பாஜக ஏவுவது தெரியும்.

பாஜக ஆளாத மாநிலங்களில் அரசியல் பழிவாங்கல் நடவடிக்கைக்காக அமலாக்கத் துறையை ஏவி மோடி அதிகார வரம்பு மீறலில் ஈடுபட்டார். அமலாக்கத்துறையை தனது ஏவல் நாயாக மோடி பயன்படுத்தத் தொடங்கியது மகராஷ்டிரா அரசியலில் இருந்து தான் தொடங்குகிறது.

அமலாக்கத்துறை இதுவரை நடத்திய எல்லா சோதனைகளும், கைது, வழக்குப் பதிவு செய்யப்பட்டவர்களும் பாஜக ஆளாத மாநிலத்தைச் சேர்ந்தவர்களாகவே இருக்கிறார்கள்.
~~~~~~~

ஜார்க்கண்ட், மேற்கு வங்கம், தமிழ்நாடு, கேரளா, ஜம்மு - காஷ்மீர் மாநிலங்களில் உள்ள அரசியல் தலைவர்கள் மீது அமலாக்கத்துறை விசாரணை நடத்தப்பட்டுள்ளது. பாஜகவுக்கு எதிரான செல்வாக்கு செலுத்தும் அரசியல் கட்சிகளின் இரண்டாம் கட்டத் தலைவர்கள் அமலாக்கத்துறையால் வேட்டையாடப்பட்டனர். ஆனால், பாஜக ஆட்சி செய்யக் கூடிய குஜராத், உத்தரப்பிரதேசம், மத்தியப்பிரதேசம், ஹரியானா, அசாம் உள்ளிட்ட மாநிலங்களில் அமலாக்கத்துறை அதிகாரிகள் நுழைவதில்லை. இந்த மாநிலத்தில் ஊழலே இல்லாத ஆட்சியா நடக்கிறது? பாஜக ஆட்சி செய்யும் மாநிலங்களில் மட்டும் அமலாக்கத்துறை நுழையாமல், பாஜக அல்லாத மாநிலங்களை குறிவைத்து அமலாக்கத்துறை விசாரணை நடப்பதன் அடிப்படையில் தான் அரசியல் பழிவாங்களுக்காகவே விசாரணை முகமைகள் செயல்படுவதை வெளிச்சத்திற்கு வருகிறது.

இன்னமும் அமலாக்கத்துறை எப்படியெல்லாம் பாஜகவின் கிளை அமைப்பாக செயல்படுகிறது என்பதை உடைத்துப் பேச வேண்டும் என்றால், மோடிக்கு எதிராக தேசிய அணியைக் கட்டும் முனைப்பில் இருந்த அனைத்து மாநில கட்சிகளின் தலைவர்களும் இன்று அமலாக்கத்துறையால் பழிவாங்கப்படுகின்றனர். டெல்லி துணை முதலமைச்சர் மணீஷ் சிசோடியா சிபிஐயால் கைது செய்யப்பட்டு சிறையில் இருக்கிறார். மதுபானக் கொள்முதல் கொள்கை தொடர்பான வழக்கில் மணீஷ் சிசோடியா சிக்க வைக்கப்பட்டு அமலாக்கத்துறையின் விசாரணைப்பிடியுல் அவர் உள்ளார். தெலங்கானா முதலமைச்சர் சந்திர சேகரராவின் மகள் கவிதா, ரயில்வே நில மோசயி வழக்கில் பீகார் முன்னாள் முதலமைச்சரும், இந்தியா கூட்டணியின் வலுவான அரசியல் தலைவருமான லாலு பிரசாத் யாதவ், ராப்ரி தேசி, பீகார் மாநில துணை முதலமைச்சர் தேஜஸ்வி யாதவ் உள்ளிட்டோரும் அமலாக்கத்துறையால் அரசியல் பழிவாங்கலுக்காக காத்திருக்கின்றனர். அமலாக்கத்துறையின் விசாரணை வளையத்தில் அவர்கள் உள்ளனர். இதே போல, காங்கிரஸ், தேசியவாத காங்கிரஸ், பகுஜன் சமாஜ் கட்சி, சமாஜ்வாதி, திரிணாமூல் காங்கிரஸ், தெலுங்கு தேசம்,

பாரதிய ராஷ்டிரிய சமிதி உள்ளிட்ட பல்வேறு மாநிலங்களின் அரசியல் தலைவர்களும் மத்திய புலனாய்வு முகமையின் விசாரணை வளையத்தில் இருக்கிறார். இந்தியாவில் எதிர்க் கட்சி தலைவர்களை மட்டுமே குறிவைத்து மோடி அமலாக்கத்துறையை ஏவிவிடுகிறார். மத்திய பிரதேச முதலமைச்சர் சிவராஜ்சிங் சௌகான், எடியூரப்பா உள்ளிட்ட பல தலைவர்கள் ஊழல் வழக்கில் சிக்கியுள்ளனர். அவர்கள் மீதெல்லாம் இதுவரை எந்த விசாரணை அமைப்பும் விசாரணை துவங்கவில்லை. 2023 மார்ச் மாதம் கர்நாடக பாஜக எம்.எல்.ஏவாக இருந்த மடல் விருபக்சப்பாவின் மகன் வீட்டில் நடத்தப்பட்ட சோதனையில் 6 கோடி ரூபாய் பணம் லோக் ஆயுக்தா காவலர்களால் கைப்பற்றப்பட்டது. அங்கு அமலாக்கத்துறை இதுவரை எட்டிக்கூட பார்க்கவில்லை.

தமிழ்நாட்டில், பாஜக உடன் கூட்டணி அமைத்துள்ள ஒரே காரணத்திற்காக அதிமுக தலைவர்கள் சி. விஜயபாஸ்கர், எம்.ஆர். விஜயபாஸ்கர், வேலுமணி, காமராஜ் உள்ளிட்ட யார் மீது இதுவரை அமலாக்கத்துறை எந்த நடவடிக்கையும் எடுக்கவில்லை. எடப்பாடி பழனிசாமி முதலமைச்சராக இருந்த போது தமிழ்நாடு சட்டமன்றத்திலேயே சிபிஐ அதிரடி விசாரணை நடத்தியது. அந்த குட்கா வழக்கின் மீது அடுத்தக்கட்டமாக என்ன நடவடிக்கை எடுக்கப்பட்டுள்ளது? தலைமைச்செயலகத்தில் கைப்பற்றப்பட்ட ஆவணங்கள் மீது அமலாக்கத்துறையோ, சிபிஐயோ எடுத்த நடவடிக்கைகள் என்ன?

~~~~~~~

மோடி தனது 10 ஆண்டு கால ஆட்சியில் உருவாக்கிய பிம்பங்கள் படிப்படியாக அவரை சர்வாதிகார நிலையை நோக்கி நகர்த்தியுள்ளதை வரலாற்று ஆய்வாளர்கள் இதற்கு முன்பு இருந்த சர்வாதிகாரிகளின் பிம்பத்தோடு ஒப்பிட்டு புரிந்து கொள்ளலாம். மோடி மீது தனிப்பட்ட ரீதியிலான காழ்ப்புணர்ச்சியின் வெளிப்பாடாக இந்த விமர்சனம் முன்வைக்கப்படவில்லை. மாறாக, இந்தியாவின் ஒன்றிய பிரதமராக மோடி முன்வைக்கப்பட்ட நாளில் இருந்து அவர் ஒரு தேநீர் விற்பவராக தொடங்குகிறார். குஜராத் தொடர் வண்டி நிலையத்தில், தேநீர் விற்ற மோடி, கோத்ரா
~~~~~~~

தொடர் வண்டியை எரித்து ஒரு பாசிச முகமாக மாறினார். பின்னாளில், 2014 ஆம் ஆண்டு மோடி இந்த சர்வாதி கார முகத்தின் பிம்பமாகவே மாறிப்போனோர். மோடி ஆட்சி காலத்தில், காஷ்மீர் சிறப்பு தகுதி ரத்து செய்யப்பட்டு 370 அமல்படுத்தப்பட்டது. காஷ்மீர் ரத்தக் காடாக மாறிப்போனது. வட கிழக்கு மாநிலமான மணிப்பூரில் குக்கி இன மக்கள் துரத்தித் துரத்தி வேட்டையாடப்பட்டார்கள். அப்பொழுதெல்லாம் ஒரு சர்வாதிகாரிக்கே உரிய சிரிப்போடு மோடி இருந்தார். ரோமின் நீரோ மன்னன் போலவே மோடி காட்சி அளித்தார். ஆக்சிசனுக்காக இந்திய மக்கள் தள்ளாடிக்கொண்டு, உயிரைக் கையில் பிடித்துக்கொண்டு ஓடிக்கொண்டிருந்த போது மோடி யோகா செய்வது எப்படி என்று வகுப்பெடுத்துக்கொண்டிருந்தார். ஊரடங்கு காலக்கட்டத்தில் இந்தியர்கள் உயிரை கொரோனா குடித்துக்கொண்டிருந்த போது மோடி என்ன செய்து கொண்டிருந்தார் என்பது இதுவரை ஆய்வுக்கு உட்படுத்தப்பட வேண்டிய விவகாரம்.

இந்தியாவில் அறிவிக்கப்படாத எமர்ஜென்சி நடந்து கொண்டு இருப்பதை வரலாற்று ஆய்வாளர்கள் நன்கு உணர்ந்துள்ளனர். ஆனால், இத்தனை கலவரங்களுக்கு மத்தியிலும் மோடி தனது பிம்பத்தை சிதையாமல் பார்த்துக்கொள்கிறார். மணிப்பூர் நகரமே பற்றி எரிந்த போது, நாடாளுமன்றத்தில் மோடி பேசியே ஆக வேண்டும் என்று எதிர்க்கட்சிகள் கூக்குரல் இட்டன. இந்தியாவின் பல்வேறு மாநிலங்களில் இருந்து அரசியல் கட்சிகள் மோடி வாய் திறக்க வேண்டும் என வலியுறுத்தினர். மணிப்பூரைச் சேர்ந்த 11 கட்சிகளின் தலைவர்கள், சட்டமன்ற உறுப்பினர்கள் மோடியையும் அமித்ஷாவையும் பார்க்க வேண்டும் என தலைநகர் தில்லியிலேயே காத்திருந்து, பார்க்க முடியாமல் திரும்பினர். கடைசி வரை மோடி வாய் திறக்காததால், மோடி அரசு மீது நம்பிக்கையில்லா தீர்மானம் கொண்டு வரப்பட்டது. அப்போதாவது மணிப்பூர் கலவரத்தைப் பற்றி மோடி பேசுவார் என்று எதிர்க்கட்சிகள் நம்பின. ஆனால், மோடி என்ன செய்தார். ஒரு சர்வாதிகாரிக்கே உரிய லட்சனத்தோடு நாடாளுமன்றத்திற்கு வந்து, காங்கிரஸ்,

திமுக உள்ளிட்ட கட்சிகளை தனிப்பட்ட ரீதியில் தாக்கிப் பேசினார். பற்றி எரிந்த மணிப்பூர் இந்தியாவிலேயே என்ற தோரணையில் மோடி நடந்துகொண்ட விதம் தான் அவரை சர்வாதிகாரி என்பதை உறுதிபடுத்தியது.

விவாதமே இன்றி அவசர அவசரமாக மசோதாக்கள் நிறைவேற்றப்படுகின்றன. 2023 ஜூலை 20 ஆம் தேதி தொடங்கி ஆகஸ்ட் 11 வரை பழைய நாடாளுமன்ற வளாகத்தில் நடைபெற்றது. 23 நாட்கள் நடைபெற்ற இந்த கூட்டத்தொடரில் மொத்தம் 23 மசோதாக்கள் இரு அவைகளிலும் நிறைவேற்றப்பட்டுள்ளன. வெறும் 17 அமர்வுகளில் இந்த மசோதாக்கள் நிறைவேற்றப்பட்டுள்ளன.

இதில், 20 மசோதாக்கள் ஒரு மணி நேரத்திற்கும் குறைவான நேரத்திலேயே விவாதித்து நிறைவேற்றப்பட்டன. அதிலும், டெல்லியில் துணைநிலை ஆளுநர் விருப்ப அதிகாரங்களை விரிவுபடுத்தும் மசோதா, கனிமங்கள் மற்றும் சுரங்கங்கள் (மேம்பாடு - ஒழுங்குமுறை) திருத்த மசோதா, தனிப்பட்ட தரவுகளை ஒழுங்குபடுத்துதல் மசோதா ஆகிய மசோதாக்கள் அறிமுகப்படுத்தப்பட்ட வெறும் ஏழு நாட்களுக்குள் படித்து கருத்துக்கள் தெரிவிக்கக்கூட கால அவகாசம் பெரிதும் தராமல் நிறைவேற்றப்பட்டன. அனுசந்தன் தேசிய ஆராய்ச்சி அறக்கட்டளை மசோதா, அறிமுகப்படுத்தப்பட்ட ஐந்து நாட்களுக்குள் நிறைவேற்றப்பட்டுள்ளது.

~~~~~~~

வட கிழக்கு மாநிலங்களைக் கைப்பற்ற பாஜக அங்கு இரட்டை முகத்தைக் காட்டிக்கொண்டது. அதாவது, வடகிழக்கு மாநிலங்கள் இல்லாத இந்தியாவின் பிற மாநிலங்களுக்கு செல்லும் ஒன்றிய பிரதமர் மோடி, பாரத் மாதாகி ஜே என்று முழங்குவார். ஆனால், வடகிழக்கு மாநிலத்திற்கு சென்றால், குக்னலிம் அதாவது நாகலிமுக்கு வெற்றி என்று பேசுவார். இந்தியாவின் பிற மாநிலங்களில் மாட்டிறைச்சிக்கு தடை என்று பாஜக பேசினால் வடகிழக்கு மாநிலங்களில் அந்த பேச்சையே எடுக்கமாட்டார்கள். மாட்டிறைச்சி அரசியலை வட கிழக்கு மாநிலத்தில் பாஜகவும் மோடியும் கைவிட்டனர். 2013ல் மேகாலயாவில் 13 இடங்களில் தங்களில் வைப்பு

தொகையைக் கூட பெற முடியாமல் படு தோல்வியைத் தழுவிய பாஜகவின் இந்த அரசியல் தந்திரம் தான், வட கிழக்கு மாநிலங்களில் பாஜக ஆட்சியை உறுதி செய்தது.

அஸ்ஸாம் மற்றும் மணிப்பூரில் ஆர்எஸ்எஸ் ஆதிக்கம் தற்போது அதிகரித்துள்ளது. வடகிழக்கு மாநிலங்களில் மோடி, ஆர்.எஸ்.எஸ்ஸின் தற்போதைய தலைவர் மோகன் பகவத் மற்றும் முன்னாள் தலைவர் கே.எஸ்.சுதர்சன் உட்பட அதன் உயர்மட்ட தலைவர்கள் பலர் வடகிழக்கில் பிரசாரக்களாக பல ஆண்டுகளைக் கழித்தனர். 1995 ஆம் ஆண்டில், ஆர்எஸ்எஸ் மற்றும் அதன் துணை அமைப்புகளுக்கு இப்பகுதியில் 656 அலகுகள் மட்டுமே இருந்தன. இன்று, சேவாஷ்ரம், வனவாசி கல்யாண் ஆசிரமம், பாரதிய கிசான் சங்கம், அகில் பாரதிய வித்யார்த்தி பரிஷத், வான் பந்து பரிஷத் மற்றும் விஷ்வ ஹிந்து பரிஷத் போன்ற அதன் துணை நிறுவனங்களின் 6,000 அலகுகள் உள்ளன. வட கிழக்கு மாநிலங்களின் தாய மொழியானது ஆர்.எஸ்.எஸ். கொள்கையால் சிதைக்கப்பட்டுள்ளது.

கிறிஸ்தவ செல்வாக்கை எதிர்கொள்ள ஆர்எஸ்எஸ் உள்ளூர் பிரச்னைகள் குறித்து தேசிய அளவில் விவாதத்தை உருவாக்கியுள்ளது.

பிரதமர் மோடியும், மத்திய பாசக அரசும், மணிப்பூர் மாநிலத்தை ஆட்சி செய்யும் பாசக அரசும் மணிப்பூர் மக்களைக் கைவிட்டுவிட்டது என்பதை அங்கிருந்து வெளிவரும் தகவல்கள் மூலம் தெரிகிறது. இந்தியாவின் வடகிழக்கு மாநிலமான மணிப்பூர் கடந்த ஒருமாத காலமாக பற்றி எரிந்து கொண்டிருக்கிறது. தேவாலயங்கள் உள்ளிட்ட வழிபாட்டுத்தலங்கள் தீக்கிரையாகி கொண்டிருக்கின்றன. வீடுகள், வாகனங்கள் உள்ளிட்டவை திட்டமிட்டே எரிக்கப்பட்டு வருகின்றன. இதுவரை நூற்றுக்கும் மேற்பட்ட பொதுமக்கள் மெய்தி வன்முறைக் கும்பலால் கொல்லப்பட்டுள்ளனர். ஆயிரக்கணக்கான பொது மக்கள் பக்கத்து மாநிலங்களான மிசோரம், நாகலாந்து உள்ளிட்ட மாநிலங்களில் அகதிகளாக தஞ்சம் புகுந்து வருகின்றனர். இந்த வன்முறை குறித்தோ, அதன் ஆபத்து குறித்தோ ஆளும் பா.ச.க அரசு கவலைப்பட்டது போல தெரியவில்லை.

மணிப்பூர் முதல்வர் பைரன்சிங் வன்முறையாளர்களான மெய்திக் கும்பலுக்கே ஆதரவு தெரிவிப்பது போல செயல்பட்டு வருகிறார்.

~~~~~~~

பொது சிவில் சட்டம் இஸ்லாமியர்களைக் குறிவைத்து தான் கொண்டு வரப்படுகிறது என்பதை ஆர்.எஸ்.எஸ். - பாஜகவின் செயல் திட்டங்களில் ஒன்றாக இருக்கிறது என்பது அவர்களின் கடந்த கால வரலாற்றை ஆய்வு செய்தவர்களுக்கு நன்றாகவே தெரியும். 2024 நாடாளுமன்ற பொதுத் தேர்தல் பரப்புரைக்கான ஒரு பகுதியாக, திருமணம், விவாகரத்து மற்றும் வாரிசு தொடர்பான தனிநபர் சட்டங்களை ஒழிப்பதை பாசக நீண்ட கால செயல் திட்டமாக கொண்டுள்ளது. தேசிய ஒருமைப்பாட்டை வளர்க்கவும், பாலின சமத்துவத்தை ஏற்படுத்தவும் பொது சிவில் சட்டம் அவசியம் என வலதுசாரி கும்பல் வாதாடுகிறது.

பொது சிவில் சட்டத்தின் முன் மொழிவானது மரபுவழி இந்துக்கள், இஸ்லாமியர்கள், சீக்கியர்கள் மற்றும் சிறுபான்மையினரிடமிருந்து எதிர்ப்பு அலையை உருவாக்கியுள்ளது. இந்திய அரசியலமைப்பு சட்டம் உருவாக்கப்பட்ட காலத்தில் இருந்தே பொது சிவில் சட்டத்தின் மீதான விவாதங்கள் அண்மைக்காலம் வரையிலும் கூட தீர்க்கப்படாத விவகாரமாகவே உள்ளது. இந்த புதிரைத் தீர்க்கமுடியாமல் பொது சிவில் சட்டத்தை மாநில கொள்கையின் வழிகாட்டுதல் கோட்பாட்டுடன் சேர்த்தனர். அரசியலமைப்பின் பகுதி நான்கில் காணப்படும் DPSP இன் பிரிவு 44 இந்தியாவின் எல்லை முழுவதும் குடிமக்களுக்கு ஒரே மாதிரியான சிவில் குறியீட்டைப் பாதுகாக்க அரசு முயற்சிக்கும் என விவரிக்கப்பட்டுள்ளது.

பொது சிவில் சட்டம் குறித்து ஒன்றிய பிரதமர் நரேந்திர மோடி மத்திய பிரதேசத்தில் ஜூன் 27 ஆம் தேதி பேசிய பேச்சானது முக்கிய விவாதப்புள்ளியாக மாறியுள்ளது. அதன் தொடர்ச்சியாக ஜூலை மாதம் 8 ஆம் தேதி பேசிய உத்தராகாண்ட் முதலமைச்சர் புஷ்கர் சிங் தாமி, பொது சிவில் சட்டம் அமல்படுத்தப்பட்டால் அதனை

உத்தராகாண்டில் செயல்படுத்தப்படும் என அறிவித்துள்ளார். இந்த விவாதங்களினூடாக இரண்டு அம்சங்கள் இந்திய அரசியலில் பிரதானமாக எழுப்பப்படுகின்றன. ஒன்று, பொது சிவில் சட்டம் என்பது இஸ்லாமியர்கள், கிறிஸ்தவர்களைக் குறிவைத்து மோடி கொண்டு வருகிறார் என்பது. இரண்டாவது, அம்பேத்கர் பொது சிவில் சட்டத்தை ஆதரித்தார் என்பது மற்றொன்று. இந்த இரண்டு அம்சங்களை பிரதானமாக ஆய்வு செய்வது, வரலாற்று ரீதியாகவும் அரசியல் ரீதியாகவும் முக்கியமானதாக கருதுகிறேன். காரணம், இந்த இரண்டு அம்சங்களிலும் பாசக சிறுபான்மையினருக்கு எதிராகவும், அம்பேத்கரின் பெயருக்கு கலங்கத்தை ஏற்படுத்தவும் முயற்சிப்பதை தோலுரிக்க வேண்டிய அவசியம் ஏற்பட்டுள்ளது.

பொது சிவில் சட்டத்திற்கு எதிராக நாடாளுமன்றத்தில் விடுதலை சிறுத்தைகள் கட்சியின் தலைவர் திருமாவளவன் தெளிவான விளக்கத்தை அளித்துள்ளார். அதன் பின்னணியில் உள்ள சூழ்ச்சிகளையும், விடுதலை சிறுத்தைகள் கட்சியின் நிலைப்பாட்டையும் விசிக தலைவர் திருமாவளவன் பார்வையூனூடாக பேச விழைகிறேன்.

புரட்சியாளர் அம்பேத்கர் பொது சிவில் சட்டத்தை கொண்டு வர விரும்பியதன் நோக்கத்தை மக்களை மத அடிப்படையில் - முஸ்லிம்கள் மீது வெறுப்பை உண்டாக்குவதற்குப் பயன்படுத்தும் தனது நோக்கத்துடன் இணைக்க விரும்புகிறது சங்பரிவாரம். இதைப் பொருத்தவரை அண்ணல் அம்பேத்கரின் நிலைப்பாட்டுக்கும் சங்பரிவாரத்தின் குறிக்கோளுக்குமுள்ள வேறுபாட்டை நாம் புரிந்துகொள்ள வேண்டும். அண்ணல் அம்பேத்கர் அரசமைப்பு அவையில் பொது சிவில் சட்டத்திற்கான சட்டப் பிரிவு 35ஐக் கொண்டுவந்ததற்கான நோக்கம் இந்தியாவில் எல்லா மதத்தினரிடையேயும் சமத்துவம் நிலவ வேண்டும் என்பதற்காகத்தான். அந்த சட்டத்தை முன்மொழியும்போது அவர் கூறினார்: "நமது வாழ்க்கை முழுவதையும் உள்ளடக்கூடிய வகையில் மதத்திற்கு இவ்வளவு பெரிய விரிவான அதிகார வரம்பு கொடுக்கப்பட்டிருப்பதும் அதன் களத்தின் ஆட்சியெல்லைக்குள் அரசமைப்பு அவை நுழையவிடாமல் தடுக்கப்படுவதும் ஏன் என்பதை என்னால்

விளங்கிக் கொள்ள முடியவில்லை. நமக்கு இந்த சுதந்திரம் எதற்காகக் கொடுக்கப்பட்டிருக்கிறது? சமத்துவமின்மைகளும் ஏற்றத்தாழ்வுகளும் பாரபட்சங்களும்,

இன்னும் இது போன்றவையும் நிரம்பியுள்ள, நமது அடிப்படை உரிமைகளுடன் முரண்படுகிற நமது சமூக அமைப்பைச் சீர்திருத்துவதற்குதானே நாம் இந்த சுதந்திரத்தைப் பெற்றுள்ளோம்? ஆகவே அரசமைப்பு அவையின் அதிகார வரம்புகளிருந்து தனிநபர் சட்டம் விலக்கப்பட்ட வேண்டும் என்பதை எவரால் நினைத்துப் பார்க்க முடியும்?" (Christopher Jafferlot, Dr Ambedkar and Untouchability_ Analysing and Fighting Caste - Hurst & Company, 2005, pp. 1114-115.) என்றார் அம்பேத்கர்.

அன்று பொது சிவில் சட்டத்தை முஸ்லிம் உறுப்பினர்கள் மட்டுமே எதிர்த்தார்களா?அரசமைப்பு அவையில் இருந்த வி.டி.சாவர்க்கரின் இந்து மகா சபை உறுப்பினர்கள், காங்கிரஸிலிருந்த இந்துப் பழைமைவாதிகள் ஆகியோரும் கடுமையாக எதிர்த்தார்கள்.

ஆக, அண்ணல் அம்பேத்கர் சமூக நீதியை, சாதிபேதமற்ற சமுதாயத்தை, சோசலிசப் பொருளாதாரத்தை இந்தியாவில் கொண்டுவர விரும்பினாரே, அந்த இலட்சியத்துடன்தான் பொது சிவில் சட்டத்தில் அவருக்கிருந்த விருப்பத்தை இணைத்துப் பாரக்க வேண்டும்

~~~~~~~
~~~~~~~

1
இருண்ட காலத்தின் துவக்கம்

மோடியின் சர்வாதிகார ஆட்சியின் ஆதிகாலம்:

2001 அக்டோபர் 7 ஆம் தேதி குஜராத் மாநிலத்தின் முதலமைச்சராக நரேந்திர மோடி பதவியேற்றதில் இருந்து அசைக்க முடியாத அரசியல்வாதியாக தன்னை நிலைநிறுத்திக்கொண்டார். குஜராத் மாடல் ஆட்சியை ஏற்படுத்தி நலிவடைந்த குஜராத்தை நிலை நிறுத்தியவர் என்ற பிம்பத்துடன் அரசியல் அரங்கில் மோடியின் காலம் ஒரு பொற்காலமாக பாஜக, ஆர்.எஸ்.எஸ். நிர்வாகிகளால் கட்டமைக்கப்பட்டு வருகிறது. சரியாக 22 ஆண்டுகளுக்கு முன்பு குஜராத் மாநிலத்தின் முதலமைச்சராக நரேந்திர மோடி பதவியேற்றதில் இருந்து 2023 ஆம் ஆண்டு ஒன்றிய பிரதமராக பதவி வகிக்கும் இந்த தருணம் வரை தோல்வியே காணாத ஒரு அரசியல் தலைவராக முன்னாள் பிரதமர் ஜவஹர்லால் நேருவுக்கு அடுத்தபடியாக நரேந்திர மோடி இருக்கிறார்.

1977 தேர்தலில் இந்திரா காந்தி தோல்வி அடைந்தார். 1999 மக்களவைத் தேர்தலில் தெற்கு டெல்லியில் களமிறங்கிய முன்னாள் பிரதமர் மன்மோகன் சிங் கூட தோல்வியையே

தழுவினார். ஆனால், பிரதமர் மோடி 2014 மற்றும் 2019 ஆகிய ஆண்டுகளில் நடந்த மக்களவைத் தேர்தல்களில் வெற்றி பெற்று தொடர் வெற்றிகளைப் பெற்றவராக இருக்கிறார்.

வாக்கு வங்கி அரசியலில் மோடியின் இந்த தொடர் வெற்றிகள் மக்கள் சக்தியின் ஆதரவுடன் பெறப்பட்டதா என்றால் துளி அளவும் அதில் உண்மை இல்லை என்பதை வாக்கு வங்கி அரசியலில் தீவிரமாக செயல்படும் அனைவரும் அறிவர். மோடியின் இந்த தொடர் வெற்றி என்பது முழுக்க முழுக்க மக்களை ஏமாற்றியும், இந்திய ஜனநாயகத்தை சீரழித்தும் பெறப்பட்டது.

குஜராத் முதலமைச்சராக 12 ஆண்டுகளுக்கும் மேலாக அதாவது நான்கு முறை மோடி பதவி வகித்துள்ளார். 2014 ஆம் ஆண்டு ஒன்றிய பிரதமராக பதவியேற்ற மோடியின் சாதனையை முன்னாள் பிரதமர்கள் ஜவஹர்லால் நேரு, இந்திரா காந்தி மற்றும் மன்மோகன் சிங் ஆகியோர் மட்டுமே மிஞ்சியுள்ளனர். ஜவஹர்லால் நேரு பிரதமராக 6,130 நாட்களும் இந்திரா காந்தி 5,829 நாட்களும் முன்னாள் பிரதமர் மன்மோகன் சிங் 3,656 நாட்களும் பிரதமராக இருந்துள்ளனர். இவர்களுக்கு அடுத்தபடியாக, இந்தியாவின் பிரதமராக 2,601 நாட்கள் மோடி இந்தியாவின் உச்சபட்ச அதிகார பீடமான பிரதமர் நாற்காலியில் அமர்ந்து ஒரு சர்வாதிகார ஆட்சியை இந்தியாவில் நிலை நிறுத்த பாடுபட்டுக்கொண்டு இருக்கிறார்.

இந்தச் சாதனைக்குப் பின் பதுங்கி இருப்பது பெரும் சதி. காஷ்மீரிகள் என்னும் தேசிய இனத்திற்கு எதிரான சதி. இந்தியாவின் விடுதலைக்குப் பின், பல சிற்றரசுகள் சமஸ்தானங்கள் நிபந்தனையின் பேரிலும் அச்சத்தின் பெயரிலும் இந்திய பெருநிலப்பகுதிக்குள் இணைக்கப்பட்டன. அப்படி இணைக்கப்பட்ட காஷ்மீர் தனி தேசிய இனத்தின் அலகு. அப்படிப்பட்ட தேசிய இனத்தின் அலகை சிதைப்பதுதான் பாஜகவின் அரசியல் சதி. தேசிய இனங்களின் அடையாளங்களை அழித்தொழிப்பது மூலம் இந்து தேசியத்தை கட்டமைக்க முடியும் என்பது ஆர்.எஸ்.எஸ் இயக்கத்தின் செயல்திட்டம். அதை காஷ்மீரில் நிறைவேற்றியுள்ளது பாஜக.

வளங்களைச் சூறையாடிய மோடி அதானி:

மோடியின் அரசியல் வாழ்க்கை, அதானிக்கும் அம்பானிக்கும் ஏற்றத்தை அளித்திருக்கிறது. இந்திய சாமானிய மக்களைப் படுகுழியில் தள்ளி அவர்களுக்கு வறுமை முடைநாற்றத்தைக் கொடுத்துள்ளது. காஷ்மீருக்கான சிறப்பு அந்தஸ்தை ரத்து செய்து காஷ்மீர் மக்களை நீண்ட கொடிய முகாம்களுக்கு தள்ளி அவர்களை வஞ்சித்தது மோடியின் அரசியல் வாழ்வில் அசைக்க முடியாத சாதனை. கறுப்பு பணத்தை ஒழிப்பதாக மோடி நடத்திய அரசியல் நாடகம் இந்தியாவின் பொருளாதாரத்தை வீதியில் நிற்க வைத்தது. சாமானிய மக்கள் வங்கிகளின் ஏடிஎம் வாசல்களில் மாதக்கணக்கில் நிற்க வைக்கப்பட்டுத் துன்புறுத்தப்பட்டனர். விவசாயிகளை வஞ்சிக்கும் 3 வேளாண் மசோதாக்களை கொண்டு வந்து விவசாயிகளின் ரத்தமும் சதையுமான வாழ்க்கையை மோடி சூறையாடினார். ஜிஎஸ்டி போன்ற வரிகளை அமல்படுத்தியும் கொரோனா காலக்கட்டத்தில் சிறு குறு தொழில்களை நலிவடையச் செய்தும் மோடியின் ஆட்சி தொழிலாளர் விரோத ஆட்சியாக இருந்தது. மணிப்பூரில் குக்கி இன மக்கள் வேட்டையாடப்பட்டனர். மணிப்பூர் பெண்கள் பாலியல்ரீதியாக சூறையாடப்பட்டனர். தமிழ்நாடு, மேற்கு வங்கம், கேரளா, பஞ்சாப் உள்ளிட்ட பாஜக ஆளாத மாநிலங்களில் ஆளுநர்கள் மூலமாக நிழல் அரசை மோடி கட்டமைத்து இந்திய ஜனநாயகத்தை குழித்தோண்டிப் புதைத்தார். கர்நாடகாவில் காங்கிரஸ் ஆட்சியைக் கவிழ்த்தார். அரசியல் எதிரியாக உருவாகியதால் மகாராஷ்ட்ராவில் சிவசேனா மற்றும் தேசியவாத காங்கிரஸ் கட்சிகளை உடைத்து அப்பட்டமான சர்வாதியாக மோடி தன்னை வெளிப்படுத்திக்கொண்டார்.

2014ல் பிரதமராக மோடி பதவியேற்றதில் இருந்து 2023–ல் அவரது ஒன்றியப் பிரதமர் பதவி காலாவதி ஆகும் வரையில் மோடியின் ஆட்சி காலம் இந்திய அரசியல் வரலாற்றில் ஓர் இருண்ட காலமாகவே உள்ளது.

மோடி ஆட்சி பெறுப்பேற்ற 2014 – 2019க்கு இடைப்பட்ட காலத்தில் இந்தியா அபரிமிதமான வறுமைக் குறியீட்டிற்குள் தள்ளப்பட்டது. இந்தியாவில் மோடிக்கு முன்பு இருந்த

ஆட்சியாளர்களை விட தவறான நிர்வாக கட்டமைப்பை ஏற்படுத்திய ஒரு அரசியல்வாதியாக மோடி தனது முதல் ஆட்சிக் காலத்திலேயே மாறியிருந்தார். இளைஞர்களிடையே வேலைவாய்ப்பின்மை அதிகரித்தது. கிராமப்புற நகர்ப்புற இளைஞர்களுக்கு வேலை உத்தரவாதத்தை ஏற்படுத்திக்கொடுக்காமல் இந்தியாவில் வேலை இல்லா திண்டாட்டம் இல்லை என்பதைக் காட்டுவதற்காகவே மோடி மோசடிகளை அரங்கேற்றினார். இதற்காக, கோடிக்கணக்கில் விளம்பரங்களுக்கு பணம் வாரி இறைக்கப்பட்டது. 2016 நவம்பரில் மோடி அரசு கறுப்பு பணத்தை ஒழிப்பதாக அரங்கேற்றிய நாடகம் நடந்து முடிந்த பிறகு இந்தியாவில் வேலை வாய்ப்பின்மை உச்சத்தைத் தொட்டது. 2017-2018 ஆம் ஆண்டில் வேலையின்மை விகிதம் 45 ஆண்டுகளில் இல்லாத அளவாக 6.1 சதவிகிதம் இருப்பதாக தேசிய மாதிரி ஆய்வு அலுவலகத்தின் அறிக்கை அம்பலப்படுத்தியது.

இதன் எதிரொலியாக தேசியப் புள்ளியியல் ஆணையத்தின் இரண்டு உறுப்பினர்கள் மோடி அரசின் தவறான நிர்வாகச் சீர்கேட்டைக் கண்டித்து பதவி விலகினர். முந்தைய காங்கிரஸ் ஆட்சி காலத்தோடு ஒப்பிடுகையில் வேலைவாய்ப்பின்மை 2.2 சதவிகிதமாக உயர்ந்தது. 1972-73 ஆம் ஆண்டுக்குப் பிறகு இந்தியாவில் வேலைவாய்ப்பின்மை தலைவிரித்தாடியது. தேசிய மாதிரி ஆய்வு அலுவலகத்தின் அறிக்கையின்படி கிராமப்புறங்களில் 15 முதல் 29 வயதுக்குட்பட்ட இளைஞர்களின் வேலையின்மை விகிதம் 2011-12 இல் 5 சதவிகிதமாக இருந்த வேலையின்மை 2017-18 காலக்கட்டங்களில் 17.4 சதவிகிதமாக உயர்ந்தது. கிராமப்புற பெண்களின் வேலையின்மை விகிதம் 2017-18 காலக்கட்டத்தில் 13.6 சதவிகிதமாக அதிகரித்தது. 2017-18 ஆம் ஆண்டுகளில் கிராமப்புறங்களைவிட நகர்ப்புற இளைஞர்களிடையே வேலையின்மை உச்சத்தைத் தொட்டது. அதாவது, இந்த ஆண்டுகளில் நகர்ப்புற இளைஞர்களின் வேலையின்மையானது 18.7 சதவிகிதமாகவும் பெண்களின் வேலையின்மை 27.2 சதவிகிதமாகவும் இருப்பதாக தேசிய மாதிரி ஆய்வு அலுவலகத்தின் அறிக்கை சுட்டிக்காட்டியது.

வரைபடம்: 1 வேலையின்மை விகிதம் அதிகரிப்பு தேசிய மாதிரி ஆய்வு அறிக்கைத் தரவு

வரைபடம்: 2 2017-18 கிராமப்புற, நகர்ப்புற வேலையின்மை விகித அதிகரிப்பு குறியீடு

இந்தியப் பொருளாதார அழிவு:

ஒரு நாட்டின் ஒன்றியப் பிரதமராக மோடியின் நடவடிக்கைகள் இந்தியாவின் பொருளாதாரத்தை முடக்கிப்போட்டுவிட்டுகிறது. ஆனால், அதைப்பற்றியெல்லாம் மோடி கிஞ்சித்தும் கவலைப்பட்டவராக இல்லை. மாறாக, தனது ஆட்சியை உறுதிப்படுத்திக்கொள்ள வேண்டும். மக்களிடம் தன் செல்வாக்கை அதிகரித்துக்கொள்ள வேண்டும் என்பதற்காகவே விளம்பரங்களுக்காக மக்களின் பணத்தை வாரி இறைத்தார்.

பொய்க் கருத்துக்களை நாடு முழுவதும் பரப்பி அதன் மூலம் போலி ஜனநாயகத்தைக் கட்ட வேண்டும். மக்கள் வறுமையில் இருந்தால் என்ன? அதைப்பற்றியெல்லாம் கவலை இல்லை மாறாக இந்துராஷ்டிரத்தைக் கட்ட வேண்டும் என்பது தான் மோடியின் திட்டமாக இருந்தது.

இந்திய வரலாற்றிலேயே இதற்கு முன்பு யாரும் செய்திராத பணமதிப்பிழப்பு நடவடிக்கையை மோடி கையில் எடுத்து மக்களை வீதியில் தள்ளினார். 2016 ஆம் ஆண்டு நவம்பர் மாதம் 8 ஆம் தேதி தொலைக்காட்சியில் தோன்றிய மோடி, நள்ளிரவில் இருந்து 500 மற்றும் 1,000 ரூபாய் நோட்டுகள் செல்லாது என அறிவித்தார். மோடியின் இந்தப் பண மதிப்பிழப்பு நடவடிக்கைக்கான காரணங்களாக, கருப்பு பணத்தை வெள்ளைப் பணமாக்கும் முயற்சி என்று விமர்சனங்கள் எழுந்தன. "இது ஒன்றும் பணத்தடை இல்லை. நம்மிடம் இருக்கும் பணத்தாள்களை கால அவகாசத்தோடு வங்கியில் செலுத்த வேண்டும். அதன் மூலம், பயங்கரவாதத்திற்கு நிதி அளிக்கப்படுவது குறைக்கப்படும். ஸ்விஸ் வங்கியில் பெரும் முதலாளிகள் சேர்த்து வைத்துள்ள பணம் இந்தியாவிற்கு கொண்டு வரப்படும்" என மோடி கூறினார். மோடியின் வார்த்தைகளைக் கேட்ட மக்கள், வங்கிகளில் நீண்ட வரிசையில் காத்துக்கொண்டிருந்தனர். நூற்றுக்கும் மேற்பட்ட மக்கள் வெயிலின் கொடுமையால் உயிரிழந்தனர். அதைவிட மோடி இந்திய மக்களை

வேட்டையாடிக்கொண்டிருந்த காலமாகவும் அது இருந்தது.

குடிமக்களுக்கு பொய் வாக்குறுதிகள்:

ஒன்றிய பிரதமராக மோடி பதவியேற்றதில் இருந்து இந்தியாவை தவறாக வழிநடத்துகிறார். அவர் ஏழைகளுக்கான ஆட்சியைக் கட்டமைக்கவில்லை. பெரும் பணக்காரர்களின் சேவகராக மோடி இருக்கிறார் என காங்கிரஸ் தலைவர் ராகுல் காந்தி கடுமையாக விமர்சித்துக்கொண்டிருந்தார். இதிலும், ஒருபடி மேலே சென்று, மோடியின் அரசு கோட் - சூட் அரசு என ராகுல் காந்தி தீர்க்கமாக நிறுவினார். ராகுலின் இந்த தொடர் விமர்சனங்களுக்கு முடிவுரை எழுதவும், ஏழை மக்கள் மத்தில் தனது செல்வாக்கை அதிகரித்துக்கொள்வதற்காகவும் பொய்யான கருத்துகளை மோடி கட்டவிழ்த்துவிட்டு பண மதிப்பிழப்பு நடவடிக்கையைக் கையில் எடுத்தார். இந்திய மக்கள் பணமதிப்பிழப்பு நடவடிக்கையால் வதங்கி வாடினர். மோடியின் பொய்யை நம்பி அவர்களும் கருப்பு பணத்தை மோடி மீட்டு வந்துவிடுவார் என ஏங்கினர். ஆனால், 2016ல் 1,000 நோட்டுகள் செல்லாது என அறிவித்து 2,000 ரூபாய் நோட்டுகளை அறிமுகப்படுத்தி, பின்னர் 2023ல் பழைய படியே 2,000 ரூபாய் நோட்டுகளும் இனி செல்லாது என மோடி அறிவித்தது வரை கருப்பு பணத்தை ஒழிக்க ஆடிய நாடகம் மக்களை முகம் சுழிக்க வைத்துள்ளது. மக்கள் மீது ஈவு இரக்கம் இல்லாமல் மோடி நடத்திய தாக்குதல்கள் சமீபத்திய இந்திய பொருளாதார வரலாற்றிலேயே தினசரி வாழ்க்கையை சீரழித்ததைப் போல் வேறு எதுவும் இருந்திருக்க முடியாது. இருப்பினும், அதைப் பற்றி மோடி கவலைப்பட்டதாகத் தெரியவில்லை. பண மதிப்பிழப்பு நடவடிக்கையின் பின் விளைவுகளை மக்கள் அனுபவித்துக்கொண்டிருந்த அதே நாளில், உத்தரப்பிரதேசத்தில் ஆறு பேரணிகளை மோடி நடத்திக்கொண்டிருந்தார். குறிப்பாக மொரதாபாத்தில் நடந்த பேரணியில் பேசிய மோடி,

“இந்த நாட்டில் ஊழல் அழிந்துவிட்டதா? அது கொள்ளைக்கு வழி வகுத்துவிட்டதா? ஏழைகளின் உரிமைகளை அது பறித்துவிட்டதா? நாட்டின் அனைத்துப் பிரச்னைகளுக்கும் ஊழல் தான் ஆணி வேராக உள்ளதா? எனக் கேட்டார்.

மொரதாபாத் பேரணியில் திரண்டிருந்தவர்கள் மோடி கேட்கக் கேட்க "ஆம்" என பதில் அளித்தனர்.

மக்களின் இந்த உணர்வை பயன்படுத்திக்கொண்ட மோடி தனது சதி திட்டத்தின் முதல் அத்தியாயத்தைத் தொடங்கினார்.

"உங்களுக்காக ஒரு போரை நான் நடத்துகிறேன். அதிகமாக போனால், இவர்கள் என்னை என்ன செய்துவிட முடியும்? சொல்லுங்கள்? என்று கூறி சிறிது நேரம் அமைதியானார். பிறகு, "நானொரு துறவி. என்னுடைய பையை எடுத்துக்கொண்டு நான் வெளியேறிவிடுவேன். அவ்வளவு தான் என்றார்".

மோடியின் இந்த வாய்ச்சவடாலைக் கேட்டுக்கொண்டிருந்த மக்கள், அவர் பேசுவது உண்மை என நம்பத் தொடங்கினர். தனது பொய் நாடகத்தை அடுத்த கட்டத்திற்கு கொண்டு செல்ல மோடியும் திட்டம் தீட்டி ஒவ்வொரு காய்களாக நகர்த்தத் தொடங்கினார். ஆம், மோடி தனது நாடகத்தை அரங்கேற்றினார்.

"என்னுள் இருக்கும் இந்த துறவி தான் ஏழைகளுக்காகப் போராடும் வலிமையை எனக்குத் தந்துள்ளார். ஜன் தன் வங்கிக் கணக்கு வைத்திருக்கும் அனைவரையும் பார்த்துச் சொல்கிறேன். உங்களுக்காக எவரெல்லாம் பணம் செலுத்தி உள்ளனரோ, அவர்களால் ஒரு ரூபாயைக் கூட எடுத்துக்கொள்ள முடியாது. அவர்கள் உங்கள் இல்லம் தேடி தினமும் வருவதை உங்களால் காண முடியும். நீங்கள் எதையும் பேசாதீர்கள். உங்களை மிரட்ட வேண்டாம் என அவர்களிடம் கூறுங்கள். மீறினால், மோடிக்கு கடிதம் எழுதிவிடுவேன் எனவும் கூறுங்கள். உங்களுக்கு அவர்கள் பணம் கொடுத்ததற்கான ஆதாரத்தைக் காட்டச் சொல்லுங்கள். இது போதும், அவர்கள் சிக்கிக்கொள்வார்கள். பணத்தை நீங்களே வைத்துக்கொள்ளுங்கள். மற்றதை நான் பார்த்துக்கொள்கிறேன். சட்டத்திற்கு புறம்பாக பணம் செலுத்தியவர்கள் சிறைக்குச் செல்லவும், அந்தப் பணம் ஏழைகளிடம் தங்கிவிடுவதற்கும் நான் வழிசெய்வேன்."

ஏழைகளுக்கான ஜன் தன் வங்கிக் கணக்கை துவக்க அவர் பிரச்சாரம் மேற்கொண்டார். 2016 ஆம் ஆண்டு நாடு இந்த

கூத்தையெல்லாம் பார்த்துக்கொண்டு இருந்தது. மோடி, தினம் தினம் ஒரு நாடகத்தை அரங்கேற்றிக்கொண்டே இருந்தார். இந்த பின்னணியில் தான், 2016 ஆம் ஆண்டுக்கான தேசிய மாதிரி ஆய்வு அலுவலகத்தின் அறிக்கை வெளியாகி, மோடி சொன்ன ஏழைகள் அவரால் படுகுழியில் தள்ளப்பட்டதை வெளிச்சம் போட்டுக்காட்டியது. எந்த மொரதாபாத் நகரில் நின்றுகொண்டு ஜன் தன் வங்கிக் கணக்கிற்காக பிரச்சாரம் செய்தார்களோ அதே நகரத்தின் இளைஞர்கள் வேலைக்காக கையேந்த வேண்டிய நிலைக்குத் தள்ளப்பட்டிருந்தார்கள். இவர்களால் என்னை என்ன செய்துவிட முடியும். நான் ஒரு துறவி, பையை எடுத்துக்கொண்டு கிளம்பிவிடுவேன் என சொன்ன மோடி, இந்தியாவின் கருவூலத்தை அதானிக்கும் அம்பானிக்கும் அடகு வைக்கும் வேலையை மறைமுகமாகச் செய்து கொண்டிருந்தார்.

2017-2018ல் கிராமப்புறங்களை விட நகர்ப்புற இளைஞர்களிடையே வேலையின்மை அதிகரித்தது. 18.7 சதகித ஆண்களும், 27.2 சதவிகித பெண்களும் வேலைத்தேடி அலைந்துகொண்டிருந்தார்கள். படித்தவர்களில் 2004-2005 காலங்களில் இருந்ததை விட 2017-2018 ஆகிய கால இடைவெளியில் வேலையில்லா திண்டாட்டம் இந்தியாவில் உச்சத்தில் இருந்தது. 2004-2005 முதல் 2011-2012 வரை 9.7 சதகிதத்திலிருந்து 15.2 சதவிகிதமாக இருந்த வேலையின்மை, 2017-2018ல் 17.3 சதவிகிதமாக அதிகரித்தது. காலத்தில் கிராமப்புறங்களில் உள்ள படித்த ஆண்களுக்கு 2004 முதல் 2011 வரை 3.5 சதவிகிதமாக இருந்த வேலையின்மை 2017-2018 ஆண்டுகளில் 10.5 சதவிகிதமாக உயர்ந்தது.

பண மதிப்பிழப்பு நாடகத்தை மறைப்பதற்காக மோடி ஆடிய கூத்தை நம்பி ஏமாற்றப்பட்டதை நாட்டு மக்கள் மிக விரைவிலேயே உணர்ந்து கொண்டார்கள்.

2

நலிவடைந்த பொருளாதாரக் கட்டமைப்பு

நரேந்திர மோடி தனது 10 ஆண்டு கால ஆட்சியில் எந்தவிதமான பொருளாதாரக் கொள்கைகளை கொண்டு வரவில்லை. அதற்கு மாறாக, இதற்கு முன்பு கட்டமைக்கப்பட்ட பொருளாதார கொள்கைகள், இந்திய பொருளாதார கட்டமைப்பையே முற்றிலுமாக சிதைத்தார். 2014 ஆம் ஆண்டு மக்களைவத் தேர்தலுக்காக நடந்த பரப்புரைக் கூட்டங்களில் இந்தியாவின் பொருளாதாரத்தை உயர்த்துவேன் என மக்களிடம் வாக்குறுதிக் கொடுத்திருந்தார். அத்தனை வாக்குறுதிகளையும் அவர் காற்றில் பறக்கவிட்டு தான் 2014 லிருந்து 2023 வரையிலான ஆட்சியை நடத்தினார். மத வெறியைத் தூண்டுதல், சாதிய பிளவைப் பயன்படுத்தி ஆட்சியை அமைத்தல், மாநிலங்கள் மீது வரிச்சுமையை அதிகரித்தல் என இந்திய பொருளாதாரத்தை நாசம் செய்யும் அத்தனை வேலைகளையும் பிரதமர் மோடி நடத்திக்காட்டினார். வெளிநாட்டில் பதுக்கி வைக்கப்பட்டிருக்கும் கருப்பு பணத்தை மீட்டு ஒவ்வொரு இந்தியனின் வங்கிக் கணக்கிலும் 15 லட்சத்தை அளிப்பேன் என மோடி பரப்புரை செய்தார். இது மோகன் ஷர்மா என்பவர் தகவல் அறியும் உரிமைச்

சட்டத்தின் கீழ் விளக்கம் கேட்டார். அதற்கு, தலைமை தகவல் ஆணையர் ஆர்.கே. மாத்தூர், தாங்கள் கேட்ட கேள்விக்கான பதில், பிரதமர் அலுவலக, ஆர்டிஐ சட்டத்தின் 2(f) பிரிவின் கீழ் தகவல் இல்லை என பதில் அளித்தது. வங்கி கணக்கில் 15 லட்சம் தரப்படும் விவகாரம் குறித்து உள்துறை அமைச்சர் அமித்ஷாவிடம் கேள்வி எழுப்பப்பட்டது.அதற்கு, மோடியின் அந்த பேச்சு ஜூம்லா அதாவது தேர்தல் வித்தை என பதிலளித்து கடந்து போனார்.

ஆண்டுதோறும் 2 கோடி பேருக்கு வேலைவாய்ப்பு, வேளாண் தொழிலாளர்களின் வருமானத்தை இரண்டு மடங்காக உயர்த்துவேன். இந்தியாவில் சொந்த வீடு இல்லாதவர்கள் என்று யாருமே இருக்க மாட்டார்கள். எல்லோருக்கும் சொந்த வீடு கட்டிக்கொடுக்கப்படும். 2022 ஆம் ஆண்டுக்குள் இந்தியாவை 5 டிரில்லியன் பொருளாதார நாடாக உயர்த்திக்காட்டுவேன் என மக்களிடையே வாக்குறுதிகளை அளித்திருந்தார் மோடி. ஆனால், இவற்றில் எதையும் மோடியால் செய்து காட்ட முடியவில்லை.

அரசியல் வெற்று வாக்குறுதிகள்:

2016 ஆம் ஆண்டு பிப்ரவரி 28 ஆம் தேதி உத்தரப்பிரதேச மாநிலம் பரேலியில் நடந்த விவசாயிகள் பேரணியில் மோடி பங்கேற்றார். அதில், வீர ஆவேசமாகப் பேசிய மோடி, இந்தியா சுதந்திரம் அடைந்து 75 ஆண்டுகள் நிறைவடைவதைக் குறிக்கும் வகையில், விவசாயிகளின் வருமானத்தை 2022 ஆம் ஆண்டுக்குள் இரட்டிப்பாக்குவேன் எனச் சூளுரைத்தார். இதில், ஒரு படி மேலே சென்று, இதுவெறும் அரசியல் சொல்லாடம் மட்டும் அல்ல உண்மையான திட்டம் என்றும் இதற்காக அசோக் தல்வாய் தலைமையிலான நிபுணர் குழு விவசாயிகளின் வருமானத்தை இரட்டிப்பாக்குவது குறித்து 14 தொகுதிகளாக அறிக்கையை சமர்ப்பித்தது. விவசாயிகளின் வருமானத்தை இரட்டிப்பாக்குவேன் என்ற மோடியின் பரப்புரை தேர்தல் வெற்றியோடு நின்றுவிட்டது. விவசாயிகளின் வருமானத்தை இரட்டிப்பாக்குவேன் என பிரதமர் மோடி கூறியது தேர்தலுக்கான நாடகம் என்பதை பொருளாதார அறிஞர்களும், இந்திய விவசாயிகளும் உணர்ந்து கொண்டார்கள். அத்துடன், 3 வேளாண் சட்டங்களுக்கு

எதிரான விவசாயிகளின் போராட்டத்தை திசை திரும்பும் மோடியின் முயற்சி என பின்னாளில் தான் அறிய முடிந்தது. விவசாயிகளின் வருமானத்தை இரட்டிப்பாக்குவது பற்றி மத்திய அரசு கூறிய தரவுகளும் நிதி ஆயோக்கின் அறிக்கையும் முரண்பாடாக இருக்கிறது. சில நேரங்களில் உற்பத்தியின் வளர்ச்சி விவசாயிகளின் வருமானத்தை அதிகரித்தாலும் கூட பல நேரங்களில் உற்பத்தி அதிகரிப்புடன் விவசாயிகளின் வருமானம் கணிசமாக அதிகரிக்கவில்லை என்பதையே தரவுகள் காட்டுகின்றன. 3 வேளாண் சட்டங்களை எதிர்த்து டெல்லியில் விவசாயிகள் நடத்திய போராட்டம் குறைந்த பட்ச ஆதார விலையை அளிக்க வேண்டும் என்பதாக இருந்தது. விவசாய மேம்பாடு தொடர்பாக மோடி அரசின் கொள்கைகள் உதவாது என விவசாயிகள் கடுமையாக ஆட்சேபனை தெரிவிக்கின்றனர். மகாராஷ்டிராவில் உள்ள ஷேத்காரி சங்கதனா போன்ற விவசாயிகள் அமைப்புகள், நுகர்வோரை மகிழ்ச்சியாக வைத்திருக்க விலையைக் கட்டுப்படுத்த சந்தையில் அரசாங்கம் தலையிடாத வரை மோடி அரசின் விவசாய கொள்கைகளும் திட்டங்களும் விவசாயிகளுக்கு உதவாது எனக் கூறி வெளிநடப்பு செய்தன.

விவசாயிகளின் வருமானத்தை இரட்டிப்பாக்குவதற்கான முக்கிய அளவுகோளாக இருப்பது குறைந்த பட்ச ஆதாரவிலை. (MSP) 2004 ஆம் ஆண்டு பிரதமராக இருந்த மன்மோகன் சிங், கோதுமைக்கான குறைந்த பட்ச ஆதார விலையாக குவிண்டாலுக்கு 640 ஆகவும், 2011-2012ல் குவிண்டாலுக்கு 1,285 ரூபாயாகவும், 2013-2014ல் குவிண்டாலுக்கு 1,400 ரூபாயாக இருந்தது. அதே போல, 2004ல் நெல்லுக்கு குவிண்டாலுக்கு 560 ரூபாயாக இருந்த குறைந்த பட்ச ஆதாரவிலையானது 2013-2014 காலக்கட்டத்தில் 1,310 ஆக உயர்த்தப்பட்டது. காங்கிரஸ் தலைமையிலான மன்மோகன் சிங் அரசின் இந்த நடவடிக்கைகளுக்கு நேர் எதிராக மோடி தலைமையிலான பாஜக அரசு செயல்பட்டது. மோடி அரசின் இந்த 9 ஆண்டு காலத்தில் நெல், கோதுமை இரண்டிற்குமான குறைந்த பட்ச ஆதாரவிலையானது (MSP) 50 சதவிகிதத்திற்கு மேல் அதிகரிக்கவே இல்லை.

இதை விட ஒரு பெரிய கொடுமையை பாஜக அரசு செய்து

வருகிறது. அதாவது, சுதந்திரத்திற்கு பிறகு பூச்சிக்கொல்லிகள், உரங்கள் மற்றும் பண உபகரணங்கள் மீதான ஜி.எஸ்.டியை விதித்த இந்தியாவின் முதல் அரசாங்கமாக மோடி அரசு இருக்கிறது. டீசல் போன்ற இடுபொருட்கள் செலவுகள் அதிகரிப்பால் விவசாயிகளும் இரட்டைச் சிரமத்தை எதிர்கொண்டுள்ளனர். சர்வதேச சந்தையில் கச்சா எண்ணெய் விலை குறைந்த போதும் கூட, மே மாதம் 2014 ஆம் தேதியில் டீசல் விலை லிட்டருக்கு 55.48 ரூபாயாகவும் 2022 டிசம்பரில் 89.62 ரூபாயாகவும் அதிகரித்துள்ளது.

விவசாயிகளின் வருமானத்தை இரட்டிப்பாக்குவது குறித்து மோடி அளித்த வாக்குறுதிகள் தேர்தலுக்காக மக்களை ஏமாற்றும் யுக்தியாக மட்டுமே இருந்தது. அதன் விளைவுகள் தேர்தல்களில் மக்களை ஏமாற்றி அவருக்கு சில இடங்களில் வெற்றியைப் பெற்றுத்தந்தன. ஆனால், உண்மையில், ஏழ்மை நிலையில் இருந்த விவசாய மக்களை உயர்த்துவதற்கான எந்த பங்களிப்பையும் அது செய்யவில்லை. இந்திய அரசாங்கம் 2016 ஆம் ஆண்டு விவசாயிகளின் வருமானத்தை இரட்டிப்பாக்கும் குழுவை (DFIC) அமைத்தது. அது, தனது அறிக்கையை 2018 ஆம் ஆண்டு சமர்ப்பித்தது. அந்த அறிக்கையின் மீது எடுக்கப்பட்ட நடவடிக்கைகள் என்ன என்பது இதுவரை வெளிச்சத்திற்கு வரவில்லை. ஏதே ஒரு பொதுக்கூட்டத்தில் பங்கேற்று மக்களை ஏமாற்றி வாக்குகளைப் பெற்றுக்கொண்டு அதனை உண்மையாக்குவதாக மக்களை நம்பச் செய்வதற்காக ஒரு குழுவை அமைத்து அந்தக் குழுவின் அறிக்கையை புழுதி மேட்டில் தூக்கி எரிய வைத்தது தான் மோடியின் ஆகச்சிறந்த சாதனை. 2018 ஆம் ஆண்டில் இந்திய அரசின் மாதிரி கணக்கெடுப்பு விவசாயிகளின் வருமானத்தை உண்மையில் குறைத்துவிட்டது என்பதை வெளிக்கொண்டு வந்தது.

நாட்டைச் சீரழித்ததில் மோடியின் சாதனை:

மோடி பதவியேற்ற 2014 ஆம் ஆண்டிலிருந்து அவரது இரண்டாவது ஆட்சிகாலம் நீடிக்கும் 2023 ஆம் ஆண்டு வரை நாட்டின் பல்வேறு மாநில மக்கள் இன்னல்களுக்கு ஆளாகினர். சிறு – குறு நிறுவனங்கள் மூடப்பட்டன. பல தொழில் கேந்திரங்கள் அழிவை நோக்கிச் சென்றன. ஆனால், மோடியின் நெருங்கிய நண்பர் அதானியின் குழுமங்களின்

வர்த்தகம் அசுர வளர்ச்சியை இந்த 9 ஆண்டுகளில் அடைந்துள்ளது. அதானிக்கும் மோடிக்குமான உறவு அவரது அதானி குழுமத்தின் வளர்ச்சியுடன் தொடர்புக்கான காரணமாக உள்ளது.

2002 ஆம் ஆண்டு குஜராத்தில் இஸ்லாமியர்கள் குறிவைத்துப் படுகொலை செய்யப்பட்ட போது குஜராத் மாநிலத்தின் முதலமைச்சராக மோடி இருந்தார். குஜராத் கலவரத்தில் ஆயிரத்திற்கும் மேற்பட்டவர்கள் கொலை செய்யப்பட்டனர். பல லட்சக்கணக்கான மக்கள் வாழ்வாதாரத்தை இழந்தனர். குஜராத் மாநிலத்திலும் மத்தியிலும் பாஜக அரசே ஆட்சிப் பொறுப்பில் இருந்த போது குஜராத் கலவரம் வெடித்ததால் கடுமையான விமர்சனங்கள் எழுந்தன. இதனால், உலக அரங்கில் இந்தியாவின் மதிப்பு சீர்குலைந்து போனது. இந்தியாவில் என்ன நடக்கிறது? என உலகநாடுகள் கேள்வி எழுப்பின. முன்னணி வர்த்தக நிறுவனங்களான பஜாஜ் மற்றும் கோத்ரேஜ் நிறுவனங்கள் குஜராத்தில் சட்டம் ஒழுங்கு பிரச்னை ஏற்பட்டுள்ளது. அதனைக் கட்டுப்படுத்த என்ன செய்யப்போகிறீர்கள் என முதலமைச்சராக இருந்த மோடியிடம் கேள்வியைத் தொடுத்தன. குஜராத் கலவரத்தின் காரணமாக மோடிக்கும் – குஜராத் மாநில முதலாளிகளுக்கும் இடையே முரண்பாடு ஏற்பட்டது. இதன்மீது பஜாஜ், கோத்ரேஜ் முதலாளிகளின் அதிருப்தியும் சேர்ந்துகொண்ட தால் மோடி அரசுக்கு எதிராக இந்திய முதலாளிகள் பேசத் தொடங்கினர். 2003 ல் நடந்த இந்தியாவின் மிகப்பெரிய வர்த்த சங்கத்தின் கூட்டத்தில் குஜராத் கலவரத்திற்கு கண்டனம் தெரிவிக்கப்பட்டது. இதனால், குஜராத்தின் பொருளாதாரம் கடுமையாகப் பாதிக்கப்பட்டது. அப்பொழுது தான், குஜராத்தின் அதானி குழுமம் தனது வளர்ச்சியைத் தொடங்குவதற்காக மோடியோடு கைகோர்க்கத் தொடங்கியது. கோத்ரேஜ், பஜாஜ் நிறுவனங்கள் ஆதிக்கம் செலுத்தும் வர்த்தக சங்கத்திற்குப் போட்டியாக ஒரு வர்த்தக அமைப்பைக் கட்ட மோடி முடிவு செய்தார். அதற்கு உதவினார் அதானி. மோடியின் ஆணைக்கினங்க அதானியின் முயற்சியால் துடிப்பான குஜராத் என்ற பெயரில் ஒரு வர்த்தக மாநாடு நடத்தப்பட்டது. தொடர்ந்து குஜராத் மாநிலத்தின் அசைக்க

முடியாத சக்தியாக மோடி மாறியதால், அதானியும், அவரோடு சேர்ந்து குஜராத் பொருளாதாரமும் கணிசமாக வளர்ந்தது. இந்த இடத்தில் மற்றொரு விஷயத்தையும் கவனிக்க வேண்டி உள்ளது.

மோடியின் முகமாக பார்க்கப்பட்ட அதானி குஜராத்தின் பழைய துறைமுகங்களைக் கையில் எடுத்து புதிய துறைமுகங்களை உருவாக்கினார். இந்த பின்னணியில், இந்தியாவினால் வடிவமைக்கப்பட்ட புதிய காரை உருவாக்கும் திட்டம் மேற்கு வங்கத்தில் தோல்வியில் முடிந்தது. இதனை முன்கூட்டியே உணர்ந்து கொண்ட அதானி குழுமம், மோடியிடம் இந்த விவகாரத்தைக் கூறி, மேற்கு வங்கத்தில் அதிருப்தியில் இருந்த தொழிற் அமைப்புகளை குஜராத் பக்கம் திருப்பினார். இதன் பின்னர் தான் குஜராத்தின் பொருளாதாரக் கட்டமைப்பு உச்சத்தைத் தொட ஆரமித்தது. குஜராத்தின் கட்டமைப்பு என்பது சாமானியர்களின் வாழ்க்கைத் தரம் உயர்ந்ததாக யாரும் எடுத்துக்கொள்ளக் கூடாது. அது, முழுக்க முழுக்க அதானி – மோடியின் அரசியல் பொருளாதார தரத்தை உயர்த்தியதாகத் தான் எடுத்துக்கொள்ள வேண்டும். குஜராத் மாடல் என்ற அதானி மாடலை மோடி கட்டினார்.

2014 ஆம் ஆண்டு தேசிய அரசியலில் மோடி கால்பதித்ததும் அவரோடு சேர்ந்து தேசிய தொழில் துறையிலும் அதானி வலுவான தடத்தைப் பதிக்கத் தொடங்கினார். 2014 இந்தியாவின் பிரதமராக மோடி பதவியேற்றதும் அதானி குழுமத்தின் அதானி எண்டர்பிரைசஸ் நிறுவனத்தின் பங்குகள் திடீரென 23 சதவிகிதம் உயர்ந்தன. அதானி குழுமத்தின் பங்குகள் உயர்ந்ததற்கான காரணத்தை 2022 ஆம் ஆண்டு நியூயார்க் டைம்ஸ் பத்திரிகைக்கு அதானி விரிவாக விளக்கியுள்ளார். அதில், மோடியின் தயவால் தான் அதானி குழுமப் பங்குகள் உயர்ந்தன என்பதை மறைமுகமாக விளக்கியுள்ளார்.

அதானியின் வளர்ச்சியே பிரதானம்:

அதானி குழுமத்தின் இந்த வளர்ச்சி முழுக்க முழுக்க இந்திய எளிய மக்களின் முதுகுத் தண்டுவடத்தை உடைத்துத் தான்

கட்டப்பட்டது. அதானிக்கு முன்பாக பல பெருமுதலாளிகள் இந்தியாவை மையமாக வைத்து தொழில் செய்து வந்துள்ளனர். ஆனால், அதானியின் சிறப்பே இந்தியாவின் வளங்களை முழுக்க முழுக்க மோடி மூலமாகச் சுரண்டி அதன் மூலமாக தனது தொழில் வளத்தைப் பெருக்கிக் கொண்டார். அதாவது, சாலைகள் மற்றும் மேம்பாலங்கள் கட்டுவது, தொலை தூரக் கிராமங்களின் மின்விநியோகத்துடன் தனது தொழில் வளத்தை இணைப்பது, கழிவறைகள் கட்டுதல், இவை அனைத்திலும் அதானி குழுமம் நேரடியாக ஈடுபட்டது. இதன் மூலம் இரண்டு காய்களை ஒரே நேரத்தில் அடித்தார் மோடி. ஒன்று இந்தியாவின் வளர்ச்சிக்கு தனது அரசு பாடுபடுகிறது என்பதை காட்டிக்கொண்டார். மற்றொன்று, தனது நண்பர் அதானியின் குழுமமே அனைத்து ஆதாயத்தையும் அடைவதன் மூலமாக பாஜகவின் அரசியல் செலவுகளை அதானி குழுமம் ஏற்கும் சூழலைக் கட்டமைத்துக்கொண்டார். இந்திய அரசியல் வரலாற்றில் இதற்கு முன்பு இருந்த கட்சிகளை பாஜக கட்சிக்கே தேர்தல் நிதியை பெருநிறுவனங்கள் வாரிவாரி கொடுத்தன. அதற்கான காரணத்தின் ஒரு பகுதியாக இந்த சூழ்ச்சியை நம்மால் புரிந்துகொள்ள முடியும்.

இந்தியாவை பசுமை இந்தியாவாக மாற்றுவதற்காக 2021 ஆம் ஆண்டு அதானி குழுமம் நிலக்கரியில் பெரும் முதலீடு செய்தது. பிரான்சின் டோட்டல் எனர்ஜீஸ் நிறுவனத்துடன் அதானி குழுமம் இணைந்து உலகின் மிகப்பெரிய பசுமையான ஹைட்ரஜன் சுற்றுச்சூழல் அமைப்பை உருவாக்கியது. இதற்காக 50 பில்லியன் அமெரிக்க டாலர்கள் முதலீடு செய்யப்பட்டன. தொழிலாளர் மூலதனத்தில் 2.4 சதவிகிதத்தை அதானி குழுமம் இதில் பிரதிநிதித்துவப்படுத்தியது.

நிலக்கரித்துறையில் அதானி குழுமத்தின் ஆதிக்கம் இந்த அளவில் இருக்க இதை மிஞ்சும் அளவிற்கு விமானப் போக்குவரத்து துறையிலும் அந்த குழுமம் செல்வாக்கு செலுத்த மோடி உதவினார். 2018 ஆம் ஆண்டு விமானப் போக்குவரத்தில், கட்டுப்பாடுகளைத் தளர்த்திய பிறகு லாபம் ஈட்டும் ஆறு விமான நிலையங்களில் ஆப்ரேட்டராக அதானி குழுமம் உருவெடுத்தது. மோடி அரசு இந்த விவகாரத்தில் தனக்கு எந்த உதவியையும் செய்யவில்லை என அதானி

இதனை மறுத்தார். ஆனால், சர்வதேச, தேசிய ஊடகங்கள் அதானி, மோடி இடையிலான இந்த கூட்டுச் சதியை அம்பலப்படுத்தி செய்தி வெளியிட்டன.

ஹிட்டன் பர்க் அறிக்கை வெளியாகி அதானி குழுமத்தின் பங்குகள் கடும் சரிவைச் சந்தித்தன. இதனால், இந்தியாவின் பொருளாதாரம் அதள பாதாளத்திற்குச் செல்லும் என எதிர்க்கட்சிகள் கடுமையாக விமர்சித்தன. நாடாளுமன்றம் முடக்கப்பட்டது. 2023 ஆம் ஆண்டுக்கான நிதிநிலை அறிக்கையை சமர்பித்த ஒன்றிய நிதி அமைச்சர் நிர்மலா சீதாராமன், அதானியின் குழுமம் சரிவை நோக்கி செல்லவில்லை என வாதிட்டார். அத்துடன், தனியார் நிறுவனங்களின் முதலீடு ஒன்றிய பொதுத்துறை நிறுவனங்களைக் கட்டுப்படுத்தவில்லை எனவும், இதனால், இந்திய பொருளாதாரம் சரிவை அடையாது என கூறினார்.

இப்படி ஒரு பக்கச் சார்பான பொருளாதாரத்தைக் கட்டமைக்கக் கூடியவராக மோடி இருக்கிறார். 2023 ஆம் ஆண்டு ஜீன் மாதம் 13 ஆம் தேதி இந்தியாவில் சுமார் 70 ஆயிரம் இளைஞர்களுக்கு தனியார் மற்றும் பொதுத்துறை நிறுவனங்களில் வேலை ஒதுக்குவதாகக் கூறி ஒரு நாடகத்தை மோடி ஆடினார். இந்த நாடகத்திற்கான காரணம் மோடி அரசு பதவியேற்ற 2014 ஆம் ஆண்டில் இருந்து 2023 வரை நகர்ப்புற மற்றும் கிராமப்புறத்தில் வேலையின்மை தலைவிரித்தாடியது. 45 ஆண்டுகளில் இல்லாத அளவிற்கு இளைஞர்கள் – இளம் பெண்கள் வேலை தேடி கையேந்தும் நிலைக்கு தள்ளப்பட்டனர். 2017 ஆம் ஆண்டு மட்டும் இந்தியாவில் வேலையின்மை விகிதமானது சுமார் 6.1 சதவிகிதமாக இருந்தது. அதுவே, 2023 ஆம் ஆண்டு கணக்கீட்டின் படி 8.11 சதவிகிதமாக உயர்ந்திருந்தது. இதனை இந்திய பொருளாதார கண்காணிப்பு மையமும் உறுதி செய்துள்ளது. இதனை மறைப்பதற்காக இமாச்சலப்பிரதேசம், குஜராத் மாநில தேர்தல்களில் பாஜக ஆட்சிக்கு வந்தால் நகர்ப்புற இளைஞர்களின் வேலைவாய்ப்பு உறுதி செய்யப்படும் என மோடி தேர்தல் பரப்புரையில் வாக்குறுதி அளித்தார். குஜராத்தில் ஆட்சியை பிடித்த உடன் இந்த வாக்குறுதி காற்றில் பறக்கவிடப்பட்டது.

மத்திய பாதுகாப்பு படையிலேயே காலிப் பணியிடங்களின் எண்ணிக்கை தலைவிரித்தாடியது மோடி அரசின் நிர்வாக சீர்கேட்டை விவரிக்கும் வகையில் தான் இருந்தது. 2020 ஆம் ஆண்டு செப்டம்பர் மாதம் மத்திய உள்துறை இணை அமைச்சர் நித்யானந்த் ராய் மத்திய ஆயுத போலீஸ் படையில் காலியாக உள்ள இடங்களின் எண்ணிக்கையை விளக்கினார். அதில், எல்லை பாதுகாப்புப் படையில் 28,926 காலிப்பணியிடங்கள் இருந்தன. மத்திய ரிசர்வ் போலீஸ் படையில் 26,506 பணி இடங்களும், மத்திய தொழில் பாதுகாப்பு படையில் 23,906 பணி இடங்களும் இந்தோ - திபெத் எல்லை காவல் 5,784 பணியிடங்கள் அசாம் துப்பாக்கிப்பிரிவில் 7,328 காலி பணியிடங்கள் இருப்பது உறுதி செய்யப்பட்டது. மொத்தத்தில் மத்திய பாதுகாப்புப் படையில் ஒரு லட்சத்திற்கும் மேற்பட்ட காலிப் பணியிடங்கள் இருந்தன.

இதையெல்லாம் மறைத்துவிட்டு ஒரு அரசாங்கத்தை மோடி 2014 - 2024 ஆட்சிக் காலத்தில் நடத்திக்கொண்டு இருந்தார். 2023 ஜூன் மாதம் 12 ஆம் தேதி வேலைவாய்ப்பு உத்திரவாத கடிதத்தை இளைஞர்களுக்கு வழங்கும் நிகழ்ச்சியில் பேசிய மோடி, கடந்த பத்து ஆண்டுகளுக்கு முன்பு இருந்ததை விட இந்த அரசு பாதுகாப்பான வலிமையான நாடாக இந்தியாவை மாற்றியுள்ளது என வாய்க் கூசாமல் பொய் கூறினார். இந்த உரையின் பொழுது அரசியலையும் மோடி தொட்டுக்காட்டினார். அதாவது முந்தைய ஆட்சிக் காலத்தில் அரசியல் ஊழல், திட்டங்களில் முறைகேடுகள் மற்றும் பொதுத்துறை நிதியை தவறாக பயன்படுத்துவது அதிக அளவில் இருந்ததாகவும் இன்று இந்தியா அதன் அரசியல் ஸ்திரத் தன்மைக்காக அறியப்படுவதாக மார்தட்டிக்கொண்டார். இந்தப் பின்னணியில் மேலே கூறியது போல 2017 ஆம் ஆண்டு இந்தியாவில் வேலை வாய்ப்பின்மை 6.1 சதவிகிதத்தில் இருந்து 2023ல் வேலைவாய்ப்பின்னை 8.11 சதவிகிதமாக அதிகரித்திருப்பதை ஒப்பிட்டு பார்த்தால் மோடி எவ்வளவு பெரிய பொய்யை நா கூசாமல் பேசியிருக்கிறார் என்பது புரியும். இதில், மற்றொரு அம்சத்தையும் குறிப்பிட்டாக வேண்டும். அதாவது, எந்த ஒரு நிறுவனத்தின் பெயரையும் குறிப்பிடாமல் நரேந்திர மோடி, நெடுஞ்சாலைகள், ரயில்வே

கட்டுமானம் உள்ளிட்ட அனைத்து துறைகளிலும் இந்தியா முன்னோடி நாடாக மாறியுள்ளது என தனது நண்பர் அதானிக்கு பாராட்டுப் பத்திரத்தையும் மோடி வாசித்தார். இரண்டு விஷயங்கள் இதன் மூலம் நன்கு விளங்குகிறது. 2014 ஆம் ஆண்டு மோடி பதவியேற்ற பிறகு வேலைவாய்ப்பின்மை அதிகரித்ததையும் அதே ஆண்டில் இருந்து மோடியின் நண்பர் அதானியின் குழுமப் பங்குகள் மற்றும் அதானியின் சொத்து மதிப்பு உயர்ந்ததையும் ஒப்பிட்டுப்பார்த்தால் மோடி யாருக்கான அரசைக் கட்டமைத்தார் என்பது தெள்ளத் தெளிவாக விளங்கிவிடும்.

புள்ளி விவரங்களைக் காணும் போது மோடி யாருக்காக ஆட்சி நடத்தினார் என்பது புரியும். ஏழை எளிய அடித்தட்டு மக்களின் வாழ்வாதாரங்களை அழித்தொழித்துவிட்டு அதானி போன்ற பெருமுதலாளிகளுக்காகவே மோடி ஆட்சி நடத்தியுள்ளார். மோடியின் ஆட்சி இருண்ட காலத்தின் சாட்சியமாக இருப்பதை யாரும் மறுக்க முடியாது.

3

மோடியின் ஆர்.எஸ்.எஸ். செயல்திட்டம்

இந்தியாவின் ஜனநாயக ஆட்சியை அழித்துவிட்டு இந்து ராஷ்டிரம் என்னும் ராம ராஜ்ஜியத்தைக் கட்டமைப்பது தான் ஆர்.எஸ்.எஸ் திட்டம். இதனை மோடியின் பிம்பத்தை வைத்து அந்த அமைப்பு தெளிவான திட்டமிடலோடு அரங்கேற்றி வருகிறது. ஜனநாயகத்தின் மீது தாக்குதல் நடத்துவது, இந்திய அரசியலமைப்பை மாற்றி அமைப்பது, மக்களைப் பழமைவாத சிந்தனைக்குள் தள்ளுவது, நாட்டின் பொருளாதாரக் கட்டமைப்பை பழமைக்குள் உட்படுத்துவது, பெருமுதலாளியத்தை ஊக்குவிப்பது என மோடியின் ஆட்சி சர்வ துறைகளிலும் பழமைவாதப் போக்கைக் கடைபிடிக்கிறது. மாநில அரசுகளைக் கலைத்து அதனிடத்தில் ஒன்றிய அரசை அதிகார மட்டமாக உயர்த்துவதில் மோடி தீவிரம் காட்டி வருகிறது. 2014க்குப் பிறகு ஜனநாயக இந்தியாவின் மாண்புகளை சீர்குலைக்கும் வேலையை தீவிரமாக செயல்படுத்துகிறது. இந்திய மக்களை ஏழைகளாக்கி நாட்டை மூச்சுத் திணற வைத்துள்ளார் மோடி.

மோடி ஆட்சியில் இந்தியப் பொருளாதாரம் எந்த அளவுக்கு கீழ் நோக்கிச் சென்றுள்ளது என்பதை கடந்த அத்தியாயங்களில்

பார்த்தோம். மோடி தலைமையிலான ஆட்சியில் இந்திய பொருளாதாரமும் அதன் வெளியுறவுக் கொள்கைகளும் இந்துத்துவ சமூகக் கட்டமைப்பாக மாற்றப்பட்டுள்ளது. இதற்கு எதிராக, மேற்கு வங்கம், தமிழ்நாடு, கேரளா, டெல்லி உள்ளிட்ட மாநிலங்கள் எழுச்சியுடனேயே செயல்பட்டுள்ளன. உண்மையில், இந்த மாநிலங்களில் ஏற்பட்ட எழுச்சியை மோடியால் சகித்துக்கொள்ள முடியவில்லை. ஆளுநர்களை வைத்து இந்த ,மாநில அரசுகளை மோடி கட்டுப்படுத்தி, அதன் ஜனநாயகத்தின் மீது தாக்குதல் நடத்துகிறார்.

மோடியின் ஆட்சிக் காலத்தில் இந்தியாவில் பணவீக்கம் அதிகரித்தது. வேலையின்மை உச்சத்தைத் தொட்டது. சாமானியர்களின் கடன் சுமை அதிகரித்தது. வீட்டுக்கடனுக்கான வட்டி விகிதம் உயர்ந்தது. உலக நாடுகளுடனான உறவு மோடியால் துண்டாடப்பட்டது. அமெரிக்காவின் பொருளாதாரத்தைப் பின்பற்றுவதா அல்லது ரஷ்யாவை நட்பு நாடாக தொடரச் செய்வதா என்பதில் மோடியின் வெளியுறவுக் கொள்கைகள் குழப்பத்தில் உள்ளது. ரஷ்யாவுடன் இந்தியாவிற்கு வரலாற்று ரீதியாக நல்ல தோழமை உணர்வு இருக்கிறது. அமெரிக்காவிற்கு மாற்றான பொருளாதார உறவை இந்தியா காந்தி, ராஜீவ்காந்தி உள்ளிட்டவர்கள் பிரதமராக இருந்தபோது கட்டியிருந்தனர். ஆனால், இந்த பொருளாதார உறவை மோடியின் வெளியுறவுக்கொள்கைகள் சிதைத்தன. அமெரிக்க அதிபர் தேர்தலில், டிரம்ப் – பைடன் இடையே போட்டி தீவிரமாக இருந்த போது 'நமஸ்தே டிரம்ப்' போன்ற நிகழ்ச்சிகளை நடத்தி தனது குழப்பவாத தெளிவற்ற அரசியல் போக்கை மோடி வெளிப்படுத்திக்கொண்டார். இது, பின்னாளில், அமெரிக்க அதிபர் தேர்தலில் டிரம்ப் தோல்வியில் முடிந்ததால், புதினுக்கும் மோடிக்கும் இடையே உறவில் சற்று விரிசலை ஏற்படுத்தியது.

இந்திய பிரதேசங்களான சிக்கிமில் சீனாவின் ஆக்கிரமிப்பு தொடர்வதால் இந்தியா மீதான சீனாவின் ராணுவ அழுத்தம் அதிகரித்துள்ளது. இது, பூட்டான், நேபாளம், பங்களாதேஷ் மற்றும் இலங்கை ஆகிய நாடுகளுடன் இந்தியாவுக்கு இருந்த வரலாற்று உறவை மறுபரிசீலனை செய்யும் அளவிற்கு கொண்டு சென்றது. சீனாவுக்கு

எதிராக ஆப்கானிஸ்தானில் இந்தியா பல முதலீடுகளை செய்தது. தலிபான்களின் கட்டுப்பாட்டில் ஆப்கானிஸ்தான் சென்றுள்ளதால், ஆப்கானிஸ்தானில் இந்தியாவின் முதலீடுகள் கேள்விக்குறியாகியுள்ளது. கடந்த இரண்டு தசாப்தங்களுக்கும் போரால் பாதிக்கப்பட்ட ஆப்கானிஸ்தானை மறுசீரமைக்க இந்தியா முதலீடுகளை அதிகம் செய்த போதும் கூட அங்கு ஆட்சி மாற்றத்திற்குப் பிறகு இந்தியா - ஆப்கானிஸ்தான் உறவு கேள்விக்குறியாகியுள்ளது.

அதே போல, இலங்கையுடனான உறவும் மிகவும் மோசமாகிக்கொண்டு தான் இருக்கிறது. 2009 ஆம் ஆண்டு இலங்கையில் உள்நாட்டு யுத்தம் முடிவுக்கு வந்தது. சர்வதேச நாடுகளின் துணையுடன் விடுதலைப்புலிகளை சிங்களப் பேரினவாத அரசு வீழ்த்தியது. கடந்த அரை நூற்றாண்டுகளாக இலங்கையில் தமிழர் பிரச்னைகளைத் தீர்க்க முடியாமல், போரைத் தொடர்ந்தது இலங்கை அரசு. ஒரே நாடு என்னும் ஆதிக்கத்தை திணித்தது சிங்கள பேரினவாத அரசு. தனித்தமிழீழம் என்னும் கோரிக்கையை சிதைத்தது சிங்கள பேரினவாத அரசு. ஈழத்தமிழர்களின் துயரம் தொடரும் சூழலில் தான் மோடி அரசு 2014 முதல் இலங்கை அரசுக்கு பெரும் உதவிகள் செய்ய ஆரம்பித்தது. ராஜபக்சே அதிகார உச்சத்தில் இருக்கும்போது தான் சிங்கள மக்கள் பக்சே சகோதரர்களுக்கு எதிராக கிளர்ச்சி செய்து ராஜபக்சேவை அதிபர் என்று பாராமல் நாட்டை விட்டு விரட்டி அடித்தனர். கடுமையான பொருளாதார நெருக்கடியில் இலங்கை திணறிய போது மோடி அரசு பல கோடி பில்லியன் கடன் உதவி செய்தது. சீனாவின் கட்டுப்பாட்டிற்குள் முழுமையாக இலங்கை போனப்பிறகும்கூட இலங்கைக்கு உதவும் மோடியின் வெளியுறவு கொள்கையைக் கண்டு உலகமே சிரிக்கிறது. அதுமட்டும் அல்ல. இலங்கை எப்போதும் சீனாவிற்கு நட்பாகவும் இந்தியாவிற்கு பகையாகவுமே இருந்து வந்துள்ளது. அப்போதும் கூட தனது வெளியுறவு கொள்கையில் மாற்றம் செய்யாதது தான் மோடி அரசு.

இந்தியாவில் வேலையின்மை பிரச்னை உச்சத்தில் இருக்கிறது. இதனைச் சரி செய்ய வேண்டுமென்றால், இரட்டை இலக்கத்தில் இந்தியாவின் பொருளாதாரம் வளர

வேண்டி இருக்கிறது. மோடி ஆட்சிக்கு வந்த 201424க்கும் இடைப்பட்ட இந்தப் பத்து ஆண்டுகளில் பொருளாதாரக் கட்டமைப்பை வலுப்படுத்த ஆக்கப்பூர்வமான எந்தச் செயல்திட்டத்தையும் மோடி வகுக்கவில்லை. இதனால், வேலையில்லாத் திண்டாட்டம் உச்சத்தில் இருக்கிறது. இளைஞர்களுக்கு புதிய வேலைவாய்ப்பை உருவாக்க வேண்டுமென்றால் அதற்கு நாட்டின் பொருளாதாரக் கட்டமைப்பை குறைந்தது இரண்டு மடங்காவது உயர்த்த வேண்டிய கட்டாயம் உள்ளது. இதற்கான எந்த முயற்சிகளையும் மோடி கையில் எடுக்கவில்லை. மக்களிடையே மோடி அரசின் மீதான நம்பிக்கை சீர்குலைந்துள்ளது. இதனை மறைப்பதற்காகத் தான், கும்பல் வன்முறை, மணிப்பூர் கலவரம், இந்துத்துவ கும்பல்களின் தாக்குதல், பட்டியலின மக்கள் மீதான ஒடுக்குமுறை, இஸ்லாமியர்கள் மீதான வெறுப்பு அரசியல் ஆகியவற்றை மோடியின் ஆதரவாளர்கள் கட்டவிழ்த்துவிடுகின்றனர்.

தேர்தல் பத்திரப்பதிவு சர்வாதிகாரம்:

மோடி அரசின் முதலாம் ஆட்சி ஆண்டின் இறுதியில் மத்திய அரசு தேர்தல் பத்திர திட்டத்தில் திருத்தம் கொண்டு வந்தது. அதனை, தேர்தல் ஆணையம் மற்றும் இந்திய ரிசர்வ் வங்கி ஆகியவை எதிர்த்த போதும் கூட அதனைப் பற்றி மோடிக் கவலைப்படாமல் தங்கள் கட்சியின் நலனுக்கானதாக அதனை மாற்றிக்கொண்டார். அதாவது, 2018 ஆம் ஆண்டு தேர்தல் பத்திரத்திட்டத்தை நாடாளுமன்றத்தில் கொண்டுவந்தார். ஆயிரம் ரூபாய் முதல் ஒரு கோடி ரூபாய் மதிப்பு வரை தேர்தல் பத்திரங்களானது அங்கீகரிக்கப்பட்ட எஸ்பிஐ வங்கிக் கிளைகளில் கிடைக்கும். இதனை தனிநபர், பெரு நிறுவனங்கள் ஆகியவை தேர்தல் ஆணையத்தால் அங்கீகரிக்கப்பட்ட கட்சிகளுக்கு நிதியாக அளிக்கலாம் என திட்டம் இயற்றப்பட்டது. ஒருவர் எத்தனை தேர்தல் பத்திரங்களைக் கூடப் பெறலாம் அதில் கட்டுப்பாடுகள் இல்லை என மோடி அரசு அறிவித்தது.

மக்கள் பிரதிநிதித்துவ சட்டம் 1951ன் படி அங்கீகரிக்கப்பட்ட கட்சிகள் நாடாளுமன்ற மற்றும் சட்டமன்றத்தில் ஒரு சதவிகித வாக்குகளை பெற்ற கட்சிகள் மட்டுமே தேர்தல் பத்திரம்

மூலம் நிதி பெற முடியும். இதற்கான பட்டியல் தங்களிடம் இல்லை என தேர்தல் ஆணையம் கைவிரித்தது. அதே போல, அரசியல் கட்சிகளுக்கு இருபது ஆயிரம் ரூபாய்க்கு மேல் நிதி வழங்குபவர்களின் பெயர்கள் மற்றும் தொகைக்கான தரவுகளை தேர்தல் ஆணையத்திடம் ஆண்டு இறுதியில் ஒப்படைக்க வேண்டும். எனவும் மக்கள் பிரதிநிதித்துவ சட்டம் கூறுகிறது. இதனை தேர்தல் பத்திர திட்டம் மூலமாக மோடி அரசு திருத்தியது. அரசியல் கட்சிகளுக்கு நிதி வழங்குபவர்களின் பெயர்களைத் தேர்தல் ஆணையத்திடம் ஒப்படைக்க வேண்டிய அவசியம் இல்லை என மோடி அரசு கூறியது.

மோடியின் இந்த தேர்தல் பத்திரப்பதிவு திட்டமானது இந்திய தேர்தல் ஜனநாயகத்தின் மீதான கடுமையான தாக்குதல். தேர்தல் பத்திரப்பதிவு திட்டமானது வெளிப்படைத் தன்மைக்கு எதிராக உள்ளது என இந்திய தேர்தல் ஆணையம், உச்சநீதிமன்றத்தில் தெரிவித்தது.

மோடி அரசின் இந்த தேர்தல் பத்திரத் திட்டத்தின் பலன்கள் பாஜகவுக்கே சாதகமாக இருந்தது 2019 தேர்தலில் வெளிப்பட்டது. 2018-19 நிதி ஆண்டில் பாஜக 1450.89 கோடி ரூபாயைப் பெற்றிருந்தது. தேர்தல் பத்திரப்பதிவு திட்டத்திற்கு பிறகு 2019-20 நிதி ஆண்டில் பாஜகவுக்கு 2555,01 கோடி தேர்தல் நிதியாக கிடைத்தது. மற்ற கட்சிகளோடு ஒப்பிடுகையில் பாஜகவுக்கு கிடைத்த தேர்தல் நிதியானது பல மடங்கு அதிகரித்திருந்தது. இதற்கு பாஜக அரசு கொண்டு வந்த தேர்தல் பத்திரப்பதிவு திருத்தமே காரணம் என விமர்சிக்கப்பட்டது. தேர்தல் பத்திரப்பதிவு திட்டம் கொண்டுவரப்பட்ட காலத்தில் இருந்து 2021 ஆம் நிதி ஆண்டு வரை பாஜகவுக்கு பல்வேறு அமைப்புகள், தனிநபர்கள் மூலமாக கிடைத்த தொகையானது அனைத்து கட்சிகளுக்கும் கிடைத்த தொகையைவிட 75 சத விகிதம் அதிகமாக காணப்படுகிறது. இந்த காலக்கட்டத்தில் பாஜகவுக்கு, 4238 கோடி ரூபாய் நிதியாக கிடைத்துள்ளது.

மாநிலங்களை அதிகாரமிழக்கச் செய்தல்:

மோடி ஆட்சிக்கு வந்ததில் இருந்தே பா.ஜ.க ஆளாத மாநிலங்களை வலுவிழக்கச் செய்து அதன் மூலம் ஒன்றிய

அரசின் நேரடி கட்டுப்பாட்டிற்குள் வைக்கும் முயற்சியில் தீவிரமாக இருந்தார். தமிழ்நாடு, மேற்கு வங்கம், டெல்லி, கேரளா உள்ளிட்ட மாநிலங்களில் பாஜக வளர்வதற்கான சாத்தியக் கூறுகளே இல்லை. இதனால், இந்த மாநிலங்களை ஆளுநர்கள் மூலமாக மோடி ஆட்டிவைத்தார். இது பற்றி தனியாக ஒரு கட்டுரை எழுத உள்ளதால், இந்த இடத்தில் மற்றொரு விஷயத்தைப் பற்றி விவாதிக்க உள்ளேன். அதாவது, தமிழ்நாடு, கேரளா, மேற்கு வங்கம் ஆகிய மாநிலங்களை பாஜகவால் ஒன்றும் செய்ய முடியவில்லை. இங்கு மாநில சுயாட்சி கொள்கைகள் வலுவாக இருப்பதாலும், மாநில மக்கள் மோடியின் சர்வாதிகாரத்திற்கு எதிராக மாநில கட்சிகளை தேர்வு செய்வதாலும் அந்த மாநிலங்களை மோடியால் எதுவும் செய்ய முடியவில்லை. இந்த இடத்தில், மோடியின் சர்வாதிகார தன்மைக்கு எதிராக டெல்லி, ஜம்மு காஷ்மீர் மாநிலங்கள் வலுவான எதிர்ப்புக் குரலை எழுப்பின. இதனை மோடி தனது ஆட்சி காலத்தில் வலுவிழக்கச் செய்யும் முயற்சியில் இறங்கினார். இந்தியாவின் கூட்டாட்சி தத்துவத்தின் மீது பலமான தாக்குதலை மோடி நிகழ்த்திக்காட்டினார். டெல்லியில் ஆம் ஆத்மி கட்சி தொடர்ச்சியாக வெற்றி பெற்றது. இந்தியாவை ஆளும் சக்தியாக பாஜக வளர்ந்து நின்றாலும் கூட அவர்களால் டெல்லியின் அதிகாரத்தைக் கைப்பற்ற முடியவில்லை. நீண்ட அரசியல் போராட்டம் மோடிக்கு டெல்லியைக் கைப்பற்ற சரியான வியூகத்தைக் கொடுக்கவில்லை. இதனால், டெல்லியை சட்ட ரீதியாக உடைக்கும் வேலையை மோடி கையில் எடுத்தார். மக்களால் தேர்தெடுக்கப்பட்ட மாநில அரசை அதிகாரமற்றதாக்கி அதை மத்திய அரசால் தேர்ந்தெடுக்கப்பட்ட துணைநிலை ஆளுநரின் கையில் கொடுத்தார்.

சட்ட விரோத நடவடிக்கைகள் சட்டம், தேசிய பாதுகாப்புச் சட்டம், போதைப்பொருள் மருந்துகள் தடுப்பு சட்டம், போன்றவற்றின் மீதான அதிகாரம் டெல்லி துணை ஆளுநருக்கு கொண்டு வரப்பட்டது. அதே போல், தேசிய புலனாய்வு முகமை, போதைப்பொருள் கட்டுப்பாட்டு பணியம், மற்றும் மத்திய அமலாக்கத்துறை, மத்திய புலனாய்வு முகமைகள் போன்றவையும், டெல்லியில் சட்டம் ஒழுங்கு பிரச்னை

ஏற்பட்டால் அதனை சமாளிக்கும் அதிகாரத்தைப் பெறக்கூடிய வகையில் மோடியின் ஆட்சி அரசியல் நச்சுத்தன்மையை வெளிப்படுத்தியது.

இதே போல் தான் காஷ்மீருக்கான சிறப்பு அந்தஸ்தை ரத்து செய்து, ஜம்மு - காஷ்மீரை மோடி அரசு மூன்றாக துண்டாடியுள்ளது. ஜம்மு – காஷ்மீருக்கான 370 சட்டப்பிரிவுக்கு எதிரான வழக்கு, டெல்லி வழக்குகள் இன்னும் நீதிமன்றத்தில் உள்ளது. தமிழ்நாடு, மேற்கு வங்கம், கேரளா உள்ளிட்ட மாநிலங்களைத் தங்களின் கட்டுப்பாட்டில் கொண்டு வர மோடி போராடிக்கொண்டு இருக்கிறார். இதற்கு இணையான போராட்டத்தை டெல்லி, ஜம்மு – காஷ்மீரிலும் மோடி செய்ய வேண்டியுள்ளது. டெல்லி, ஜம்மு காஷ்மீரில் மோடியின் அரசியல் ஜம்பம் பலிக்காததால் அங்கு அவரால் நேரடியாக மக்கள் ஆதரவைப் பெற முடியவில்லை. இதனால், அவர், சட்டத்திற்கு புறம்பாக, ஜனநாயகத்திற்கு எதிராக சர்வாதிகாரத் தன்மையுடன் பாஜக ஆட்சியை துணை நிலை ஆளுநர்கள் மூலமாக நிகழ்த்திக்கொண்டு உள்ளார்.

4
இனப்படுகொலையின் அரசியல்

மனித உரிமை மீறல்கள் உச்சத்தில் இருந்த ஆட்சி அதிகாரத்தை மோடி தனது ஆட்சி காலத்தில் கட்டமைத்திருந்தார். சிறுபான்மையினர், மனித உரிமை ஆர்வலர்கள் மோடியால் ஈவு இரக்கம் இன்றி சிறைகளில் அடைத்து வைக்கப்பட்டனர். இஸ்லாமிய மக்களின் வீடுகள், வணிக நிறுவனங்கள் ஆகியவற்றை ஆக்கிரமிப்பு என்ற பெயரில் பாஜக ஆளும் மாநிலங்கள் புல்டோசர் வைத்து இடிக்கப்பட்டன. அமைதியான வழியில் ஜனநாயக முறைப்படி போராடியவர்கள் குறிவைக்கப்பட்டனர்.

பல சட்டங்கள் மூலமாக மோடி அரசு இந்த அராஜகத்தை நிகழ்த்திக்கொண்டது. இதற்கு மிகச்சமீபத்திய உதாரணங்கள் பலவற்றைக் கூறலாம். டெல்லி ஜவஹர்லால் நேரு பல்கலைக்கழக மாணவர் கண்ஹையா குமார், உமர் காலித் உட்பட 10 மாணவர்கள் தேச துரோக சட்டத்தின் கீழ் கைது செய்யப்பட்டனர். நாடாளுமன்ற தாக்குதலுக்கு மூளையாக இருந்த அப்சல் குருவை தூக்கிலிட்டதற்கு எதிராக ஜேஎன்யு வளாகத்தில் நடந்த நிகழ்ச்சியில் கன்ஹையா குமார், உமர்

காலித் மற்றும் அனிர்பன் பட்டாச்சார்யா ஆகியோர் தேசத்திற்கு எதிராக முழக்கமிட்டதாக குற்றச்சாட்டு முன்வைக்கப்பட்டு அவர்கள் தேசத் துரோக வழக்கில் கைது செய்யப்பட்டனர்.

ராஜத்துரோக வழக்கு என்பது ஆங்கிலேயர்கள் காலத்தில் கொண்டு வரப்பட்டது. அதனை பிரிட்டன் அரசே நீக்கிவிட்ட சூழலில் மோடி அரசு இன்னமும் அதனை நடைமுறைப்படுத்திக்கொண்டு உள்ளது. மோடி அரசுக்கு எதிராகவும் பாஜக ஆர்.எஸ்.எஸ். சித்தாந்தத்திற்கு எதிராகவும் பேசுபவர்களை ராஜத்துரோக வழக்கில் கைது செய்வதை மோடி பதவியேற்ற 2014 ஆம் ஆண்டிலிருந்து அதிக எண்ணிக்கையில் பின்பற்றி வருகிறது.

இந்த கைது நடவடிக்கைகள் காஷ்மீருக்கான சிறப்பு அந்தஸ்து நீக்கப்பட்ட பிறகு அது குறித்து மக்களிடம் விழிப்புணர்வு ஏற்படுத்திய சமூக ஆர்வலர்களைக் குறிவைத்தும் ஏவப்படுவதைக் கவனிக்கலாம். காஷ்மீருக்கான சிறப்பு அந்தஸ்து ரத்து செய்யப்பட்டதை எதிர்த்து இஸ்லாமியப் பெண்கள் நடத்திய மாநாட்டில் ஜவஹர்லால் நேரு பல்கலைக்கழக மாணவர் சர்ஜில் இமான் கலந்து கொண்டு பேசினார். அவரும் ராஜத்துரோக வழக்கில் 2020 ஜனவரி மாதம் கைது செய்யப்பட்டார். அவருக்கு ஆதரவு தெரிவித்ததற்காக 40க்கும் மேற்பட்ட மாணவர்களையும் மோடி அரசு ராஜ துரோக வழக்கில் கைது செய்தது. நாட்டின் இறையாண்மை மற்றும் ஒருமைப்பாட்டிற்கு தீங்கு விளைவிக்கும் செயல்களில் ஈடுபட மக்களைத் தூண்டியதற்காக டெல்லி நீதிமன்றத்தில் இமாம் மீது ராஜதுரோக வழக்கு பதிவுசெய்யப்பட்டதாகவும், இமாம் உள்ளிட்டவர்கள் வெளிப்படையாகவே அரசியலமைப்பை மீறியதாகவும், அதை பாசிச ஆவணம் என்று அவர்கள் கூறியதாக குற்றப்பத்திரிகையில் தெரிவிக்கப்பட்டது.

மோடி அரசு பொறுப்பேற்ற 2016 ஆம் ஆண்டில் இருந்து 2022 ஆம் ஆண்டு வரை மோடி அரசுக்கு எதிராக யார் பேசினாலும் அவர்கள் மீது ராஜதுரோக வழக்கு பதிவு செய்யப்பட்டு வந்தது. 2016 – 2019 இடைப்பட்ட காலத்தில் 124 கி சட்டத்தின் கீழ் கைது செய்யப்படுவது 160 சதவிகிதம் அதிகரித்தது. குறிப்பாக, 2010 முதல் 816 பேர் ராஜ துரோக வழக்கில் குற்றம்சாட்டப்பட்ட 11 ஆயிரம் பேரும் 65

சதவிகிதம் பேர் 2014 ஆம் ஆண்டு மோடி பிரதமராக பொறுப்பேற்றப்பின்னர் கைது செய்யப்பட்டனர். இவர்களில் மோடி அரசை எதிர்த்ததற்காக 149 பேரும் யோகி ஆதித்யநாத் அரசை விமர்சித்ததற்காக 144 பேரும் கைது செய்யப்பட்டனர்.

2010-2014 ஆம் ஆண்டு நடந்த ஐக்கிய முற்போக்குக் கூட்டணி ஆட்சியின் இரண்டாவது பதவிக்காலத்தில் பதியப்பட்ட ராஜதுரோக வழக்குகளை விட 20142020 இடைப்பட்ட பாஜக ஆட்சி காலத்தில் பதியப்பட்ட ராஜ துரோக வழக்குகளின் எண்ணிக்கை 28 சதவிகிதம் அதிகரித்தது. மாநில வாரியாக ராஜ துரோக வழக்குகள் பதியப்பட்ட விவரங்களை எடுத்துப்பார்த்தால் கூட, பாஜக ஆளாத மாநிலங்களைக் குறிவைத்து இந்த ராஜதுரோக வழக்குகள் பதியப்பட்டது தெரியவருகிறது. குறிப்பாக, பீகார் (168), உத்தரப்பிரதேசம்(115), கர்நாடகா(50) ஜார்க்கண்ட் (62) ஆகிய மாநிலங்களில் மோடி அரசை எதிர்ப்பவர்கள் தொடர்ச்சியாக ராஜத்துரோக வழக்கில் கைது செய்யப்பட்டனர். உத்தரப்பிரதேசத்தில் 2010 ஆம் ஆண்டு முதல் பதியப்பட்ட 115 ராஜ துரோக வழக்குகளில் யோகி ஆதித்யநாத்தை விமர்சித்ததற்காக மட்டுமே 77 சதவிகிதம் பேர் கைது செய்யப்பட்டனர்.

2014-2019க்கு இடைப்பட்ட காலத்தில் பதியப்பட்ட 326 ராஜத்துரோக வழக்குகளில் 141 வழக்குகளுக்கு மட்டுமே குற்றப்பத்திரிகை தாக்கல் செய்யப்பட்டது. 6 பேர் மட்டுமே தண்டனைப் பெற்றனர். 2010-14ல் 16 மாவோஒயிஸ்டுகள் ராஜத்துரோக வழக்கில் கைது செய்யப்பட்ட நிலையில் இது 2014 ஆம் ஆண்டுக்கு பிறகு இரண்டு மடங்காக அதிகரித்தது. 33 மாவோயிஸ்டுகள் ராஜத்துரோக வழக்கில் கைது செய்யப்பட்டனர். குடியுரிமை திருத்தச் சட்டம், காஷ்மீருக்கான சிறப்பு அந்தஸ்து ரத்து செய்யப்பட்டதற்கு எதிரான போராட்டம், இந்தியாவில் சகிப்பின்மை அதிகரித்து வருகிறது. மோடி அரசு மத மோதல்களை உருவாக்குகிறது என பேசியவர்கள் எல்லோருமே இந்த ராஜத்துரோக சட்டத்தால் தண்டிக்கப்பட்டனர். சிஏஏ எதிர்ப்பு போராட்டம், ஹத்ராசில் கும்பல் கற்பழிப்பு வழக்கு குறித்து விமர்சித்தவர்கள் 50க்கும் மேற்பட்டவர்கள் ராஜத்துரோக

வழக்கில் சிக்கவைக்கப்பட்டனர். 2019ல் புல்வாமா பயங்கரவாத தாக்குதலுக்கு பிறகு 44 பேர் மீது 27 புகார்கள் பதிவு செய்யப்பட்டன. அவற்றில் 26 வழக்குகள் பாஜக ஆளும் மாநிலங்களில் இருந்து பதிவு செய்யப்பட்டது.

NCRB அறிக்கையின் படி 2016 மற்றும் 2019க்கு இடைப்பட்ட காலங்களில் ராஜதுரோக வழக்குகளின் எண்ணிக்கை 160 சத விகிதம் அதிகரித்தது. அதே சமயம் 2016ல் 33.3 சதவிகிதமாக இருந்த தண்டனை விகிதம் 2019ல் 3.3 சதவிகிதமாக குறைந்தது. 21 வழக்குகள் போதுமான ஆதாரங்கள் இல்லை, பொய் வழக்குகள் பதியப்பட்டது எனக் கூறி தள்ளுபடி செய்யப்பட்டன.

மோடி ஆட்சியில் கடுமையான அடக்குமுறைகள் நிறைந்த ஆண்டாக 2022 இருந்ததை வரலாறு பதிவு செய்துள்ளது. இந்த ஆண்டில் மோடி அரசின் நிர்வாகச் சீர்கேட்டை எதிர்க்கட்சிகள் கடுமையாக விமர்சித்தன. இதனால், நாடாளுமன்றத்தில், கடுமையான கட்டுப்பாடுகளை மோடி அரசு விதித்தது. ஊழல், பாலியல் துன்புறுத்தல்கள், திறமையற்ற, பாசாங்குத்தனம் உள்ளிட்ட சாதாரண வார்த்தைகளைக் கூட நாடாளுமன்றத்தில் எம்.பிக்கள் உச்சரிக்க தடை விதிக்கப்பட்டது. அதே போல், 2022 செப்டம்பர் 27 மற்றும் 28 ஆகிய தேதிகளில் பாப்புலர் ப்ரண்ட் ஆஃப் இந்தியா மற்றும் அதன் துணை அமைப்புகளுக்கு எதிராக இந்தியா முழுவதும் சோதனையை ஏவி விட்டது மோடி அரசு. சுமார் 300க்கும் மேற்பட்டவர்கள் கைது செய்யப்பட்டனர். பயங்கரவாதம் மற்றும் பயங்கரவாத நடவடிக்கைகளுக்கு நிதியளித்ததாக கூறி பயங்கரவாத எதிர்ப்புச் சட்டமான UAPA சட்டத்தின் கீழ் கைது செய்யப்பட்டனர். பாப்புலர் ஃபிரண்ட் ஆஃப் இந்தியா அமைப்பு தடை செய்யப்படுவதாக உள்துறை அமைச்சகம் அறிவித்தது. கைது செய்யப்பட்டவர்கள் மீது எந்தக் குற்றச்சாட்டும் இதுவரை நிரூபிக்கப்படவில்லை. அதைவிடக் கொடுமை, அவர்கள் மீது இதுவரை விசாரணைக் கூட நடத்தப்படவில்லை.

மனித உரிமை ஆர்வலர்கள், பாஜகவின் அடக்கு முறைக்கு எதிராக கிளர்ந்து எழக்கூடியவர்கள் கூட அச்சுறுத்தலுக்கு ஆளாக்கப்பட்டார்கள். பட்டியலினத்தைச் சேர்ந்த குஜராத்

சுயேட்சை வேட்பாளர் ஜிக்னேஷ் மேவானி, மோடி அரசை விமர்சித்து ட்விட் போட்ட காரணத்திற்காக கைது செய்யப்பட்டார். மிகவும் பிரபலமான மனித உரிமை பாதுகாவலரும், குஜராத் மதக்கலவரத்தை வெளியுலகிற்குக் கொண்டு வந்தவருமான தீஸ்தா செதல்வாட், காவல்துறை முன்னாள் அதிகாரிகள் சஞ்சீவ் பட் மற்றும் ஆர்.பி.ஸ்ரீகுமார் ஆகியோர் போலியான ஆதாரங்களை உருவாக்குதல், உள்ளிட்ட வழக்குகளில் கைது செய்யப்பட்டனர். சிறுபான்மையினர் மீதான தாக்குதல்களைக் கண்டித்ததால், மத உணர்வுகளை புண்படுத்துவதாக கூறி, சுதந்திர உண்மைச் சரிபார்ப்பு இணையதளமான ALT News இன் இணை நிறுவனர் முகமது ஜுபைர் கைது செய்யப்பட்டார்.

கல்வியாளர்களான ஷோமா சென், ஹனி பாபு, பழங்குடியினர் உரிமைகள் ஆர்வலர் மகேஷ் ரவுத், கவிஞர் சுதிர் தவாலே, வழக்கறிஞர் சுரேந்திர காட்லிங், சிவில் உரிமை ஆர்வலர்கள் ரோனா வில்சன், அருண் ஃபெரீரா மற்றும் வெர்னான் கோன்சால்வ்ஸ், கபீர் கலா மஞ்ச் கலாச்சாரக்குழுவைச் சேர்ந்த ரமேஷ் கைச்சோர், ஜோதி ஜக்தாப் மற்றும் சாகர் கோர்கே உள்ளிட்டோர் கைது செய்யப்பட்டு சிறைக்கு அனுப்பப்பட்டனர்.

சமூக ஆர்வலர்கள், மோடியை விமர்சனம் செய்த செயற்பாட்டாளர்கள் மீது மோடி அரசு உபா சட்டத்தை பிரயோகித்தது. மோடி அரசு தனிநபர்களை முடக்கும் வகையில் தனது ஆட்சிக் காலத்தில் உபா (UAPA) சட்டத்தில் திருத்தம் கொண்டு வந்தது. அதாவது, முந்தைய காங்கிரஸ் கட்சி காலத்தை விட இந்த, UAPA சட்டம் நேரடியாக தனிநபர்களைக் குறிவைக்கும் வகையில் மோடி அரசு திருத்தம் செய்தது. 30.12.1967ல் UAPA சட்டம் கொண்டு வரப்பட்டதை நாம் அனைவரும் அறிவோம். இதில், முதல் முறையாக 2004ல் காங்கிரஸ் திருத்தம் கொண்டு வந்தது. அதன்படி, சர்ச்சைக்குரிய அமைப்புகள், அரசுக்கு எதிராக மக்களிடையே கிளர்ச்சியைத் தூண்டிவிட முயற்சி செய்வதாக கூறப்படும் அமைப்புகளை தடை செய்யும் வகையில் திருத்தமானது மேற்கொள்ளப்பட்டது.

2008–2012 காலக்கட்டத்தில் இந்த சட்டம் இரண்டாவது

திருத்தத்தை சந்தித்தது. ஒரு அமைப்பைச் சேர்ந்தவர் மீதான குற்றச்சாட்டுகள் இல்லாமல் கூட அவரை சிறையில் அடைக்கலாம் என்ற திருத்தம் கொண்டுவரப்பட்டது. இந்த நேரத்தில் தான், என்.ஐ.ஏ என்கிற (National investigation Agency) என்ற அமைப்பு உருவாக்கப்பட்டது. ஒரு வழக்கை மாநில அரசு விசாரித்துக்கொண்டு இருக்கிறது என்றால், அந்த வழக்கை மத்திய அரசு விசாரணை முகமையான என்.ஐ.ஏ எடுத்து விசாரிக்கும் வகையில் அதிகாரம் அளிக்கப்பட்டது.

2012ல் இந்த உபா (UAPA) சட்டத்தில் திருத்தம் மேற்கொள்ளப்பட்டது. எந்த ஓர் இயக்கத்தையோ அமைப்பையோ சட்ட விரோதமான அமைப்பு எனக் கூறி அதனை தடை செய்யலாம். அந்த அமைப்பைச் சேர்ந்தவர்களைக் கைது செய்து விசாரிக்கலாம் என்ற உத்தரவு பிறப்பிக்கப்பட்டது.

தொடர்ச்சியாக 2008 முதல் 2012 வரை செய்யப்பட்ட இந்த திருத்தங்கள் அனைத்தும் அமைப்புகளின் நடவடிக்கைகளைக் கண்காணித்து அதனைக் குறி வைக்கும் வகையில் தான் இருந்தது. மோடி அரசு தனது இரண்டாவது ஆட்சி காலத்தில், தனி நபர்களை பயங்கரவாதிகள் எனக் கூறி கைது செய்யும் அளவிற்கு திருத்தங்களைக் கொண்டு வந்தது. மோடிக்கு எதிராக பேசுபவர்கள், மோடி அரசை விமர்சிப்பவர்கள் இந்தியாவின் எதிரிகளாக சித்தரிக்கப்பட்டனர். தமிழ்நாட்டில் கூட ஹெச். ராஜா போன்ற பாஜக நிர்வாகிகள், அர்ஜுன் சம்பத் போன்ற இந்து பிற்போக்கு வாதிகள் சனாதனத்திற்கு எதிராக பேசுபவர்கள், மோடியை விமர்சிப்பவர்கள் தொடர்ச்சியாக தேச விரோதிகள் என்று கூறியதை ஒப்பிட்டுப் புரிந்து கொள்ள வேண்டும். முந்தைய காலக்கட்டத்தில் அமைப்புகள் மீது மட்டுமே தடையானது விதிக்கப்பட்டது. ஆனால், மோடி ஆட்சிக்கு வந்த பிறகு தனிநபர்களைக் குறிவைத்து இந்த தாக்குதல் நடத்தப்பட்டது. இப்படி தனிநபர்களை குறிவைத்து UAPA சட்டத்திருத்தம் செய்யப்படுவதைக் கண்டித்து சமூக செயற்பாட்டாளர்கள் வெகுண்டெழுந்தனர். அதற்கு, உள்துறை அமைச்சர் அமித்ஷா சொன்ன விளக்கம் தான் வியக்க வைக்கும் வகையில் இருந்தது. அமைப்பைத் தடை செய்வதாலோ, அமைப்பில் இருப்பவர்கள் மீது UAPA

சட்டத்தைப் பாய்ச்சுவதாலோ பயன் இல்லை. காரணம், ஒரு பயங்கரவாத அமைப்பு தடை செய்யப்பட்டாலும் அதில் இருக்கும் தனி நபர்கள் அரசுக்கு எதிராக பேசிக்கொண்டு தான் இருப்பார்கள். அவர்கள் வேறொரு தனி அமைப்பைத் தொடங்கக்கூடும் என எனவே, அமைப்புகளை விட தனிநபர்களைக் குறிவைப்பதே அரசைப் பாதுகாப்பதற்கான முயற்சி என விளக்கம் அளித்தார்.

அமித்ஷா சொல்வதில் உண்மை இருப்பது போலத் தோன்றலாம், ஆனால், அவர் மோடி, பாஜக அரசை விமர்சிப்பவர்களை மட்டுமே குறிவைத்து இந்த UAPA சட்டத்தில் திருத்தம் கொண்டு வந்தார் என்பதை சட்ட அறிவு கொண்டு பார்த்தால் நன்கு விளங்கும், அதாவது, UAPA சட்டத்தில் உள்ள 51கி என்ற சட்ட பிரிவே தனிநபர் பயங்கரவாதியாக குற்றம்சாட்டப்பட்டால் அவரையும் விசாரிக்கும் உரிமையை அளித்துள்ளது. ஆனால், இதனைத் தாண்டி இந்தியாவில் மோடிக்கு எதிராக தனிநபர்களகாக விமர்சனம் வைப்பவர்கள் மட்டுமே இந்த UAPA வழக்கில் கைது செய்யப்பட்டனர்.

2018-2020 காலக்கட்டத்தில் 4,690 பேர் இந்த ஹிகிறிகி சட்டத்தின் கீழ் கைது செய்யப்பட்டதாக ஒன்றிய அரசு நாடாளுமன்றத்தில் விளக்கம் அளித்துள்ளது. இவர்களில் 53 சதவிகிதம் பேர் 18 வயதில் இருந்து 30வயதிற்குள் இருப்பவர்கள் என மத்திய அமைச்சர் நித்யானந்த் ராய் கூறினார்.

இதில் கவனிக்கப்பட வேண்டியது என்னவென்றால், ஹிகிறிகி சட்டத்தில் கைது செய்யப்பட்டவர்களின் 361 பேர் உத்தரப்பிரதேசத்தையும், 346 பேர் ஜம்மு – காஷ்மீர் மாநிலத்தையும் 225 பேர் மணிப்பூர் மாநிலத்தையும் சேர்ந்தவர்கள். உத்தரப்பிரதேசத்தில் யோகி ஆதித்யாநாத் அரசு நடக்கிறது. ஜம்முகாஷ்மீர் குடியரசு தலைவர் ஆட்சி, மணிப்பூரிலும் பாஜக அரசு தான் நடக்கிறது. இந்த மாநிலங்களில் நடக்கும் மனித உரிமை மீறல்களைப் பட்டியல் போட்டாலே மோடி, பாஜக அரசின் மக்கள் விரோத நடவடிக்கைகள் அம்பலமாகும்.

2014-2020க்கு இடைப்பட்ட காலத்தில் 10,552 பேர் உபா சட்டத்தின் கீழ் கைது செய்யப்பட்டனர். இதில், 253 பேர் மீது மட்டுமே குற்றச்சாட்டு நிரூபிக்கப்பட்டது. அதாவது, ஒவ்வொரு ஆண்டும் சராசரியாக 1,507 பேர் உபா சட்டத்தின் கீழ் கைது செய்யப்படுகிறார்கள் என்றால் அவர்களில் 36 பேர் மீது மட்டுமே குற்றச்சாட்டு நிரூபிக்கப்படுகிறது. மீதம் இருப்பவர்கள் சட்ட விரோதமாக, ஜனநாயகத்திற்கு விரோதமாக கைது செய்யப்பட்டு விசாரணைக்கு உட்படுத்தப்படுகிறார்கள். வடகிழக்கு, ஜம்மு காஷ்மீர் ஆகிய மாநிலங்களில் பாஜகவால் ஜனநாயகப் படுகொலை செய்யப்படுவதை இந்த உபா சட்டத்தில் கைது நடவடிக்கைகள் வெளிச்சமிட்டு காட்டுகின்றன.

UAPA வழக்கில் அதிகம் கைது ஆகும் மாநிலங்களாக பீகார், ஜார்கண்ட் மற்றும் உத்தரபிரதேசம் உள்ளது. 2015 மற்றும் 2019 க்கு இடையில், 7,050 பேர் UAPA இன் கீழ் கைது செய்யப்பட்டுள்ளனர். இவர்களில் மணிப்பூரில் 30.6%, உத்தரப் பிரதேசத்தில் 19.8%, அசாமில் 14.22%, பீகாரில் 8.04%, ஜார்கண்டில் 7.31%, ஜம்முகாஷ்மீரில் 7.16% பேர் கைது செய்யப்பட்டுள்ளனர். கடந்த ஆறு ஆண்டுகளில் நாட்டில் நடந்த மொத்தக் கைதுகளில் 87% க்கும் அதிகமானவை இந்த ஆறு மாநிலங்களில் இருப்பதை இது காட்டுகிறது.

மோடியை விமர்சிப்பவர்கள், பாஜகவை குற்றம்சாட்டுபவர்கள் மீது மட்டுமே UAPA வழக்கு பதியப்படுவதாக விமர்சனம் எழுந்தது. உச்சநீதிமன்ற முன்னாள் நீதிபதி, தீபக் குப்தா, நீதிபதி டி.ஒய். சந்திர சூட் ஆகியோர் விமர்சித்தனர். கருத்து வேறுபாடுகளைத் தடுக்க UAPA சட்டத்தைப் பயன்படுத்தக் கூடாது என மோடி அரசை கடுமையாக விமர்சித்தனர்.

குஜராத்தில் தொடங்கி டெல்லியில் பிரதமராக மோடி அடி எடுத்து வைத்தது வரை சிறுபானையினருக்கு எதிரான தீவிர அரசியலையே தனது நோக்கமாக கொண்டிருக்கிறார். மோடியின் இரண்டாவது ஆட்சிக் காலத்தில் சிறுபான்மையினர் குறிப்பாக இஸ்லாமியர்கள் மீதான வெறுப்பு அரசியல் உச்சத்தைத் தொட்டிருந்தது. கும்பல் வன்முறைகள் வட இந்தியாவில் தலைவிரித்து ஆடின. 2019 ஜூன் மாதம்

இந்தியாவையே அதிர்ச்சியில் உறைய வைக்கும் வகையில் ஒரு வீடியோ சமூக வலைதளங்களில் வைரல் ஆனது. இஸ்லாமிய இளைஞர் ஒருவர் உடல் முழுவதும் ரத்தம் வழிய கைகள் கட்டப்பட்ட நிலையில் ஜெய் ஸ்ரீராம், ஜெய் ஹனுமான் என்று கோஷமிடச் சொல்லி அந்த இளைஞனை ஒரு கும்பல் கடுமையாக தாக்கியது. தப்ரேஸ் அன்சாரி என்ற அந்த இளைஞர் ஜார்கண்ட் மாநிலத்தைச் சேர்ந்தவர். பிரதமர் மோடியின் இரண்டாவது ஆட்சி காலத்தில் வெறுப்பு அரசியலுக்கான முதல் நபராக தப்ரேஸ் அன்சாரி மாற்றப்பட்டார்.

அன்சாரி தாக்கப்பட்டு கொலை செய்யப்பட்ட இரண்டு நாட்களுக்கு பிறகு கிழக்கு மாநிலமான மேற்கு வங்கத்தில் 26 வயது இஸ்லாமிய இளைஞர் ஒருவர் அதே போல் ஜெய் ஸ்ரீராம், ஜெய் ஹனுமான் கோஷமிர வற்புறுத்தி ரயிலில் இருந்து தூக்கி வீசப்பட்டார். அதே வாரத்தில் ஜுன் 27 ஆம் தேதி பைசல் உஸ்மான் கான் என்ற இஸ்லாமியர் காஸ்மோபாலிட்டன் நகரமான மும்பையில் ஒரு கும்பலால் கடுமையாக தாக்கப்பட்டார். பைசல் உஸ்மான் கான் என்ற அந்த இளைஞர் தன்னைத் தாக்கும் அந்த கும்பலிடம், தன்னை விட்டுவிடுமாறு கெஞ்சினார். ஈவு இறக்கம் இல்லாத அந்த கும்பல் பைசலை ஜெய் ஸ்ரீராம் கோஷமிட சொல்லித் தாக்கினர். ஜெய் ஸ்ரீராம் கோஷம் இடும் வரை அந்த இளைஞரை அந்த கும்பல் கடுமையாக தாக்கியுள்ளது. சர்வதேச மனித உரிமைகளுக்கான அமெரிக்க ஆணையம், இந்த கும்பல் படுகொலைகளை கடுமையாக சாடியுள்ளது.

இதைப் பற்றியெல்லாம் மோடி கவலைப்பட்டவராக இல்லை. மோடி உண்மையிலேயே இஸ்லாமியர்களுக்கு எதிராக இந்துத்துவ சிந்தனை வாதிகளைத் தூண்டிவிட்டார். மாட்டு இறைச்சி வைத்திருந்ததாக கூறி இந்தியாவின் பல்வேறு பகுதிகளில் இஸ்லாமியர்கள் கும்பல் தாக்குதலுக்கு உட்படுத்தப்பட்டனர். அவர்களின் வீடுகள் சூறையாடப்பட்டன. அதன் மூலம் மோடி தனது அரசியல் அஸ்திவாரத்தை மேலும் உறுதியாக்கிக் கொண்டார். இந்துத்துவ வாதிகள் இதனை இளஞ்சிவப்பு புரட்சி என்று வர்ணிக்கின்றனர். மாட்டு இறைச்சி வைத்திருந்ததாக கூறி

இஸ்லாமியர்கள் மீது தாக்குதல்களை நடத்தி அதன் மூலமாக தங்களின் இந்துத்துவ வெறியை அதிகரித்துக்கொள்ள மோடி தூண்டினார்.

2014 ஆம் ஆண்டு நடந்த நாடாளுமன்ற தேர்தலில் இருந்தே மாட்டு இறைச்சி அரசியலை மோடி கையில் எடுத்தார். 2014 நாடாளுமன்ற தேர்தலின் ஒரு பகுதியாக பீகாரின் நவாடாவில் நடைபெற்ற ஒரு பரப்புரையில் பேசிய மோடியின் பேச்சு இது வெளிப்பட்டது.

"நான் துவாரகா நகரத்திலிருந்து வருகிறேன். துவாரகாவிற்கு யதுவன்ஷிகளுடன் நேரடித் தொடர்பு உள்ளது. பீகாரின் யாதவர் ஜாதியைக் குறிப்பிடுகிறார். இந்த பிணைப்பின் காரணமாக நான் இங்கே என் வீட்டில் இருப்பதைப் போல் உணர்கிறேன். அதனால், ஸ்ரீகிருஷ்ணரை வழிபடும் அதே யாதவர்கள் எனக்கு அதிர்ச்சியை அளிக்கின்றனர். மாடுகளை கால்நடையாக வைத்து, பசுக்களுக்கு சேவை செய்பவர்கள், மாட்டிற்கு சேவை செய்பவர்களே. அவர்களின் தலைவர்கள் தான் விலங்குகளைக் கொன்று குவிக்கும் அதே நபர்களுடன் ஒன்றாக உள்ளனர். பசுமைப் புரட்சி கேள்விப்பட்டிருக்கிறோம். வெண்மைப் புரட்சியைப் பற்றியும் கேள்விப்பட்டிருக்கிறோம். ஆனால், இன்றைய டெல்லி அரசாங்கம் அதை விரும்பவில்லை. அவர்கள் இளஞ் சிவப்பு புரட்சிக்காக இருக்கிறார்கள். அது என்னவென்று உங்களுக்கு தெரியுமா(கூட்டத்தைப் பார்த்து கேட்கிறார்) அது அவர்களின் விளையாட்டு, அவர்கள் நாட்டை இருட்டில் வைத்திருக்கிறார்கள். நான் முலாயம் சிங் யாதவ் மற்றும் லாலு பிரசாத் யாதவிடம் கேட்க விரும்புறேன். இளஞ்சிவப்பு புரட்சியைத் தான் கொண்டுவர விரும்பும் மக்களுக்கு நீங்கள் ஆதரவளிக்க விரும்புகிறீர்களா?

நீங்கள் ஒரு மிருகத்தை அறுத்தால் அதன் இறைச்சியின் நிறம் இளஞ்சிவப்பு நிறத்தில் தான் இருக்கும். இதைத் தான் இளஞ்சிவப்பு புரட்சி என்கிறார்கள். மேலும், கடந்த ஆண்டு இறைச்சி ஏற்றுமதி மூலம் இந்தியா அதிக வருவாயை ஈட்டியுள்ளது என மத்திய அரசு பெருமிதத்துடன் கூறுகிறது. நாடு முழுவதும் எங்கள் விலங்குகள் படுகொலை

செய்யப்படுகின்றன. எங்கள் கிராமங்களில் இருந்து எங்கள் கால்நடைகள் திருடப்பட்டு வங்க தேசத்திற்கு அனுப்பப்படுகின்றன. இந்தியா முழுவதும் பெரிய இறைச்சி கூடங்கள் செயல்படுகின்றன. அதுமட்டுமல்ல, டெல்லி அரசு விவசாயிகளுக்கோ அல்லது மாடுகளை வளர்க்கும் யாதவர்களுக்கோ மானியம் வழங்காது. ஆனால், பசுக்களை கொல்பவர்களுக்கும் விலங்குகளை நமது பால் நதிகளை அழிப்பவர்களுக்கும் படுகொலைக் கூடங்கள் அமைக்கும் வரை மானியம் கொடுக்கும்.

மோடியின் இந்த பசுவதைக்கு எதிரான இளஞ்சிவப்பு வெறுப்பு அரசியல் அவர் குஜராத் மாநிலத்தின் முதலமைச்சராக இருந்த பொழுதே தொடங்கிவிட்டது. பட்டியல் இன மக்கள், இஸ்லாமியர்களுக்கு எதிரான வெறுப்பு பிரச்சாரத்திற்காகவும், அவர்கள் மீதான கும்பல் தாக்குதலை மறைமுகமாக ஆதரிக்கவும் இந்த யுக்தியை மோடி கையில் எடுத்திருந்தார். சனாதன கும்பலைத் தூண்டிவிட்டு இஸ்லாமியர்கள், பட்டியலின மக்களை தாக்கும் ஒரு அரசியல் தந்திரத்தையும் மோடி குஜராத்தில் செய்து வந்தார்.

ஜெயின் இன்டர்நேஷனல் டிரேட் ஆர்கனைசேஷன், ஜெயின் வர்த்தகர்கள் மற்றும் தொழில் வல்லுநர்களின் உலகளாவிய அமைப்பில் உரையாற்றுகையில், நரேந்திர மோடி 2012 இல் கூறியது இதுதான் :

"இந்தியாவில் இளஞ்சிவப்பு புரட்சியை ஏற்படுத்துவோம், உலகம் முழுவதும் இறைச்சியை ஏற்றுமதி செய்வோம் என்பது மத்திய அரசின் கனவு. இந்த ஆண்டு உலகிலேயே இந்தியாதான் மாட்டிறைச்சி ஏற்றுமதியில் முதலிடம் வகிக்கிறது என்று மத்திய அரசு தானே அறிவித்திருக்கிறது. இதைத்தான் நாம் பெருமையாகக் கருதுகிறோமா? சகோதரிகளே, இது உங்களை வருத்தப்படுத்துகிறதா என்று எனக்குத் தெரியவில்லை, ஆனால் என் இதயம் இதைப் பார்த்து அலறுகிறது. நீங்கள் ஏன் அமைதியாக இருக்கிறீர்கள், ஏன் இதைச் சகித்துக் கொள்கிறீர்கள் என்று என்னால் புரிந்து கொள்ள முடியவில்லை.

அதே ஆண்டு ராணா பிரதாப்பின் பிறந்த நாள் விழாவில்

பேசிய பிரதமர் மோடி, இதில், ஒரு படி மேலே சென்று கும்பல் தாக்குதலைத் தொடங்குங்கள் என்ற வகையில் தனது உரையைக் கட்டமைத்திருப்பார்.

“ராணா பிரதாப் தனது வாழ்க்கையை கௌரக்ஷா (பசு பாதுகாப்பு)க்காக அர்ப்பணித்தார். பசுவைக் காக்கப் போர் செய்து இளைஞர்களைப் பலி கொடுத்தார். ஆனால் இன்று என்ன நடக்கிறது? தேசிய பசு பாதுகாப்புச் சட்டம் வேண்டும் என்று உச்சநீதிமன்றம் கூட கூறியுள்ளது. ஆனால் வாக்கு வங்கி அரசியலால் மத்திய அரசு அப்படி ஒரு சட்டம் கொண்டு வர மறுக்கிறது. சகோதர சகோதரிகளே, குஜராத்தில் எனது அரசு பசுப் பாதுகாப்புச் சட்டத்தைக் கொண்டு வந்ததால், மகாராணா பிரதாப்பை இன்று பெருமையுடன் நினைவு கூர்கிறேன்.

வெண்மைப் புரட்சி அல்லது பசுமைப் புரட்சி என்று நாம் பேசும் போது, மத்திய அரசு என்ன செய்யப்போகிறது தெரியுமா? இணையத்திற்குச் சென்று அதைப் படிக்கவும். மையத்தின் கனவு இளஞ்சிவப்பு புரட்சியைக் கொண்டுவருவதுதான்.... பணம் சம்பாதிப்பதற்காக கயே மாவை [தாய் பசுவை] கொல்வதற்கான திட்டங்கள் வகுக்கப்படுகின்றன, இதுபோன்ற தருணங்களில்தான் ராணா பிரதாப் (ஆவேசமாக விரிவுரையாளர்) நினைவுக்கு வருகிறார்.

இந்தப் பின்னணியில் கும்பல் தாக்குதல்கள் எவ்வளவு வளர்ந்து நிற்கிறன. என்பதை நம்மால் புரிந்து கொள்ள முடியும். தாத்ரியில் முகமது அக்லாக் இதே அடிப்படையில் மோடியின் வெறுப்பு அரசியலால் கொலை செய்யப்பட்டார். இதனைப் பற்றி மோடி வாய் திறக்காமல் இருந்ததற்கு அவர் உருவாக்கிய இஸ்லாமிய வெறுப்பு அரசியல் உச்சம் அடைந்துவிட்டது என்ற மகிழ்ச்சியாக கூட இருக்கமால். மோடியின் ஆட்சி காலத்தில், இப்பொழுது அவரால் பற்ற வைக்கப்பட்ட இந்த வெறுப்பு அரசியலானது பல மாநிலங்களின் கும்பல் கொலைகள் தீவிரம் அடையும் வகையில் வளர்ந்து நிற்கிறது. இதனை நியாயப்படுத்தும் வகையில், பாஜக, ஆர்.எஸ்.எஸ்., இந்துத்துவ சனாதனவாதிகள் தொடர்ச்சியாக பேசி வருகின்றனர். தாத்ரி கொலைக்கு பிறகு

பாஜக நிர்வாகிகளும், சனாதனவாதிகளும் தங்கள் தங்கள் சொந்த அரசியல் லாபத்திற்காக கும்பல் தாக்குதலை கையில் எடுத்து நாட்டைத் துண்டாடுகின்றனர்.

பாஜகவின் மேற்கு உத்தரப்பிரதேச மாநில துணைத்தலைவர் ஸ்ரீசந்த் ஷர்மா, உயிரிழந்த அக்லாக் குடும்பம் மீது கொலைக்குற்ற வழக்கு பதிவு செய்யப்பட வேண்டும் என்றார். முசாபர் நகர் கலவரத்தில் குற்றம்சாட்டப்பட்ட சங்கீத் சோம், அக்லாக் கொலைக்கு அப்பாவிகளைக் கைது செய்தால் கடுமையாக பதிலடி தருவோம் என தொலைக்காட்சிகளில் தோன்றி, ஜனநாயகத்தை, இந்திய அரசியலமைப்பு சட்டத்தைக் குழி தோண்டிப் புதைக்கும் வகையில் பேசுகிறார். மோடி அரசில் கலாச்சார அமைச்சராக மகேஷ் சார்மா, தாத்ரி சம்பவத்தை ஒரு விபத்து என்று ஜனநாயகத்தைப் படுகொலை செய்தார். இதனை விபத்து என்று அவர் கூற காரணம், சம்பவம் நடந்தபோது, அந்த கும்பல் அக்லாக்கை மட்டுமே கொன்றார்கள், அவரது மகளை துன்புறுத்தவில்லை அதற்காக அனைவரும் அந்த கும்பலுக்கு நன்றிக்கடன் பட்டவர்களாக இருக்க வேண்டும் என்றார். மோடியால் பற்ற வைக்கப்பட்ட இந்த வெறுப்பு அரசியல் இன்றைக்கு பாஜக – ஆர்.எஸ். எஸ். இந்து சனாதனவாதிகளால் எவ்வளவு எளிதாக கடந்து போகக்கூடிய ஒன்றாக உருமாறி இருக்கிறது. கும்பல் வன்முறையை நியாயப்படுத்துவதுடன், கொலை நடந்தது பற்றிய ஒரு மனிதாபிமானம் கூட இல்லாமல் இன்றைக்கு வெறுப்பு அரசியலின் உச்சத்தில் இருக்கிறது இந்தியா.

கர்நாடகாவில் பாஜக ஆட்சியில் இருந்த போது பள்ளிகளில் பெண்கள் தலையில் ஹிஜாப் அணிவதற்குத் தடைவிதித்துள்ளது. ஒரு இளம்பெண்ணை சூழ்ந்து கொண்டு அந்தக் கொடூர மிருகங்கள் நடத்திய அரசியலை இந்தியாவே பார்த்துக்கொண்டு தான் இருந்தது. இஸ்லாமியர்கள், பட்டியலின மக்கள் இந்தியாவின் பல மாநிலங்களில் மோடி கும்பல்களால் வேட்டையாடப்பட்டு வருகின்றனர்.

5
ஜனநாயகத்தை வேட்டையாடும் 'ஊபா' இந்துத்துவ பாஜக அரசு!

எது நடக்கக் கூடாது என்று போராடினோமோ அது இப்போது நடந்து விட்டது.

ஊபா, NIA போன்ற சட்டங்கள் நடைமுறைப்படுத்தப்பட்டால் சனநாயகம் அழிந்து விடும் என்று அஞ்சியபடியே இப்போது சனநாயகத்தை சிறைப்படுத்தியுள்ளது இந்துத்துவ பாஜக அரசு. ஆம் அறிஞர் ஆனந்த் டெல்டும்டே, கவுதம் நவ்லாகா ஆகியோரின் கைது தான் அது.

என்ன நடக்கிறது?

'ஊபா' என்னும் கொடுஞ்சட்டம் திருத்தப்பட்டு கடந்த 24.7.2019 அன்று நாடாளுமன்றத்திற்கு அறிமுகப்படுத்தினார் உள்துறை அமைச்சர் அமித்ஷா.

அப்போதே, "இந்தச் சட்டம் ஒரு அரசு பயங்கரவாதச்சட்டம். இச்சட்டம் ஊடகவியலாளர்களை சனநாயகவாதிகளை, எழுத்தாளர்களைப் பழி வாங்குகிறது. இது ஒரு சனாதனச்

சட்டம். கவுரி லங்கேஷ், தபோல்கரர் போன்றோரைப் படுகொலை செய்தவர்களை பாதுகாக்கிறது. இந்த சட்டத்தை நான் கடுமையாக எதிர்க்கிறேன், நடைமுறைப் படுத்தக்கூடாது. நாடாளுமன்ற நிலைக்குழுவுக்கு உடனடியாக அனுப்பிவைக்க வேண்டும்" என்று விடுதலைச் சிறுத்தைகள் தலைவர் தொல். திருமாவளவன் நாடாளுமன்றத்தில் அதைக் கடுமையாக எதிர்த்து உரையாற்றினார்.

ஆனாலும் சனாதனிகளின் பெரும்பான்மை ஆதரவால் 'ஊபா' சட்டம் நடைமுறைப்படுத்தப்பட்டது. சனநாயக சாதிகள் அஞ்சியவாறே அரச பயங்கரவாதம் கட்டவிழ்த்து விடப்பட்டது. அதுவும் கொரானா கொடுங்காலத்தில் ஊரடங்குச் சட்டம் போடப்பட்டு இருக்கும் அசாதாரணச் சூழலில் அவசர அவசரமாக உச்சநீதிமன்றம் ஆனந்த் டெல்டும்டே வழக்கை முடித்தது.

இதன் பின்னனி என்ன? வழக்கை விசாரித்து உடனடியாக அந்த அறிஞர் கைது செய்யப்பட்டு சிறைக்கு அனுப்பப்பட்டதற்கு காரணம் என்ன?

அதுவும் புரட்சியாளர் அம்பேத்கார் பிறந்த நாள் ஏப்ரல் 14 அன்று அவரது பேத்தியின் கணவரான அறிஞர் ஆனந்த டெல்டும்டே கைது செய்யப்பட்டிருக்கிறார்.

'நகர்ப்புற நக்சல்' என்னும் முத்திரையோடு இந்த 'ஊபா' சட்டத்தை அறிஞர்கள், எழுத்தாளர்கள், மனித உரிமை போராளிகள் மீது பாய்ச்சி இருக்கிறது இந்துத்துவ பாசக அரசு.

ஆனந்த் டெல்டும்டே மீதான குற்றச்சாட்டு தான் என்ன?

மராட்டிய மாநிலம் புனே அருகே உள்ள பீமா கோரேகான் என்னுமிடத்தில் 2018 சனவரி 1ஆம் தேதி பெரும் வன்முறை நடைபெற்றது. இந்த வன்முறையை திட்டமிட்டு இந்துத்துவ பா.ஜ.க. கும்பல் நடத்தியது.

அதற்குக் காரணம் பீமாகோரேகானில் பேஷ்வா என்னும் உயர் சாதி இந்துக்களோடு மகர்கள் என்னும் தலித்துகள் யுத்தம் செய்து வெற்றி கொண்ட நாள். அந்த நாளான சனவரி 1 அன்று ஒவ்வொரு ஆண்டும் வெற்றி விழாவாக, எழுச்சி நாளாக தலித்துகள் கொண்டாடுவது வழங்கம்.

அந்த அடிப்படையில் தான் 2018ஆம் ஆண்டு இந்த வரலாற்று நிகழ்வின் 200ஆம் ஆண்டு விழாவை கொண்டாட தலித்துகள் ஒன்று கூடினர். எழுச்சியைக் கொண்டாடினர். இதைப்பொறுக்க முடியாத இந்துத்துவக் கும்பல் அன்றைக்கு வன்முறையை கட்டவிழ்த்துவிட்டது. ஆனால் புனே காவல்துறை தலித்துகளை வேட்டையாடத் துவங்கியது.

குறிப்பாக, 2017 திசம்பர் 31 அன்று புனே நகரத்தில் ‘எல்கார் பரிஷத்’ சார்பில் நடத்தப்பட்ட மாநாட்டில் எழுத்தாளர்கள், மனித உரிமை ஆர்வலர்கள் என குவிந்தனர். இவர்களின் ஊக்கப்படுத்தலாலும் தூண்டுதலிலும் தான் தலித்துகள் இப்படி எழுச்சி பெறுகின்றனர். என்னும் குற்றச்சாட்டை முன்வைத்து காவல் துறை கைது செய்தது. அதில் ஆனந்த் டெல்டும்டே, கவுதம் நவ்லகா ஆகியோரையும் வழக்கில் சேர்த்தது. இருவருக்கும் மாவோயிஸ்ட்களுடன் தொடர்பு இருப்பதாக குற்றம் சுமத்தப்பட்டது. வழக்கை NIA என்னும் தேசிய புலனாய்வு அமைப்பு விசாரித்தது.

ஆனந்த் டெல்டும்டே ஒரு பேராசிரியர், கல்வியாளர். மார்க்சிய சித்தாந்தவாதி. 30க்கும் மேற்பட்ட நூல்களை எழுதியுள்ளார். கைது செய்யப்படுவதற்கு முதல் நாள் வரை கோவா பல்கலைக்கழகத்தில் பேராசிரியராக பணிபுரிந்து வந்தார். ‘அம்பேத்கருக்குப் பிந்தைய தலித் இயக்கங்கள்’ அம்பேத்கரியர்கள் (நெருக்கடியும் சவால்களும்), ‘சாதியின் குடியரசு’ ஏகாதிபத்திய எதிர்ப்பும் சாதி ஒழிப்பும்’ போன்றவை அவரது குறிப்பிடத்தகுந்த நூல்கள். அவரது எழுத்துகள் மார்க்சிய பார்வையில் அம்பேத்கரியத்தையும், சாதி ஒழிப்பையும் முன்னிறுத்தி பகுப்பாய்வு செய்கின்றன.

ஆனந்த் டெல்டும்டே அவர்களின் இளைய சகோதரர் மிலிந்த் டெல்டும்டே இளம் வயதிலேயே மாவோயிஸ்ட் கொள்கையை உள்வாங்கி, ஒடுக்கப்பட்ட பழங்குடி மக்களுக்கு உழைப்பதற்காக குடும்பத்தைவிட்டு வெளியேறியவர். தற்போது இந்திய மாவோயிஸ்ட் இயக்கத்தின் முக்கிய தலைவராக உள்ளார். பீமா கோரேகான் வழக்கில் மிலிந்த் டெல்டும்டே குற்றவாளியாக சேர்க்கப்பட்டுள்ளார். அவரைக் குறிவைத்துத் தான் ஆனந்த் டெல்டும்டேவும் குற்றவாளியாகச் சேர்க்கப்பட்டுள்ளார்.

செயற்பாட்டாளர் கவுதம் நவ்லகா ‘சனநாயக உரிமைகளுக்கான மக்கள் ஒன்றியம்’ என்னும் அமைப்பின் செயலாளராக பணிபுரிந்துள்ளார். அப்போதும் மாவோயிஸ்டுகள் என்னும் பெயரில் அப்பாவி மக்களை காவல் துறை கைது செய்து சித்ரவதை செய்யப்படுவதைக் கண்டித்து பல உண்மை அறியும் அறிக்கைகளை வெளியிட்டு உள்ளார். ஊடகவியலாளராகவும் பொறுப்போடு செயல்பட்டுள்ளார்.

அவ்வளவுதான் இவர்களுடைய செயல்பாடுகள். இருவர் மீதும் தேச விரோத வழக்கு பதிவு செய்யப்படது. ஆனந்த் டெல்டும்டே தமது மீதான வழக்கை ரத்து செய்ய உச்சநீதிமன்றத்தை நாடினார். உச்சநீதிமன்றம் வழக்கை ரத்து செய்ய மறுத்தது. அப்படியானால் முன் பிணை கேட்டார். அதற்கும் மறுத்துவிட்டு, 3 வாரகாலம் சரணடைய அவகாசம் கொடுத்தது. இப்போது உச்சநீதிமன்றம் கொடுத்த அவகாசம் முடிந்தது.

கொரானா தொற்று நாட்டையே உலுக்கிக் கொண்டிருக்கும் சூழலில் சிறை பாதுகாப்பாக இருக்காது என்று மீண்டும் ஆனந்த் டெல்டும்டே உச்சநீதிமன்றத்தில் முறையிட்டார்.

ஆனால் நீதிபதி அசோக்பூசன் தலைமையிலான அமர்வு மறுத்துவிட்டது. உடனடியாக சரண் அடைய வேண்டும் என்றும் உத்தரவிட்டது. அந்த அடிப்படையில் தான் எப்ரல் 14 புரட்சியாளர் அம்பேத்கர் பிறந்தநாளில் ஆனந்த் டெல்டும்டேவும் கவுதம் நவ்லாவும் சரணடைந்தனர்.

தேசிய புலனாய்வு அமைப்பு கடந்த 18.04.2020லிருந்து ‘கஸ்டடி’ என்று சொல்லக்கூடிய விசாரணைக்காக எடுத்து விசாரித்து வருகிறது. ஒடுக்கப்பட்ட மக்களுக்காக எழுதிவருகிறார், பேசிவருகிறார் என்பதைத்தவிர இருவரும் எந்த குற்றமும் செய்யவில்லை. மக்களுடைய உரிமைக்காக குரல் கொடுப்பவர்களை இப்படி கொடுஞ்சட்டத்தில் கைது செய்து சிறைப்படுத்துவது சர்வாதிகாரத்தின் தொடக்கம் தான்.

இந்தக் கட்டுரையை எழுதி முடிக்கும் நேரத்தில் காஷ்மீர் மற்றும் டெல்லியிலிருந்து புதிய தகவல் வந்துள்ளது.

காஷ்மீரைச் சேர்ந்த 26 வயதே ஆன மஸ்ரத் சஹாரா

என்னும் புகைப்பட ஊடகவியலாளர் மீது ஊபா சட்டத்தின் கீழ் வழக்கு பதிந்துள்ளது இந்திய ஆக்கிரமிப்பு அரசு. காஷ்மீரில் இந்திய அரசு நிகழ்த்தும் அத்துமீறல்களை ஆவணப்படுத்தும் மஸ்ரத் சஹாராவின் சமூகவலைதள பதிவுகள் தேசவிரோதம் என்று குற்றம் சாட்டப்பட்டுள்ளது.

நாடு முழுவதும் குடியுரிமை திருத்தச் சட்டத்துக்கு எதிராக நடைபெற்று வந்த போராட்டங்களின் பின்னணியில் டெல்லியில் இஸ்லாமியர்களுக்கு எதிராக இந்துத்துவ பயங்கரவாதிகள் கலவரத்தை நடத்தினர். இதில் ஏராளமான இஸ்லாமியர்கள் கொல்லப்பட்டனர், அவர்களின் சொத்துகள் சூறையாடப்பட்டன. இந்தக் கலவரத்தை தூண்டியதாக, டெல்லி ஜவஹர்லால் பல்கலைக்கழக மாணவர் தலைவர் உமர் காலித், ஜாமியா பல்கலைக்கழக மாணவர்கள் மீரான் ஹைதர் மற்றும் சஃபூரா சர்ஹார் ஆகியோர் ஊபா சட்டத்தின் கீழ் கைது செய்யப்பட்டுள்ளனர். கவரத்தை முன்னின்று நடத்திய இந்துத்துவ பயங்கரவாதிகள் வெளியே சுதந்திரமாக உள்ள நிலையில், அரசியலமைப்புச் சட்டத்தைப் பாதுகாக்க போராடிய மாணவ போராளிகள் ஊபா போன்ற கருப்புச் சட்டத்தால் குறிவைக்கப்படுகிறார்கள்.

ஆனந்த் டெல்டும்டே தான் சரணடைவதற்கு முதல் நாள் எழுதிய கடிதத்தில் இப்படி எழுதியிருப்பார்,

“எனது இந்தியா சிதைக்கப்படுவதை நான் பார்க்கும் இந்த நேரத்தில், பலவீனமான நம்பிக்கையுடன் இந்தக் கடிதத்தை நெருக்கடியான சூழலில் எழுதுகிறேன். ழிமிகி கட்டுப்பாட்டுக்குள் செல்கிறேன். உங்களோடு மீண்டும் எப்பொழுது பேசமுடியும் என எனக்குத் தெரியாது. ஆனால் உங்கள் முறை வருவதற்கு முன் பேசுவீர்கள் என நம்புகிறேன் என முடிக்கிறார்.”

இந்த வரிகள் ஹிட்லரின் சர்வாதிகாரத்துக்கு எதிராக ஜெர்மனி கவிஞர் மார்ட்டின் நிமோலார் எழுதிய வரிகள் நினைவுக்கு வருகின்றன.

★★

முதலில் கம்யூனிஸ்ட்களை
கைது செய்ய வந்தார்கள் அமைதியாக இருந்தேன்
ஏனென்றால் நான் கம்யூனிஸ்ட் இல்லை!
அப்புறம் தொழிற்சங்கத்தினரை
கைது செய்யவந்தார்கள்
அப்போது அமைதியாக இருந்தேன்.
ஏனென்றால் நான் தொழிற்சங்கவாதி அல்ல!
பிறகு யூதர்களை கைது செய்ய வந்தார்கள்.
அப்போதும் அமைதியாகவே இருந்தேன்.
ஏனென்றால் நான் யூதனில்லை!
இறுதியாக என்னை கைது செய்ய வந்தார்கள்
அப்போது எனக்காக
பேச யாருமில்லை

★★

மோடியின் சர்வாதிகாரத்திற்கு எதிராக குரல் கொடுப்பவர்கள். எழுதி வருபவர்களை கொடும் அடக்குமுறை கருப்புச் சட்டங்களால் ஒடுக்கி வருகிறது இந்துத்துவ அரசு. இப்போது இணைந்து நாம் குரல் கொடுக்காவிட்டால் நமக்காகப் பேச யாரும் இருக்கமாட்டார்கள். அந்தப் பணியைத்தான் சர்வாதிகார மோடி அரசு செய்து வருகிறது.

6

மோடி ஆட்சியில் வறுமை

இரண்டாவது முறையாக 2019 ஆம் ஆண்டு முதல் பாஜக ஆட்சி பொறுப்பேற்ற சூழலில் இந்தியாவில் வறுமைக்கோட்டிற்குக் கீழ் இருப்பவர்களின் விகிதம் ஒழிக்கப்பட்டுள்ளதாக மோடி கூறினார். கடந்த 5 ஆண்டுகளில் 13.50 கோடி இந்தியர்கள் வறுமைக்கோட்டிற்கு மேலே வந்துள்ளதாக நிதி ஆயோக் அறிக்கையைச் சுட்டிக்காட்டி பிரதமர் மோடி இந்த தகவலை மக்களிடம் பகிர்ந்தார். நேர்மறையான சிந்தனை, சரியான எண்ணம் மற்றும் முழு ஒருமைப்பாட்டுடன் முடிவுகளை எடுக்கும் போது முழுச் சூழலும் நேர்மறையாக இருக்கும் எனக் கூறினார். அமிர்த காலால் நாட்டின் வறுமையைக் குறைத்துள்ளது.

வருமான வரிக் கணக்கின் புதிய பட்டியலை மேற்கோள் காட்டிப் பேசிய மோடி, மக்களுக்கு அரசாங்கத்தின் மீது நம்பிக்கை தொடர்ந்து அதிகரித்து வருவதால், தவறாமல் வரியை செலுத்தி விடுகின்றனர். வரிப் பணத்தில் ஒவ்வொரு பைசாவும் நாட்டின் வளர்ச்சிக்காக செலவிடப்படுகிறது என்பதை அறிந்து நேர்மையாக வரி செலுத்த முன்வருகின்றனர். இதனால், பொருளாதாரம் மேம்படுகிறது. 2014 ஆம் ஆண்டில்

10வது இடத்தில் இருந்த பொருளாதாரம் தற்போது 5வது இடத்தை எட்டியுள்ளதாக கூறினார்.

இந்தியாவின் பொருளாதாரத்தை அதல பாதாளத்தில் தள்ளிவிட்டு மோடியால் மட்டும் தான் இப்படி வாய்க்கு வந்தப் பொய்யைச் சொல்ல முடியும். கொரோனா பெருந்தொற்று காலத்தில் மக்கள் எவ்வளவு அவதிப்பட்டார்கள் என்பதை நாட்டு மக்கள் நன்கு அறிவார்கள். சிறுகுறு நிறுவனங்கள் முடங்கின. தொழில் துறை முடங்கியது. அதற்கு முன்பாக, இந்திய பொருளாதாரம் ஒரு பெரிய சவாலைச் சந்தித்தது. கருப்புப் பணத்தை ஒழிக்கிறேன் என மோடி ஆடிய நாடகம் சாமானியர்களைக் கடுமையாகப் பாதித்தது. மோடியின் கருப்புப் பண ஒழிப்பு நாடகத்திற்காக அரங்கேற்றப்பட்ட 1000 ரூபாய் நோட்டுகளை செல்லாது என அறிவித்ததும், கொரோனா காலக்கட்டத்தில் பொருளாதாரத்தை சீரமைக்க நடவடிக்கை எடுக்காமல் இருந்ததன் தாக்கத்தை இந்தியா உணர்ந்து கொண்டு அதில் இருந்து மீண்டு வர இந்திய பொருளாதாரம் பாடுபட்டுக்கொண்டிருந்த காலத்தில் மோடி இப்படி ஒரு பொய்யை வாய் கூசாமல் சொன்னார்.

2014 முதல் 2019 வரையிலான இந்திய பொருளாதாரத்தை கண்காணிப்பதற்கான மையம் (CMIE) சேகரித்த குடும்ப அளவிலான குழுத் தரவை பயன்படுத்தி ஆனந்த் சஹஸ்ரநாமன் மற்றும் நிஷாந்த் குமார் ஆகியோர் வருமானப் பகிர்வு மற்றும் சமத்துவமின்மையை ஆய்வு செய்தனர். அதில், அவர்கள் வெளியிட்ட ஆய்வின் முடிவுகள் மோடியின் ஆட்சி காலத்தை வறுமை ஒழிக்கப்பட்டதா என்பதை அம்பலப்படுத்துகிறது.

இந்தியாவின் கிராமப்புற மக்கள் தொகை வருவாயில், 41 சதவிகிதம் சரிவு மற்றும் உண்மையான சராசரி வருமானம் இந்த காலக்கட்டத்தில் ஆண்டிற்கு 4.3 சதவிகிதமாக வீழ்ச்சி அடைந்தது எனக் குறிப்பிடுகின்றனர். கோவிட் பெருந்தொற்றுக்கு முந்தைய மற்றும் இலவச உணவுப் பரிமாற்றங்கள் இருந்த போதும் கூட இந்த சரிவு தொடர்ந்து கொண்டே தான் இருந்ததாக அவர்கள் தங்கள் ஆய்வில் சுட்டிக்காட்டுகின்றனர். இந்த இடைப்பட்ட காலக்கட்டத்தில் பொருளாதாரம் வளர்ந்துவிட்டதாக மோடி மாரடித்துக்கொள்கிறார்.

அனூப் சத்பதி கமிட்டி (2019) பரிந்துரைத்த நாளொன்றுக்கு ரூ.375 என்ற தேசிய குறைந்தபட்ச ஊதிய வரம்புக்குக் கீழே வருமானம் உள்ளவர்களின் எண்ணிக்கை 230 மில்லியன் அதிகரித்துள்ளது என்று அசிம் பிரேம்ஜி பல்கலைக்கழக ஆராய்ச்சியாளர்கள் (2021 இந்திய மாநிலங்களின் நிலை) மேற்கொண்ட ஆய்வில் குறிப்பிடப்பட்டுள்ளது. இது கிராமப்புற இந்தியாவில் 15 சதவீதமும், நகர்ப்புற இந்தியாவில் கிட்டத்தட்ட 20 சதவீதமும் வறுமை விகிதத்தில் அதிகரித்துள்ளதாகக் கூறியுள்ளனர்.

உலக வங்கியின் அறிக்கையும் இதனைப் பட்டவர்த்தனப்படுத்தியுள்ளது. ஜிடிபி வளர்ச்சி, விவசாய நிலைமை, வேலைவாய்ப்பின்மை விகிதம் ஆகியவற்றை அடிப்படையாகக் கொண்டு உலக வங்கி கணக்கீட்டின் அடிப்படையில், 70 மில்லியன் மக்கள் வறுமைக் கோட்டிற்கு கீழே உள்ளனர். இவர்களில் இந்தியாவில் மட்டும் 80 சத விகிதம் பேர் இருப்பதாக உலக வங்கி அறிக்கை வெளியிட்டு மோடி அரசின் லட்சனத்தை குற்றவாளிக்கூண்டில் ஏற்றியது.

இந்தியாவில் இவ்வளவு பெரிய பொருளாதாரச் சரிவுகள் நிகழ்ந்த போதும் கூட அதை வெளியே காட்டிக்கொள்ளாமல் மக்களை ஏமாற்றுவதையே தனது வழக்கமாக கொண்டுள்ளார். ஜி 20 மாநாட்டை ஒட்டி சுதந்திர தின உரையில் பேசிய பிரதமர் மோடி 2047 ஆம் ஆண்டிற்குள் உலகின் வளர்ந்த நாடுகளின் பட்டியலில் இந்தியா இடம் பிடித்துவிடும் என கூறுகிறார். தனது தலைமையில் நடக்கக் கூடிய இந்த ஆட்சி இன்னும் ஆயிரம் ஆண்டுகள் நினைத்துப் பார்க்கும் படியான வளர்ச்சிக்கான அடித்தளத்தை அமைத்துக்கொண்டிருப்பதாக கூறுகிறார். பொதுத்துறை நிறுவனங்கள் தனியாருக்கு விற்கப்படுவது அதிகரித்துள்ளது. ஜி.எஸ்.டி போன்ற கொடிய சட்டங்களை இயற்றி மாநிலங்களை வறுமையில் தள்ளிக்கொண்டு இருக்கிறது இந்த அரசு. நாட்டில் வறுமைக் கோட்டிற்குக் கீழ் உள்ளவர்களின் எண்ணிக்கை அதிகரித்துள்ளது. இப்படி பல பின்னடைவுகளை நோக்கி இந்தியா சென்றுகொண்டிருக்க. தற்பொழுது, அதனை மறைப்பதற்காகவே மோடி, '2047ல் வல்லரசு இந்தியா' என்ற கோஷத்தைக் கையில் எடுத்துள்ளார்.

7

நிர்வாகத் தோல்வி - ஊழல் : அம்பலப்படுத்திய சிஏஜி அறிக்கை

மோடி அரசில் இந்தியாவின் வளத்தை சுரண்டியதோடு இந்தியாவின் பொருளாதார கட்டமைப்பின் மீது கடுமையான தாக்குதலை நடத்தியுள்ளது. கடந்த ஆகஸ்ட் மாதம் (2023)ல் மத்திய அரசின் பல்வேறு துறைகள் குறித்து தலைமை கணக்குத் தணிக்கையாளர்கள் தயாரித்த 12 தணிக்கை அறிக்கைகள் நாடாளுமன்றத்தில் தாக்கல் செய்யப்பட்டன. இதில், ஒரு அறிக்கை மத்திய அரசின் கணக்குகள் மீதான நிதி தணிக்கை அறிக்கை 21ல் 27 பக்கள்கள் வரை மத்திய அரசு கணக்குகளின் தரம் மற்றும் நிதி அறிக்கையிடலில் என்ன நடைமுறையைப் பின்பற்றுகிறது என விரிவாகப் பேசப்பட்டுள்ளது. மத்திய அரசு கணக்கியல் துறையில் முன் ஏற்பாடுகளுடன் கூடிய தெளிவான திட்டமிடல் இல்லாமல் நிர்வாகத்தை நடத்துகிறது என்பதை வெட்ட வெளிச்சம் போட்டுக் காட்டுகிறது. அதாவது, இந்தக் கணக்குகளில் 154.94 கோடி ரூபாய் நிதியானது விண்வெளித்துறையால் நிறுத்தப்பட்டுள்ளதாக மத்திய கணக்குத் தணிக்கை

அதிகாரிகள் சுட்டிக்காட்டுகின்றனர். அக்டோபர் 2021ல் கணக்கு வழக்குகளை நிறைவு செய்ய வேண்டும் என அறிவுறுத்தப்பட்டிருந்தாலும் கூட அதனை மத்திய அரசு மேற்கொள்ளாமல், 2022 நவம்பர் வரையிலும் நிர்வாகத்தில் குளறுபடி செய்து முறையான திட்டமிடலோடு கணக்கை நிர்வகிக்க மத்திய அரசு தவறியுள்ளது.

நிர்வாக ஒருங்கிணைப்பு குறைபாடு:

மத்திய அரசின் நிர்வாகங்களுக்குள்ளாகவே ஒருங்கிணைப்பு இல்லாத ஒரு அவலத்தையும் மத்திய கணக்குத் தணிக்கைத் துறையானது பட்டவர்த்தனப்படுத்தியுள்ளது. ஒரு எடுத்துக்காட்டைப் பார்க்கலாம். மத்திய அரசின் இரண்டு அமைச்சகங்களுக்குள்ளாகவே முறையான ஒருங்கிணைப்பு இல்லை. அதாவது, தேசிய தூய்மை நிதியை சுகாதாரம் மற்றும் நகர்ப்புற விவகார அமைச்சகங்கள் முறையே 80 சதவிகிதம், 20 சதவிகிதம் பங்குகளைப் பகிர்ந்தன. ஆனால், 2015 லிருந்து 2017 நிதியாண்டுகளில் துப்புரவு அமைச்சகம் இந்த நிதியில் முழுத் தொகையையும் முழுமையாகப் பயன்படுத்தியது. இந்த இருப்பானது 2023 மே மாதம் வரை நீடித்ததை மத்திய கணக்குத் தணிக்கை துறை அம்பலப்படுத்தியுள்ளது.

மத்திய அரசு நிதியை எவ்வாறு பயன்படுத்துகிறது என்பது குறித்த விரிவான அறிக்கையை 21 பக்கத்தில் தாக்கல் செய்துள்ளது. கணக்குகளின் தரம் மற்றும் நிதி அறிக்கையிடம் நடைமுறைகள் என்ற தலைப்பில் வெளியிடப்பட்டுள்ள அந்தப் புள்ளி விவரத்தில் மத்திய அரசின் நிர்வாக சீர்கேடுகள் வெளிச்சத்திற்கு வந்துள்ளன. குறிப்பாக மத்திய அரசு வசூலிக்கக் கூடிய வரிகள் மாநிலங்களுக்கு முறையாக பகிர்ந்தளிக்கப்படாமல் அவற்றில் விதிமீறல்கள் நடந்துள்ளன. மாநில அரசுக்கு அனுப்பப்பட வேண்டிய நிதியை மத்திய அரசு கிடப்பில் போடுவதுடன், வேறு சில திட்டங்களுக்கு அவற்றை ஒதுக்கும் போக்கு அதிகரித்துள்ளது.

மாநில அரசிடம் இருந்து பெறப்பட்ட நிதியை மத்திய அரசு எதற்காகப் பயன்படுத்துகிறது. என்ற விவரங்களை வெளிப்படுத்த வேண்டிய அவசியம் இல்லை என்ற காரணத்தால் அவற்றை வெளிப்படையாகக் கூறாமல்

மறைத்து, நிதியை தங்களுக்குச் சாதகமாகப் பயன்படுத்தும் போக்கும் மோடி அரசில் அதிகரித்துள்ளது.

குளறுபடியான நிர்வாகக் கட்டமைப்பு:

ஒன்றிய அரசு 2021-2022 ஆம் நிதியாண்டில் வெளிநாட்டுக் கடனை 2 லட்சம் கோடி வரை குறைத்து மதிப்பிட்டுள்ளது. இந்திய அரசியலமைப்பை மீறக்கூடிய செயல். அதனைக் கூட பொருட்படுத்தாமல் ஒன்றிய அரசு செயல்பட்டுள்ளதாக மத்திய கணக்குத் தணிக்கை அறிக்கை சுட்டிக்காட்டியுள்ளது. 2021-2022 நிதியாண்டிற்கான விவரங்கள் ஆகஸ்ட் மாதம் பகிரப்பட்டன. அதில், வரலாற்று அடிப்படையில் மத்திய அரசின் வெளிநாட்டுக் கடன் 4.39 லட்சம் கோடியாக இருந்தது. பரிமாற்ற விகிதம் எவ்வாறு இருந்தாலும் இந்தக் காலக்கட்டத்திற்கான சமீபத்திய மாற்று விகிதம் 2022 மார்ச் மாதம் 31 ஆம் தேதி வரை கடன் உண்மையில் 6.58 லட்சம் கோடியாக இருக்கும். 2.19 லட்சம் கோடி அதிகமாக இருக்கும் என ஒன்றிய அரசின் அடிக்குறிப்பு வெளிப்படுத்துகிறது. இது, 2003 ஆம் நிதிப் பொறுப்பு மற்றும் பட்ஜெட் மேலாண்மை சட்டம், நிலையான மற்றும் வெளிப்படையான நிதிக்கொள்கையின் நலன்களுக்காக அரசாங்கம் கடைபிடிக்க வேண்டிய விதிகளை மீறக்கூடிய செயல்.

"வெளியீட்டுக் கடனின் மதிப்பை அடிக்குறிப்பு மூலம் மட்டுமே வெளிப்படுத்துவது கணக்குகளின் வெளிப்படைத் தன்மையைப் பாதித்தது மற்றும் எஃப்ஆர்பிஎம் சட்டம், 2003 இன் விதி 2(aa) இன் வெளிச்சத்திலும் பார்க்கப்படலாம், இதில் யூனியன் அரசாங்கக் கடனின் வரையறை மதிப்புள்ள வெளிநாட்டுக் கடனை உள்ளடக்கியது. தற்போதைய மாற்று விகிதங்களில்," மத்திய கணக்குத் தணிக்கைத் துறை கூறுகிறது.

இதே போல, பல விஷயங்களை ஒன்றிய அரசு கவனத்தில் கொள்ளாமல் நிதி மேலாண்மையை மேற்கொண்டுள்ளதையும் மத்திய தணிக்கைத்துறை அதிகாரிகள் வெளிக்கொண்டு வந்துள்ளனர். சிறு சேமிப்பு மற்றும் வருங்கால வைப்பு நிதி என்ற கணக்கியல் தலைப்பின் கீழ் மத்திய அரசின் மொத்த கடன்கள் 2022 மார்ச் மாதம் 31 ஆம் தேதி நிலவரப்படி, 6,01,445.58 கோடி ரூபாயாக இருந்தது.

சிறு சேமிப்புப் பொறுப்புகள் ரூ. 6,23,006.29 கோடியை அடிக்குறிப்பு மூலம் சித்தரித்துள்ளது. அறிக்கையில், முக்கியமான தகவல்களோ அல்லது ஒருங்கிணைக்கப்பட்ட படத்தையோ எந்த இடத்திலும் ஒன்றிய அரசு சித்தரிக்கவில்லை. பொதுக் கணக்குப் பொறுப்புகள் குறித்த தெளிவான விளக்கங்களை ஒன்றிய அரசு அளிக்கத் தவறிவிட்டது. 2021 நிதியாண்டின் அறிக்கையில், இதே சிக்கல் இருந்ததாகவும், ஆனால், அதைப் பற்றிக் கவலைப் படாமலேயே ஒன்றிய அரசு 2022 ஆம் ஆண்டுக்கான நிதி நிலை அறிக்கையையும் தயாரித்ததாக கடுமையான குற்றச்சாட்டை ஒன்றிய தணிக்கைத் துறை கூறியுள்ளது.

நாம் ஏற்கனவே பார்த்தது போல, செஸ் வரியை முறையாகப் பயன்படுத்தாமலும் ஒன்றிய அரசு இருந்துள்ளது. பொது மக்களிடம் இருந்து வசூலிக்கப்பட்ட செஸ் வரியானது பயன்படுத்தப்படாமல் இருக்கிறது. (செஸ் வரி என்பது ஒரு குறிப்பிட்ட நோக்கத்திற்காக அரசாங்கம் மக்களிடம் ஒருந்து சேமிக்கும் வரியாகும். ஒவ்வொரு ஆண்டும் ஒரு குறிப்பிட்ட இலக்கை நிர்ணயித்து இந்த செஸ்வரியானது பயன்படுத்தப்பட்டு வந்தது. மோடி அரசு பொறுப்பேற்றதில் இருந்து இந்த செஸ் வரியை முறையாக பயன்படுத்தாமல் மக்களின் சுமையை மேலும் அதிகரித்துள்ளது.)

2021-22 ஆம் நிதியாண்டில் சுகாதாரம் மற்றும் கல்விக்காக செஸ் வரி வசூலிக்கப்பட்டது. இதற்காக 52,732 கோடி ரூபாய் மக்களிடம் இருந்து பெறப்பட்டது. இதில், 31,788 கோடி ரூபாய் அதாவது 60 சதவிகிதம் பிரரம்பிக் ஷிஷா கோஷி திட்டத்திற்கு மாற்றப்பட்டது. சுகாதாரம் கல்வி வளர்ச்சிக்காக பெறப்பட்ட செஸ் வரியை ஒன்றிய அரசு எந்த விதமான முன் அனுமதியும் பெறாமல் மற்றொரு திட்டத்திற்கு மாற்றி முறைகேட்டில் ஈடுபட்டது. மீதமுள்ள தொகையும் கூட மக்கள் பயன்பாட்டிற்காக செலவழிக்கப்படாமல் உள்ளது. இதே போலத்தான், 2021-22 ஆம் நிதி ஆண்டில், யுனிவர்சல் சர்வீஸ் ஒப்லிகேஷன் ஃபண்டிற்கு நிதியளிப்பதை நோக்கமாகக் கொண்டு யுனிவர்சல் அக்சஸ் லெவியின் கீழ் ஒன்றிய அரசு 10,376 கோடி ரூபாயை வசூலித்தது. இது மொபைல் சேவைகளை வழங்குவதற்கான செலவைக் குறைக்க உதவும்

தொலை தூர நோக்கம் கொண்டது. ஆனால், உண்மையில் 8,300 கோடியை மட்டுமே நிதிக்காக ஒன்றிய அரசு மாற்றியது. மீதம் இருந்த 2,076 கோடி ரூபாய் தொகையானது என்ன ஆனது என்ற விவரத்தையே மத்திய அரசு மறைத்துவிட்டது. இதுதொடர்பாக, எதிர்க்கட்சிகள் தொடர்ச்சியாக கேல்வி எழுப்பியதன் விளைவாக இந்தத் தொகை இந்தியாவின் ஒருங்கிணைந்த நிதியில் தக்க வைக்கப்பட்டதும். என்ன நோக்கத்திற்காக செஸ் வரி வசூலிக்கப்பட்டதோ அந்த நோக்கத்தைத் தவிர வேறு பல நோக்கங்களுக்கு இந்த தொகையானது பயன்படுத்தப்பட்டது அம்பலமானது.

கணக்கியல் தந்திரம்

மைனர் ஹெட் 800 என்று அழைக்கப்படுவதை தொடர்ந்து பயன்படுத்துவதில் ஒன்றிய அரசுக்கும் தணிக்கை துறை அதிகாரிகளுக்கும் இடையே முரண்பாடு ஒவ்வொரு ஆண்டும் வெடித்துக்கொண்டே இருக்கிறது.

இது அரசாங்கத்தின் அனைத்து வகையான பரிவர்த்தனைகளுக்கும் மறைமுகமாக செயல்பட்டது, அதை போதுமான அளவில் விளக்கவோ அல்லது லேபிளிடவோ முடியாத வகையில் உள்ளது.

கோட்பாட்டளவில், இந்த மைனர் தலையை விவரிக்கப் பயன்படுத்தப்படும் ரூப்ரிக் "பிற ரசீதுகள் மற்றும் பிற செலவுகள்" ஆகும். மைனர் ஹெட் 800ஐ மீண்டும் மீண்டும் பயன்படுத்துவதால் கணக்குகளில் வெளிப்படைத் தன்மை கேள்விக்குறியாகுவதாகவும் அதனைக் குறைக்க ஒன்றிய அரசு கவனம் செலுத்த வேண்டும் எனவும், 2019-20க்கான அரசாங்கக் கணக்குகள் குறித்த அறிக்கையில், தணிக்கைத்துறை மீண்டும் மீண்டும் வலியுறுத்தி. அரசாங்கக் கணக்குகளின் கட்டமைப்பை முழுமையாக மறுபரிசீலனை செய்யுமாறு பலமுறை பரிந்துரைத்த போதிலும், இந்தப் பிரச்சினையை அரசாங்கம் கவனிக்கவில்லை என்று அந்த அறிக்கையில் அது புகார் கூறியுள்ளது.

இரண்டு ஆண்டுகளுக்குப் பிறகு, சிஏஜி மைனர் ஹெட் 800இல் சிக்கல்கள் நீடிப்பதாகக் குறிப்பிட்டுள்ளது. அதன் சமீபத்திய அறிக்கையில், மருத்துவம் மற்றும்

பொது சுகாதாரம் முதல் நிலச் சீர்திருத்தங்கள் மற்றும் வெள்ளக் கட்டுப்பாடு வரையிலான ஒன்பது முக்கியத் தலைப்புகளின் கீழ் செலவினங்களில் 60 சதவீதம், எங்கும் நிறைந்த மைனர் ஹெட் 800ன் கீழ் இணைக்கப்பட்டதாக அரசுத் தணிக்கையாளர்கள் கூறினர். இந்த ஒன்பது முக்கிய தலைப்புகளின் கீழ் மொத்த செலவு 78,878.54 கோடி. இதில் 60.41 சதவீதம், அதாவது ரூ.47,651.96 கோடி, மைனர் ஹெட் 800ன் கீழ் "பிற செலவினங்களாக" கருதப்பட்டது.

2021-22 ஆம் ஆண்டில், அரசாங்கம் 258 அடிக்குறிப்புகளைப் பயன்படுத்தியது. இதற்கு இரண்டு ஆண்டுகளுக்கு முன், 2019-20ல், 254 பயன்படுத்தப்பட்டது. "சில அடிக்குறிப்புகள் இயற்கையில் முக்கியமானவை மற்றும் ஒரு அடிக்குறிப்பிற்குப் பதிலாக குறிப்பிடத்தக்க வெளிப்படுத்தல் தேவை" என்று கணக்குத் தணிக்கை குழு கூறியது, முந்தைய ஆண்டுகளிலும் இதே குற்றச்சாட்டு எழுப்பப்பட்டது. ஆனால், ஒன்றிய அரசு தான்தோன்றித்தனமாகச் செயல்படுவதை மட்டுமே வழக்கமாகக் கொண்டு செயல்பட்டுக்கொண்டு உள்ளது.

8
பண மதிப்பு நீக்கம் :
மோடியின் கருப்புப் பண நாடகம்

நவம்பர் 8, 2016 இரவு எட்டு மணி. இந்திய சாமானிய மக்கள் ஒரு நாள் முழுவதும் உழைத்த களைப்பில் தங்களின் படுக்கைச் செல்ல ஆயத்தமாகிக்கொண்டிருந்தார்கள். வாழ்நாள் முழுவதும் போராடிக்கொண்டிருந்த மக்களுக்கு அந்த இரவும் போராட்டமானதாக மாறப்போகிறது என்பதை அவர்கள் அறிந்திருக்கவில்லை.

சாமானியர்கள் மீதான நேரடி தாக்குதல்:

அலைபேசி வைத்திருப்பவர்கள் தங்களின் பொழுது போக்கிற்கான காட்சிகளைப் பார்த்துக் கொண்டிருந்தார்கள். இந்தியாவில் அப்பொழுது தான் இரவு முழுவதுமாக படர்ந்திருந்தது. 2014 ஆம் ஆண்டு இருட்டு இந்தியாவை விழுங்கிக்கொண்டது. அது மெல்ல மெல்ல பாதி இந்தியாவை 2016ல் தின்னத்தொடங்கிவிட்டது. நவம்பர் 8 இந்தியர்களுக்கு சாதாரண நாள் இல்லை. அடுத்த சில மாதங்கள் நாமெல்லாம் வீதியில் நிற்கப்போகிறோம் என்று அவர்களுக்குத் தெரியாது.

இரவு 8 மணிக்கு பிரதமர் நரேந்திர மோடி நாட்டு மக்களுக்கு உரையாற்றுவார் என்ற தகவல் ஊடகங்களுக்குத் தெரிவிக்கப்பட்டதால் அனைவரும் மோடியின் முழு உரையையும் பதிவு செய்ய காத்திருந்தன. சரியா இரவு 8 மணிக்கு திரையில் தோன்றிய மோடி, நாட்டு மக்களுக்கு ஆச்சரியத்தக்க உரையை நிகழ்த்தினார். இன்று இரவில் இருந்து இந்தியாவில் 500 மற்றும் 1,000 ரூபாய் நோட்டுகள் செல்லாது என்று அதிர்ச்சி அளிக்கும் செய்தியைக் கூறினார்.

வரி செலுத்தாமல் கருப்புப் பணம் வைத்திருக்கும் கொள்ளையர்களைப் பிடிப்பதற்காக நாடு ஒரு முக்கிய முடிவாக இந்த பண மதிப்பு நீக்க நடவடிக்கையை எடுத்துள்ளதாக அறிவித்தார். இந்தியர்கள் யாரும் அச்சப்பட தேவையில்லை. உங்களுக்கு அரசு ஐம்பது நாட்கள் கொடுக்கிறது. அந்த ஐம்பது நாட்களில் நீங்கள் உங்களிடம் உள்ள பணத்தை வங்கியில் செலுத்தினால் எந்தப் பிரச்னையும் ஏற்படாது. அரசின் இந்த அதிரடி நடவடிக்கை, பணத்தைப் பதுக்கியுள்ளவர்களை மட்டுமே நேரடியாக பாதிக்கும். சாமானிய மக்களுக்கு இதனால் எந்தப் பாதிப்பும் ஏற்படாது எனக் கூறினார். அத்துடன், பண மதிப்பு நீக்க நடவடிக்கைக்கான மூன்று காரணங்களையும் பட்டியலிட்டார். ஊழல் மற்றும் கருப்புப் பணத்தை ஒழிப்பது. கள்ள நோட்டுகளை ஒழித்து பயங்கரவாதிகளுக்கு அளிக்கப்படும் நிதி உதவிகளை நிறுத்துவது தான் இந்த பண மதிப்பு நீக்க நடவடிக்கையின் பிரதான நோக்கம் என்று மோடி கூறினார்.

தொடக்கத்தில் மோடியின் இந்த பண மதிப்பு நீக்க நடவடிக்கையை எதிர்க்கட்சிகள் உள்ளிட்ட அமைப்புகள் எதிர்க்கவில்லை. இந்திய பொருளாதாரத்தின் மீது நேரடித் தாக்குதலை மோடி நிகழ்த்துகிறார் என்று மட்டும் எதிர்க்கட்சிகள் விமர்சித்தன. அதற்கு காரணம் இல்லாமல் இல்லை. 2016 ஆம் ஆண்டு நிலவரப்படி நாட்டின் மொத்தப் பணத்தில் 500 மற்றும் 1,000 ரூபாய் நோட்டுகள் 86 சதவிகிதம் புழக்கத்தில் இருந்தது. அவற்றைத் திரும்பப் பெறுவது என்பது மாபெரும் நடவடிக்கை என்பது பொருளாதார அறிஞர்கள் அனைவருக்கும் தெரிந்த ஒரு தகவல்.

பண மதிப்பு நீக்க இலக்கை மாற்றிய மோடி:

ஆனால், பண மதிப்பு நீக்க நடவடிக்கையின் 35 நாட்களுக்குள்ளாக திரும்பப் பெறப்பட்ட பணத்தில் 80 சத விகிதம் பணம் வங்கிகளுக்குத் திரும்பிவிட்டது. இறுதியில், 99.3 சதவிகிதம் கரன்சி நோட்டுகள் வங்கிகளில் டெபாசிட் செய்யப்பட்டதாக இந்திய ரிசர்வ் வங்கி ஒப்புக்கொண்டது. பண மதிப்பு நீக்க நடவடிக்கைக்கான மூன்று முக்கிய காரணிகளாக மோடி பட்டியலிட்ட எந்த நடவடிக்கைகளையும் இலக்கையும் அவராலோ ஒன்றிய அரசாலோ எட்டமுடியவில்லை. கள்ள நோட்டுகளை ஒழிப்பது. பயங்கரவாதிகளுக்கு அளிக்கப்படும் நிதி ஆதாரத்தை சீர்குலைப்பது தான் மோடியின் பண மதிப்பு நீக்க நடவடிக்கையின் முக்கிய மையில் கல். ஆனால், இந்தச் சாதனையை மோடியால் எட்ட முடியவில்லை. மாறாக, பண மதிப்பு நீக்க நாடகத்தின் இலக்கை மட்டும் மோடி மாற்றி அமைத்துக்கொண்டார். அதாவது, இந்தியாவை ரொக்கமில்லாத பொருளாதாரமாக மாற்ற விரும்புவது. குறைந்த பண சமூகமாக மாற்றுவது. கருப்புப் பணம் வங்கிகளுக்கு வரும் போது பணப்பதுக்களை ஒழிப்பதுடன், அதன் மூலம் கருப்பு பணத்தை வங்கிகளுக்குள் கொண்டு வரலாம் என மோடி நம்பினார். சுத்தமான வட்டி விகிதங்களைக் குறைக்க சிறு சேமிப்புகளைப் பிடிக்கவும், இந்தியாவை வரிக்கு இணங்கச் செய்யும் சமுதாயமாக மாற்றவும் இந்திய நிதித்துறை திட்டமிடுவதாக மோடியும், மத்திய நிதி அமைச்சகம் மற்றும் பாஜகவின் கொள்கை பரப்புரையாளர்களும் திரும்பப் திரும்பக் கூறினர்.

இடையூறை ஏற்படுத்திய மோடி:

மோடியின் இந்த முட்டாள்தனமான நடவடிக்கை சாதாரண மக்களை இடையூறுக்கு உள்ளாக்கியது. பொதுமக்கள் நீண்ட நேரம் வங்கிகளுக்கு வெளியே வெயிலில் நிற்க வைக்கப்பட்டனர். திடீரென இரவில் 500, 1000 ரூபாய் நோட்டுகள் நீக்கப்படுவதாக அறிவித்துவிட்டு, அதற்கான காரணங்களையும் பட்டியலிட்டு பின்னர் அதன் இலக்கை மாற்றி அமைத்து தவறான பொருளாதாரக் கொள்கையை வகுத்து மோடி மக்கள் முன்பு நாடகம் ஆடினார். பணப் பற்றாக்குறையால் ஒவ்வொரு பரிவர்த்தனையும் மக்களுக்கு மிகவும் கடினமானதாக மாறியது. கூலித் தொழிலாளர்கள்

ஒரு நாள் முழுவதும் வங்கியில் வரிசையில் நிற்க வைக்கப்பட்டார்கள். குறைந்த வருமானம் கொண்ட நோயாளிகள் மருத்துவமனைகளுக்குப் பணம் செலுத்த முடியாத அவலத்திற்கு தள்ளப்பட்டார்கள். அரசியல் ரீதியாக மோடியின் பண மதிப்பு நீக்க நடவடிக்கை ஒரு வெற்றி என்றும் பொருளாதார ரீதியாக குழப்பமான நடவடிக்கை என முன்னாள் தலைமை பொருளாதார ஆலோசகர் அரவிந்த் சுப்பிரமணியன் விமர்சித்தார். இதற்கு காரணம் இல்லாமல் இல்லை. இந்திய பொருளாதாரத்தின் மீது மோடியின் பண மதிப்பு நீக்க நடவடிக்கை கடுமையான பாதிப்பை ஏற்படுத்தியது. முறைசாரா துறை நொடிந்து போனது. தமிழ்நாட்டில், திருப்பூர், கோவை உள்ளிட்ட முறைசாரா துறைகள் ஆதிக்கம் செலுத்தும் பகுதிகள் போல இந்தியாவின் பல்வேறு மாநிலங்களில் இருந்த முறைசாரா துறைகள் உள்ள மாவட்டங்கள் கடுமையான பாதிப்பைச் சந்தித்தன. இது, இந்தியாவின் உள்நாட்டு உற்பத்தியில் 7.3 சதவிகிதம் வீழ்ச்சி வரை சென்றதாக உலக வங்கி பல தரவுகளை ஆதாரமாக கொடுத்தது. அரசியல் ரீதியாக பாஜகவிற்கு வெற்றியைக் கொடுத்தது மோடியின் இந்த பண மதிப்பு நீக்க நடவடிக்கை என்ற அரவிந்த் சுப்பிரமணியத்தின் கருத்திற்கு வலு சேர்க்கும் விதமாக, உத்தரப்பிரதேசத்தில் நடந்த சட்டமன்ற தேர்தலில் பாஜக அமோக வெற்றியைப் பெற்றது.

மோடியின் நாடகத்தின் பின்னணி:

மோடியின் இந்த பண மதிப்பு நீக்க நாடகம் நடந்த வரலாற்றை அறிய வேண்டுமென்றால் 2014 நாடாளுமன்ற தேர்தல் பரப்புரையைக் கவனிக்க வேண்டும். காங்கிரஸ் கட்சியின் மீது ஊழல் குற்றச்சாட்டுகளை முன்வைத்து மோடி பல பகுதிகளில் பரப்புரை மேற்கொண்டார். அதில், பாஜக ஆட்சிக்கு வந்தால் வெளிநாட்டில் கருப்பு பணம் வைத்திருப்பவர்கள் அச்சப்படுவார்கள். அவர்களின் கருப்பு பணத்தை மீட்டு ஒவ்வொரு இந்தியர்களின் வங்கிக் கணக்கிலும் 15 லட்சம் ரூபாய் பணத்தை செலுத்துவேன் என வாக்குறுதி அளித்தார். ஆட்சிக்கு வந்து இரண்டு ஆண்டுகளுக்கு மேலாகியும் வங்கி கணக்கில் பணம் செலுத்தப்படவில்லை (2023 இந்தக் கட்டுரை எழுதப்படும்

இன்றைய தேதி வரை அப்படி ஒரு நடவடிக்கை இந்தியாவில் நடக்கவில்லை. மாறாக பாஜக பிரமுகர்களும், பாஜகவின் அரசியல் தரகர்களும் மோடி அப்படி சொல்லவில்லை என்று வாதாடிக்கொண்டு இருக்கிறார்கள்.) இதனை காங்கிரஸ் கட்சியின் எம்.பி ராகுல் காந்தி கடுமையாக விமர்சித்து தொடர்ச்சியாக கேள்விகளை எழுப்பினர். மோடி ஆட்சிக்கு வந்த பிறகு அதானி குழும பங்குகள் அதிக அளவில் வருமானம் ஈட்டுகின்றன. அதானிக்காகத் தான் மோடி வேலை செய்கிறார். இந்தியர்களை பொருளாதார நெருக்கடியில் மோடி தள்ளிவிட்டார் என்று தொடர்ச்சியான விமர்சனங்களை ராகுல் காந்தி முன்வைத்தார். இந்தச் சூழலில்தான் உத்தரப்பிரதேச தேர்தல் வந்தது. 2016 ஆம் ஆண்டில் மோடியின் ஆட்சி மீதான மக்களின் அதிருப்தியும் அதிகரித்தது. இதனை மறைப்பதற்காக ஒரு நாடகத்தை அரங்கேற்ற வேண்டிய தேவையானது மோடிக்கு ஏற்பட்டது. கருப்புப் பணத்தை மீட்பதாகக் கூறிய மோடி அதனை செய்யத் தவறினார். இந்தத் தவறை மறைப்பதற்காக கருப்புப் பணத்தை ஒழிக்க 500, 1,000 ரூபாய் நோட்டுகளை நீக்குவதாக அறிவித்தார். ஊழல் மற்றும் கருப்புப் பணத்தை ஒழிப்பது. கள்ள நோட்டுகளை ஒழித்து பயங்கரவாதிகளுக்கு அளிக்கப்படும் நிதி உதவிகளை நிறுத்துவது தான் இந்த பண மதிப்பு நீக்க நடவடிக்கையின் பிரதான நோக்கம் என்று மோடி கூறினார். ஆனால், இந்த நோக்கத்தை மோடி நிறைவேற்ற வில்லை. மாறாக, பண மதிப்பு நீக்க நடவடிக்கைக்குப் பிறகு, இந்தியாவின் சிறுகுறு தொழில்கள் முடங்கின.

பண மதிப்பு நீக்க நடவடிக்கைக்குப் பிறகு உத்தரப்பிரதேசத்தில் நடந்த தேர்தல் வெற்றியை ஒதுக்கி வைத்துவிட்டு பொருளாதாரத் தரவுகளை மட்டும் பார்த்தால் பண மதிப்பு நீக்க நடவடிக்கை என்பது தோல்வியில் தான் முடிந்துள்ளது என உலக வங்கியின் முன்னாள் தலைவர் கௌசிக் பாசு விமர்சித்தார்.

அரசியல் நோக்கத்திற்காக மட்டுமே முட்டாள் தனமாக ஒரு திட்டத்தை செயல்படுத்திவிட்டு நாட்டின் பொருளாதார கட்டமைப்பை மோடி சீர்குலைத்தார். பண மதிப்பு நீக்க நடவடிக்கைக்கு முந்தைய ஆண்டுகளோடு ஒப்பிடுகளையில்

இந்தியாவின் பொருளாதாரம் வலுவிழந்து காணப்பட்டது. குறிப்பாக, ஐஐபி குறியீட்டு எண் பண மதிப்பு நீக்க நடவடிக்கை அமலில் இருந்த காலத்தில் 5.7 சதவிகிதமாக இருந்ததது. இது, டிசம்பர் மாததில் 1.7 சதவிகிதமாக குறைந்து, பின்னர் ஜனவரியில் 2.9 சதவிகிதமாக மாறியது. இந்த நடவடிக்கைகளுக்கு பிறகு இந்தியாவின் தொழில் துறையே கடும் வீழ்ச்சியை சந்தித்தது. ஏற்கனவே, ஜிஎஸ்டி மூலமாக மாநிலங்களில் தொழில் முடக்கம் அதிகரித்திருந்தத சூழலில் பண மதிப்பு நீக்க நடவடிக்கையால் அது மேலும் அதள பாதாளத்திற்கு தள்ளப்பட்டது. இந்தியாவின் பொருளாதாரம், இந்திய தொழில் துறை முடக்கத்திற்கான காரணம் பண மதிப்பு நீக்க நடவடிக்கை என பொருளாதார வல்லுநர்கள் விமர்சித்த போதும் கூட அதற்கான சரியான விளக்கத்தை மோடியோ ஒன்றிய நிதித்துறை அதிகாரிகளோ விளக்கமாக ஆய்வுக்கு உட்படுத்தி வெளியிடத் தவறினார்கள்.

வரிசெலுத்துவோர் விகிதம் அதிகரிப்பு:

ஒன்றிய நிதி அமைச்சராக இருந்த அருண் ஜெட்லி ஆப்ரேஷன் க்ளீன் மணியின் இரண்டாவது கட்டத்தை அறிமுகப்படுத்திய போது, 91 லட்சம் பேர் புதிய வரி செலுத்துவோர் தளத்தில் சேர்க்கப்பட்டனர். ஒவ்வொரு ஆண்டும் மொத்தம் 50 லட்சம் பேர் வரி செலுத்தாதோராக சேர்க்கப்பட்டனர். 60 லட்சம் பேர் புதியவர்கள் 10 லட்சம் பேர் இறப்பு அல்லது ஓய்வு காரணமாக வரி செலுத்துவோர் பட்டியலில் இருந்து வெளியேறினர். 2016 - 17 ஆம் நிதியாண்டில், அரசாங்கம் வழக்கத்தை விட 41 லட்சம் கூடுதல் வரி செலுத்துவோரை அரசாங்கம் சேர்த்துள்ளதாகக் கூறினார். இந்த வரிசெலுத்துவோர் எண்ணிக்கைக் கூடியதற்கு பண மதிப்பு நீக்க நடவடிக்கையே காரணம் என அப்போதைய ஒன்றிய அமைசர் அருண் ஜெட்லி தெரிவித்தார்.

வரி அடிப்படையை அதிகரிப்பது அரசாங்கத்தின் முக்கிய நோக்கங்களில் ஒன்றாகும். ஜூன் 2016ல் வரி செலுத்துவோர் எண்ணிக்கையை 10 கோடியாக உயர்த்தும் நோக்கத்தை மோடி அறிவித்தார். அதாவது, முந்தைய ஆண்டுகளில் 5.5 கோடியாக இருந்த வரி அடிப்படை 6.5 கோடியாக விரிவடைந்தது. 2025 16 நிதியாண்டில் 3.7 கோடி பேர் மட்டுமே வரிக்கணக்கைத்

தாக்கல் செய்தனர். பண மதிப்பு நீக்க நடவடிக்கைக்கு பிறகு வரி செலுத்துவோர் எண்ணிக்கை கணிசமாக உயர்ந்தது. பூக்கட்டுவோர், பழம் விற்பவர்கள், டீக்கடையில் தேநீர் விற்பவர்கள் அனைவரும் வரி கட்டும் நிலைக்குக் கொண்டு வரப்பட்டனர். அதாவது, சாதாரண மக்களிடத்தில் கூட வங்கி டிஜிட்டல் பணப்பரிவர்த்தனைக்கான கருவிகள் இருந்தன. இதில், நேரடியாக வரி கட்டும் மக்கள் என்ற நிலையைத் தாண்டி மக்களிடம் இருந்து வரிப் பணத்தை மோடி அரசு பிடுங்கிக் கொண்டது.

இப்படி மக்களிடம் இருந்து வரிப்பணத்தை அவர்களின் ஒத்துழைப்பு இல்லாமல் கட்டப்பஞ்சாயத்து செய்து பிடுங்கியது தான் மோடியின் பண மதிப்பு நீக்க நடவடிக்கை. ஜனவரி 31, 2019 அன்று வெளியிடப்பட்ட அறிக்கையில், பண மதிப்பு நீக்க நடவடிக்கைக்கு பிறகு வேலையின்மை 45 ஆண்டுகளில் இல்லாத அளவிற்கு உயர்ந்துள்ளதாக பிசினஸ் ஸ்டாண்டர்ட் தெரிவித்துள்ளது. அந்த அறிக்கையின் படை, 15-39 வயது கிராமப்புற ஆண்களின் வேலைவாய்ப்பு 2011-12ல் வெறும் 5 சதவிகிதமாக இருந்த நிலையில், 2017-18 ஆம் ஆண்டில் 17.5 சதவிகிதமாக உயர்ந்தது. இப்படி நாட்டின் பல்வேறு துறைகளைச் சீரழித்து மக்களை வஞ்சித்தது மட்டும் தான் மோடியின் பண மதிப்பு நீக்க நடவடிக்கை செய்த சாதனை.

9
மோடியின் அரசியல் பழிவாங்கும் கருவி அமலாக்கத்துறை

மோடி ஆட்சிப் பொறுப்பேற்றதில் இருந்து எதிர்க்கட்சிகளைக் குறிவைத்து அமலாக்கத் துறையை ஏவி விடுவதாக தொடர் விமர்சனங்கள் முன்வைக்கப்படுகின்றன. மோடி ஆட்சிக்கு வருவதற்கு முன்பு அமலாக்கத்துறையின் விசாரணை காங்கிரஸ் ஆட்சிக் காலத்தில் 112 முறை மட்டுமே நடந்தது. ஆனால், மோடியின் ஆட்சிக் காலத்தில் அமலாக்கத்துறையின் விசாரணையானது 26 மடங்கு அதிகரித்துள்ளது. ஒப்பீட்டளவில் காங்கிரஸ் ஆட்சியில் தகுந்த ஆதாரங்களின் அடிப்படையில் விசாரணை நடந்தது என்றால் மோடி ஆட்சிக் காலத்தில் தங்களின் அரசியல் எதிரிகளாக இருக்கும் அரசியல் கட்சித் தலைவர்கள் மீது மட்டுமே மோடி இந்த அமலாக்கத்துறையை ஏவிவிட்டுள்ளார்.

அமலாக்கத்துறை இயக்குநர் சஞ்சய் மிஸ்ராவின் பதவிக் காலத்தை நீட்டித்ததற்கான நோக்கமே பா.ஜ.க தனது அரசியல் பழிவாங்கும் நடவடிக்கையை அவர் மூலமாக நிறைவேற்றிக்கொள்ளத்தான் என கூறப்படுகிறது. பா.ஜ.க

அரசின் கீழ் மூன்றாவது முறையாக அமலாக்கத்துறை இயக்குநர் சஞ்சய் மிஸ்ராவின் பதவிக்காலம் நீட்டிக்கப்பட்டது. இது தொடர்பான வழக்கு உச்சநீதிமன்றத்தில் மேல்முறையீடு செய்யப்பட்டது. நீதிபதி பி.ஆர். கவாய், நீதிபதி விக்ரம் நாத் மற்றும் நீதிபதி சஞ்சய் கரோல் தலைமையிலான உச்சநீதிமன்ற நீதிபதிகள் அடங்கிய குழு, ஒன்றிய அரசின் மூத்த வழக்கறிஞர் துஷார் மேத்தாவிடம் சஞ்சய் மிஸ்ராவின் பதவிக்காலம் ஏன் நீட்டிக்கப்படுகிறது என்ற கேள்வியை எழுப்பியது. அதற்கு துஷார் மேத்தா சொன்ன பதில்கள் வியப்பாக இருந்தன. ஒரு மூத்த அதிகாரி உடனே பணி ஓய்வு பெற்றால் ஒட்டுமொத்த ஏஜென்சிகளும் செயல்படாமல் முடங்கக் கூடிய நிலை ஏற்படும் என்றார்.

எவ்வளவு ஒரு அபத்தமான பதிலை ஒன்றிய அரசின் வழக்கறிஞர் துஷார் மேத்தா உச்சநீதிமன்றத்தில் கூறியுள்ளார். காங்கிரஸ் ஆட்சிக் காலத்தில் இருந்து பல இயக்குநர்கள் அமலாக்கத்துறையை தலைமை தாங்கி நடத்தியுள்ளனர். அமலாக்கத்துறை தொடங்கப்பட்டதில் இருந்து எத்தனையோ வழக்குகளை விசாரித்துள்ளது. அவர்கள் மாற்றப்பட்ட பிறகு அமலாக்கத்துறை முடங்கியப் போனது? மோடி ஆட்சியில் நியமிக்கப்பட்ட சஞ்சய் மிஸ்ரா தனது பதவிக்காலத்திற்குள்ளாகவே அவரது ஆசான் மோடியின் ஆசைகளை நிறைவேற்ற வேண்டும் என பணிக்கப்பட்டுள்ளார். அதற்காக, மோடி, பாஜகவிற்கு எதிராக இந்திய அளவில் செயல்படக் கூடிய அரசியல் கட்சிகளைக் குறிவைத்து அமலாக்கத்துறை சோதனை நடத்தப்படுகிறது. உச்சநீதிமன்றம் மீண்டும் மீண்டும் கேட்டு, அதற்கெல்லாம் முறையாகப் பதில் அளிக்காமல் சஞ்சய் மிஸ்ராவின் பதவிக்காலத்தை மோடி அரசு நீட்டித்துக்கொண்டே இருக்கிறது.

அமலாக்கத்துறை அதிகாரம்

1956 ஆம் ஆண்டு நிதி அமைச்சகத்தின் கீழ் 'பொருளாதார விவகாரங்கள் துறை அமலாக்கப் பிரிவு' என்ற நிறுவனத்தை அமைத்தது. அந்நியச் செலாவணி ஒழுங்குமுறை சட்டம் 1947 தொடர்பான மோசடி வழக்குகளை ஒழுங்குப்படுத்தும் பணியை அது கவனித்து வந்தது. பின்னர், 1957ல் தான் அமலாக்கப் பிரிவு என்பதை மாற்றி 'அமலாக்க இயக்குநரகம்'

என்று பெயரிடப்பட்டது. இதனிடையே, 1999ல் புதிய அந்நியச் செலாவணி மேலாண்மைச் சட்டத்தின்கீழ் அமலாக்கத்துறையின் பொறுப்புகள் அதிகரிக்கப்பட்டன. 2005 இல் பண மோசடி தடுப்புச் சட்டம் அறிமுகப்படுத்தப்பட்டது. போதைப் பொருள் – பயங்கரவாதம் ஆகியவற்றில் கருப்புப் பணப் புழக்கம் உள்ளதா என்பதை விசாரிக்கும் அதிகாரமும் அமலாக்கத்துறையின் அதிகாரம் நீட்டிக்கப்பட்டது.

2009 முதல் 2012 வரையில் காங்கிரஸ் ஆட்சிக் காலத்தில் 30க்கும் மேற்பட்ட சட்டங்களில் திருத்தம் செய்து அமலாக்கத்துறையின் விசாரணை வளையமானது விரிவுபடுத்தப்பட்டது. 140 திட்டமிட்ட குற்றங்கள் வரை விசாரிக்கும் அதிகாரம் பெற்ற அமைப்பாக அமலாக்கத்துறை மாற்றப்பட்டது. பதிப்புரிமை மீறல் குற்றங்கள் மீதான அதன் முந்தைய அபராதம் அதிக பட்சமாக 50,000 வரை நீட்டிக்கப்படலாம். இந்தப் பதிப்புரிமை மீறல் குற்றங்கள் அமலாக்கத்துறையின் கீழ் கொண்டு வரப்பட்டது.

மது கோடா வழக்கு, ஏர்செல் – மேக்சிஸ் வழக்கு, CWG வழக்கு, சஹாரா வழக்கு, பெல்லாரி சுரங்க வழக்கு, பாஜகவின் ரெட்டி சகோதரர்கள் மீதான வழக்கு, ஜக்மோகன் ரெட்டி வழக்கு, பாபா ராம்தேவ் வழக்கு என்று முக்கியமான வழக்குகள் காங்கிரஸ் ஆட்சி காலத்தில் அமலாக்கத்துறையால் விசாரிக்கப்பட்டது. ஆனால் அவற்றிற்குப் பின்னணியில் அரசியல் சதியோ, அரசியல் பழிவாங்கலோ பற்றிய உரையாடலே நடக்கவில்லை. பா.ஜ.கவிற்கு எதிரான அரசியல் செயல்திட்டத்தோடு செயல்படுபவர்களை மட்டுமே பா.ஜ.க குறிவைத்து அமலாக்கத்துறையை ஏவி நடவடிக்கை எடுத்தது. கடந்த 27 ஆண்டுகளில் 23 பேர் மட்டுமே குற்றவாளிகளாக அறிவிக்கப்பட்டுள்ளார்கள். கடந்த எட்டு ஆண்டுகளில் அமலாக்கத்துறையால் 3,000 பேர் மீது வழக்குப் பதிவு செய்யப்பட்டுள்ளது. இந்த வழக்குகளை கவனிக்கும் பொழுது முழுக்க முழுக்க அரசியல் பழிவாங்குதலுக்காக மட்டுமே அமலாக்கத்துறையை பாஜக ஏவுவது தெரியும்.

அமலாக்கத்துறையின் சில வழக்குகள் மூலமாக இதனை பட்டவர்த்தனப்படுத்தலாம்.

ஒன்று :

சாரதா குழும நிதி மோசடி வழக்கை எடுத்துக்கொள்வோம். அஸ்ஸாம் மாநில முதலமைச்சர் ஹேமந்த் பிஸ்வா சர்மா தன்னிடம் இருந்து லஞ்சம் வாங்கியதாக சாரதா குழும நிறுவனர் சுதீப்தா சென் வெளிப்படையாகவே அறிவித்தார். சுதீப்தா சென்னின் குற்றச்சாட்டு அடிப்படையில் திரிணாமுல் காங்கிரஸ் கட்சியின் பல தலைவர்கள் மீது அமலாக்கத்துறை குற்றப்பத்திரிகையை தாக்கல் செய்தது. ஆனால், அஸ்ஸாம் மாநில முதலமைச்சர் ஹேமந்த் பிஸ்வா சர்மா மீது எந்த நடவடிக்கையும் எடுக்கப்படவில்லை. காங்கிரஸ் கட்சியில் இருந்து விலகிய அவர் பா.ஜ.க உடன் கூட்டு சேர்ந்து கொண்டார். பின்னர், ஹேமந்த் பிஸ்வா சர்மா மீதான அத்தனை பாவங்களும் அமலாக்கத்துறையால் கழுவப்பட்டு அவர் புனிதராக மாறிப்போனார்.

இரண்டு :

அரசியல் பழிவாங்கும் நோக்கத்தோடு அமலாக்கத்துறை அதிகாரிகள் தனக்கு எதிராக சதி செய்து மிரட்டுவதாக மாநிலங்களவை உறுப்பினர் சஞ்சய் ராவத் 2022 பிப்ரவரி மாதம் 8 ஆம் தேதி மாநிலங்களவை அவைத்தலைவர் வெங்கையா நாயுடுவிற்கு கடிதம் எழுதினார். அதே ஆண்டு ஜுன் மாதம் மகாராஷ்டிராவில் ஆட்சி மாற்றம் நடந்தது. சிவசேனா கட்சி துண்டாடப்பட்டு, சிவசேனாவின் ஏக்நாத் ஷிண்டேவைக் கொண்டு பாஜக ஆட்சி அமைத்தது. இந்த அதிகார மாற்றத்திற்கு அமலாக்கத்துறை திரை மறைவில் நின்று வேலை செய்ததை மாநிலங்களவை உறுப்பினர் சஞ் சய் ராவத்தின் கடிதம் பின் நாட்களில் நிரூபணம் ஆனது.

அமலாக்கத்துறை மோடியின் வேட்டைநாயா?:

பா.ஜ.க ஆளாத மாநிலங்களில் அரசியல் பழிவாங்கல் நடவடிக்கைக்காக அமலாக்கத் துறையை ஏவி மோடி அதிகார வரம்பு மீறலில் ஈடுபட்டார். அமலாக்கத்துறையை தனது ஏவல் நாயாக மோடி பயன்படுத்தத் தொடங்கியது மகாராஷ்டிரா அரசியலில் இருந்து தான் தொடங்குகிறது. 2019 ஆம் ஆண்டு மகாராஷ்டிராவில் அரசியல் மாற்றம் நடக்கிறது. நீண்ட நாளாகக் கூட்டணி இருந்த சிவசேனாவும்

பா.ஜ.கவும் அரசியல் அரங்கில் எதிராளிகளாக மாற வேண்டிய கட்டாயம் ஏற்பட்டது. 2019 சட்டமன்றத் தேர்தலுக்கு பிறகு அமைச்சரவையில் இடம், முதலமைச்சர் பொறுப்பு உள்ளிட்ட பல்வேறு விவகாரங்களில் இருவருக்கும் இடையே கருத்து முரண்பாடு ஏற்பட்டது. இதனால், பாஜகவுக்கு எதிராக தேர்தலுக்குப் பிந்தைய மெகா கூட்டணியை தேசியவாத காங்கிரஸ், காங்கிரஸ் கட்சிகளுடன் சேர்ந்து சிவசேனா அமைத்தது. முதலமைச்சராக உத்தவ் தாக்கரே ஆக்கப்பட்டார். தேர்தல் முடிவுகள் வெளியான பின்னர், சிவசேனாவின் முரண்பாடுகளைப் பயன்படுத்திக்கொண்டு பாஜகவும் தேசியவாத காங்கிரஸ் கட்சியை உடைக்கும் வேலையை செய்தது. தேசியவாத காங்கிரஸ் கட்சியின் முக்கிய தலைவர் அஜித் பவாரைக் கொண்டு அரசியல் சூழ்ச்சியை பாஜக பின்னியது. அஜித்பவாரும் தனது ஆதரவாளர்களுடன் பாஜகவுக்கு படையெடுக்கத் தயாரானார். அதற்காக, அஜித் பவாருக்கு துணை முதலமைச்சர் பொறுப்பு, அதிருப்தி தேசியவாத காங்கிரஸ் எம்.எல்.ஏக்களுக்கு அமைச்சரவையில் இடம், தன் மீதான வழக்குகளை திரும்பப் பெற வேண்டும் என்ற நிபந்தனைகளை அஜித் பவார் போட்டார். அதன் படியே பாஜக ஆட்சி அமைத்தது. பின்னர், தன் மீதான வழக்குகள் திரும்ப பெறப்பட்ட பிறகு பாஜகவில் இருந்து விலகிய அஜித் பவார் மீண்டும் தேசியவாத காங்கிரஸ் கட்சியிலேயே ஐக்கியமாகிக் கொண்டார்.

இந்தப் பின்னணியில் தான் மகாராஷ்டிராவில் ஆட்சி மாற்றத்தை ஏற்படுத்த பாஜகவுக்கு உதவ வேண்டும் என்பதற்காக சஞ்சய் ராவத் மிரட்டப்படுவதாக மாநிலங்கள் அவைத்தலைவர் வெங்கையா நாயுடுவிற்கு கடிதம் எழுதினார். அதில், ஆட்சி மாற்றத்தை ஏற்படுத்த தங்களுக்கு உதவினால் மிக உயர்ந்த பரிசை அளிக்கத் தயாராக இருக்கிறோம் என பாஜக பேரம் பேசுவதாக அமலாக்கத்துறையினர் மூலம் கூறுவதாகக் குறிப்பிட்டார். அதே ஆண்டில் தான், தேசியவாத காங்கிரஸ் கட்சித் தலைவர் நவாப் மாலிக் அமலாக்கத்துறையால் கைது செய்யப்பட்டார். ஜூலை மாதம் 3 ஆம் தேதி மகாராஷ்டிரா சட்டப்பேரவையில் எதிர்க்கட்சிகள் அமலாக்கத்துறைக்கு எதிராக முழக்கங்களை எழுப்பினர். அதே சமயத்தில், சஞ்

சய் ராவத் அமலாக்கத்துறையால் கைது செய்யப்பட்டார். சஞ்சய் ராவத் கைது செய்யப்பட்டது சட்டத்திற்குப் புறம்பானது. அமலாக்கத்துறை தனது அதிகாரத்தை மீறி சட்டத்தைக் காலில் போட்டு மிதிப்பதாக எதிர்க்கட்சிகள் குற்றம்சாட்டின. "ஒரு காலை வேளையில் நீதிமன்றத்தின் கண்களில் மண்ணைத் தூவவும் முடியாது, நீண்ட சிவில் வழக்குகளைத் துடைத்து கழுவவும் முடியாது" என மகாராஷ்டிர சிறப்பு நீதிமன்ற நீதிபதி தேஷ்பாண்டே கடுமையாக விமர்சித்தார்.

அமலாக்கத்துறை இதுவரை நடத்திய எல்லாச் சோதனைகளும், கைது, வழக்குப் பதிவு செய்யப்பட்டவர்களும் பா.ஜ.க ஆளாத மாநிலத்தைச் சேர்ந்தவர்களாகவே இருக்கிறார்கள். ஜார்க்கண்ட், மேற்கு வங்கம், தமிழ்நாடு, கேரளா, ஜம்மு - காஷ்மீர் மாநிலங்களில் உள்ள அரசியல் தலைவர்கள் மீது அமலாக்கத்துறை விசாரணை நடத்தப்பட்டுள்ளது. பா.ஜ.கவுக்கு எதிரான செல்வாக்கு செலுத்தும் அரசியல் கட்சிகளின் இரண்டாம் கட்டத் தலைவர்கள் அமலாக்கத்துறையால் வேட்டையாடப்பட்டனர். ஆனால், பாஜக ஆட்சி செய்யக் கூடிய குஜராத், உத்தரப்பிரதேசம், மத்தியப்பிரதேசம், ஹரியானா, அசாம் உள்ளிட்ட மாநிலங்களில் அமலாக்கத்துறை அதிகாரிகள் நுழைவதில்லை. இந்த மாநிலத்தில் ஊழலே இல்லாத ஆட்சியா நடக்கிறது? பா.ஜ.க ஆட்சி செய்யும் மாநிலங்களில் மட்டும் அமலாக்கத்துறை நுழையாமல், பா.ஜ.க அல்லாத மாநிலங்களை குறிவைத்து அமலாக்கத்துறை விசாரணை நடப்பதன் அடிப்படையில் தான் அரசியல் பழிவாங்களுக்காகவே விசாரணை முகமைகள் செயல்படுவதை வெளிச்சத்திற்கு வருகிறது.

அமலாக்கத்துறையின் மூலம் எதிர்க்கட்சிகளை முடக்க மோடி முயற்சி செய்கிறார் என்ற குற்றச்சாட்டை சத்தீஸ்கர் அரசு வெளிப்படுத்தியது. இது தொடர்பான வழக்கில், 2023 ஆம் ஆண்டில் அரசியல் பழிவாங்களுக்காக அமலாக்கத்துறை பயன்படுத்தக் கூடாது என உச்சநீதிமன்றம் கண்டித்தது.

மோடி ஆட்சிக்கு வந்த 2014 ஆம் ஆண்டிற்குப் பிறகு 3,010 பேர் மீது அமலாக்கத்துறை விசாரணை நடந்துள்ளது. இதில், பா.ஜ.கவுக்கு எதிராக தீவிரமாக செயல்படும் அரசியல் கட்சிகளைச் சேர்ந்தவர்கள் 115 பேர் அடங்குவார்கள். காங்கிரஸ்

கட்சியைச் சேர்ந்த 24 பேர், திரிணாமுல் காங்கிரஸ் கட்சியைச் சேர்ந்த 19 பேர், தேசியவாத காங்கிரஸ் கட்சியின் 11 பேர், சிவசேனாவைச் சேர்ந்த எட்டு பேர், தி.மு.கவில் செந்தில் பாலாஜி என இவர்கள் அனைவரும் அமலாக்கத்துறையால் கைது செய்யப்பட்டுள்ளனர்.

செந்தில் பாலாஜி வழக்கு – அமலாக்கத்துறை சூழ்ச்சி:

அமலாக்கத்துறையின் கைது நடவடிக்கை முழுக்க முழுக்க அரசியல் பழிவாங்கலாக மட்டுமே இருக்கிறது. இந்த விமர்சனம் கூட அரசியல் காழ்ப்புணர்ச்சி காரணமாக முன்வைக்கப்படுவதாக தோன்றலாம். ஆனால், அமலாக்கத்துறையின் செயல்பாடுகளை நாம் விரிவாகப் பேசி இருக்கிறோம். இன்னமும் நுணுகி ஆராய்ந்து பேச வேண்டும் என்றால் அதற்கு அண்மைக் காலத்தில் பல எடுத்துக்காட்டுகளைக் கூற முடியும். தமிழ்நாட்டில் நடக்கும் அமலாக்கத்துறை விசாரணையையே எடுத்துக்கொள்ளுங்கள். அமைச்சர் செந்தில் பாலாஜி அமலாக்கத்துறையால் கைது செய்யப்பட்டு சிறையில் உள்ளார். பிணையில் வெளியே வர முடியாத அளவிற்கு அவருக்கு அமலாக்கத்துறை பல இடையூறுகளை அளித்து வருகிறது. செந்தில் பாலாஜி வழக்கில், அவர் சார்பாக உயர்நீதிமன்றத்தில் வாதாடி வரும் மூத்த வழக்கறிஞர் கபில் சிபல் (ஒன்றிய முன்னாள் சட்டத்துறை அமைச்சரும் கூட) அமலாக்கத்துறை பா.ஜ.கவுக்காக செந்தில் பாலாஜியிடம் அரசியல் புரோக்கர் போல செயல்படுவதை, நீதிமன்றத்தில் வெளிச்சம் போட்டுக் காட்டியுள்ளார். பா.ஜ.கவில் சேர வேண்டும் என்று செந்தில் பாலாஜியிடம் அமலாக்கத்துறையினர் வற்புறுத்தியுள்ளனர்.

இது ஏதோ மக்கள் மன்றத்தில் கூறப்பட்ட கருத்தாக கடந்து போக முடியாது. சென்னை உயர் நீதிமன்றத்தில் நீதிபதிகள் முன்னிலையிலேயே மூத்த வழக்கறிஞர் கபில் சிபெல் இந்த வாதங்களை முன்வைத்துள்ளார். இதற்கு அமலாக்கத்துறையிடம் இருந்து திட்டவட்டமான மறுப்பு இதுவரை தெரிவிக்கப்படவில்லை.

அரசியல் ரீதியாக செந்தில் பாலாஜியைக் காப்பாற்றுவதற்காக இந்த வாதத்தை கபில் சிபெல் முன்

வைக்கிறார் என்று எடுத்துக்கொண்டாலும் கூட, செந்தில் பாலாஜியை அமலாக்கத்துறை கைது செய்துள்ளதன் பின்னணியைப் பார்த்தால், அரசியல் ரீதியான தப்பித்தலாக இந்த குற்றச்சாட்டை எடுக்க முடியாது. காரணம், செந்தில் பாலாஜி திமுகவில் சேர்ந்த பிறகு, ஈரோடு இடைத்தேர்தலில் பாஜக - அதிமுக சூழ்ச்சிகளை எல்லாம் முறியடித்து திமுக கூட்டணிக்கு வெற்றியைப் பெற்றுத் தந்த பிறகு அவர் கைது செய்யப்பட்டுள்ளார். மேற்கு தமிழ்நாட்டில் பாஜக அதிமுக தலைவர்கள் அரசியல் ரீதியாக தோல்வியைத் தழுவவும், மேற்கு மண்டலத்தில் அந்த கூட்டணி இனி வெற்றியே பெற முடியாது என்ற சூழலை செந்தில் பாலாஜி உருவாக்கிவிட்டதாலும் அவருக்கு எதிராக அமலாக்கத்துறையை மோடி ஏவிவிட்டுள்ளார்.

அதிமுக ஆட்சியில் ஜெயலலிதா அமைச்சரவையில் போக்குவரத்துத் துறை அமைச்சராக செந்தில் பாலாஜி பதவி வகித்த போது அவருக்கு நெருக்கமானவர்கள் போக்குவரத்து துறையில் வேலை வாங்கித் தருவதாக மோசடி செய்துள்ளனர் என்பது தான் செந்தில் பாலாஜி மீதான வழக்கின் பின்னணி. இந்த புகார் 2014-2015 ஆம் ஆண்டுல் ஜெயலலிதா உயிரோடு இருந்த போது வெளிவந்தது. ஆனால், இந்த புகார் மீது அமலாக்கத்துறை எப்போது நடவடிக்கை எடுக்கிறது என்று பாருங்கள், 2021ல் தான் இந்த வழக்கில் அமலாக்கத்துறையே உள்ளே வருகிறது. இந்த வழக்கில் சம்பந்தப்பட்டவர்கள் சமரசம் ஆகிவிட்டார்கள். வழக்கையும் உயர்நீதிமன்றம் ரத்து செய்துவிட்டது. ஆனாலும், ஈரோடு இடைத்தேர்தலில் பாஜக வாங்கிய அடி, 2024 நாடாளுமன்றத்தில் பாஜக வாங்கப் போகிற அடியை மனத்தில் வைத்து செய்தில் பாலாஜி கைது செய்யப்பட்டுள்ளார். மகாராஷ்டிராவில் சிவசேனா - தேசியவாத காங்கிரஸ் கூட்டணியை உடைப்பதற்காக அமலாக்கத்துறை பேரம் பேசுவதாக சஞ்சய் ராவத் கூறிய குற்றச்சாட்டையும், திமுகவை உடைக்கவேண்டும், அதனுடைய 2024 நாடாளுமன்ற தேர்தல் வெற்றியைத் தடுக்க வேண்டும் என்பதற்காக செந்தில் பாலாஜியை கைது செய்திருப்பதையும் பொறுத்திப் பார்க்கலாம்.

மற்றொரு விடயத்தையும் இந்த இடத்தில் பொறுத்திப் பார்க்கலாம். மோடியை வீட்டிற்கு அனுப்ப வேண்டும் என எதிர்க்கட்சிகள் ஒன்று திரண்டு களமாடி வருகின்றன. ஜுன் மாதம் 23 ஆம் தேதி எதிர்க்கட்சிகளின் கூட்டம் பீகார் தலைநகர் பாட்னாவில் நடைபெற்றது. அந்த கூட்டத்தில் திமுக பங்கேற்க கூடாது என்பதற்காகவும், இந்தியா கூட்டணியில் இருந்து தி.மு.க வெளியேறி, காங்கிரஸ் கட்சி உடனான கூட்டணியை முறிக்க வேண்டும் என்பதற்காக செந்தில் பாலாஜி மூலமாக அமலாக்கத்துறையைப் பயன்படுத்தி ஒன்றிய பிரதமர் மோடி ஏவிவிடுகிறார்.

அமலாக்கத்துறையின் அரசியல் பழிவாங்கல்:

இன்னமும் அமலாக்கத்துறை எப்படியெல்லாம் பாஜகவின் கிளை அமைப்பாகச் செயல்படுகிறது என்பதை உடைத்துப் பேச வேண்டும் என்றால், மோடிக்கு எதிராக தேசிய அணியைக் கட்டும் முனைப்பில் இருந்த அனைத்து மாநில கட்சிகளின் தலைவர்களும் இன்று அமலாக்கத்துறையால் பழிவாங்கப்படுகின்றனர். டெல்லி துணை முதலமைச்சர் மணீஷ் சிசோடியா சி.பி.ஐயால் கைது செய்யப்பட்டு சிறையில் இருக்கிறார். மதுபானக் கொள்முதல் கொள்கைத் தொடர்பான வழக்கில் மணீஷ் சிசோடியா சிக்க வைக்கப்பட்டு அமலாக்கத்துறையின் விசாரணைப்பிடியில் அவர் உள்ளார். தெலங்கானா முதலமைச்சர் சந்திர சேகர ராவின் மகள் கவிதா, ரயில்வே நில மோசடி வழக்கில் பீகார் முன்னாள் முதலமைச்சரும், இந்தியா கூட்டணியின் வலுவான அரசியல் தலைவருமான லாலு பிரசாத் யாதவ், ராப்ரி தேவி, பீகார் மாநில துணை முதலமைச்சர் தேஜஸ்வி யாதவ் உள்ளிட்டோரும் அமலாக்கத்துறையால் அரசியல் பழிவாங்கலுக்காக காத்திருக்கின்றனர். அமலாக்கத்துறையின் விசாரணை வளையத்தில் அவர்கள் உள்ளனர். இதே போல, காங்கிரஸ், தேசியவாத காங்கிரஸ், பகுஜன் சமாஜ் கட்சி, சமாஜ்வாதி, திரிணாமூல் காங்கிரஸ், தெலுங்கு தேசம், பாரதிய ராஷ்டிரிய சமிதி உள்ளிட்ட பல்வேறு மாநிலங்களின் அரசியல் தலைவர்களும் மத்திய புலனாய்வு முகமையின் விசாரணை வளையத்தில் இருக்கிறார்கள். இந்தியாவில் எதிர்க் கட்சி தலைவர்களை மட்டுமே குறிவைத்து மோடி

அமலாக்கத்துறையை ஏவிவிடுகிறார். மத்திய பிரதேச முதலமைச்சர் சிவராஜ்சிங் சௌகான், எடியூரப்பா உள்ளிட்ட பல தலைவர்கள் ஊழல் வழக்கில் சிக்கியுள்ளனர். அவர்கள் மீதெல்லாம் இதுவரை எந்த விசாரணை அமைப்பும் விசாரணை துவங்கவில்லை. 2023 மார்ச் மாதம் கர்நாடக பாஜக எம்.எல்.ஏ.வாக இருந்த மடல் விருபக்சப்பாவின் மகன் வீட்டில் நடத்தப்பட்ட சோதனையில் 6 கோடி ரூபாய் பணம் லோக் ஆயுக்தா காவலர்களால் கைப்பற்றப்பட்டது. அங்கு அமலாக்கத்துறை இதுவரை எட்டிக்கூட பார்க்கவில்லை.

தமிழ்நாட்டில், பாஜக உடன் கூட்டணி அமைத்துள்ள ஒரே காரணத்திற்காக அதிமுக தலைவர்கள் சி. விஜயபாஸ்கர், எம்.ஆர். விஜயபாஸ்கர், வேலுமணி, காமராஜ் உள்ளிட்ட யார் மீது இதுவரை அமலாக்கத்துறை எந்த நடவடிக்கையும் எடுக்கவில்லை. எடப்பாடி பழனிசாமி முதலமைச்சராக இருந்த போது தமிழ்நாடு தலைமைச் செயலகத்திலேயே சிபிஐ அதிரடி விசாரணை நடத்தியது. அந்த குட்கா வழக்கின் மீது அடுத்தக்கட்டமாக என்ன நடவடிக்கை எடுக்கப்பட்டுள்ளது? தலைமைச்செயலகத்தில் கைப்பற்றப்பட்ட ஆவணங்கள் மீது அமலாக்கத்துறையோ, சிபிஐயோ எடுத்த நடவடிக்கைகள் என்ன? அதிமுகவில் இருந்த போது செந்தில் பாலாஜி மீது பாயாத கைது நடவடிக்கை திமுகவிற்கு வந்தால் பாய்கிறது என்றால் அமலாக்கத்துறை முழுக்க முழுக்க அரசியல் காழ்ப்புணர்ச்சியுடன் தான் செயல்படுகிறது என்பது தெளிவாகவில்லையா?

10
மோடியின் கதாநாயக பிம்பமும் சர்வாதிகாரத்தனமும்

இந்தியாவில் பக்தி அல்லது வீர வழிபாடு என்ற பாதை அதன் அரசியலில் உலகின் வேறு எந்த நாட்டின் அரசியலிலும் வகிக்கும் பாத்திரத்திற்கு நிகரற்ற பங்கை வகிக்கிறது. மதத்தில் பக்தி ஒரு ஆன்மாவின் இரட்சிப்புக்கான பாதையாக இருக்கலாம். ஆனால், அரசியலில் பக்தி அல்லது வீர வழிபாடு, சீரழிவிற்கும் இறுதியில் சர்வாதிகாரத்திற்கும் உறுதியான பாதையாக அமையும் – சட்ட மேதை பி.ஆர். அம்பேத்கர்

அம்பேத்கர் ஒரு நாட்டின் நாயக பிம்பம் அல்லது சூப்பர் மேன் பவர் கொண்ட நபராக தங்களைக் காட்டிக்கொள்ளும் தலைவர்கள் இருக்கும் ஒரு நாடானது சர்வாதிகாரப் பாதையை நோக்கிச் செல்கிறது என்கிறார். உலகின் எந்த நாட்டின் தலைவர்களுடனும் ஒப்பிட முடியாத அளவிற்கு அம்பேத்கரின் இந்த கூற்றானது இந்தியாவில் மோடியை நேரடியாக சுட்டுவதாக உள்ளது. மோடி போன்ற ஒரு சுய தம்பட்டம் அடிக்கக் கூடிய தலைவர்கள், அல்லது நாயக

பிம்பமாக சித்தரிக்கக் கூடிய தலைவர்கள் உலகிலேயே இன்று இல்லை. சீனாவின் ஜீஜின்பிங், அமெரிக்காவின் டிரம்ப் உள்ளிட்டவர்கள் தான் ஆளுமையான சக்திகளாக அவர்களை பின்பற்றப்படுபவர்களால் முன்னிறுத்தப்படுகிறார்கள். ஆனால், இவர்கள் அனைவரையும்விட அசுர சக்தி படைத்தவராக மோடியை ஆர்.எஸ்.எஸ். பக்தர்களும், பாஜகவை பின்பற்றுபவர்களும் ஒரு நாயக வழிபாட்டுடனேயே அணுகுகிறார்கள். ரஷ்யா – உக்ரைன் போர் நடந்தால் அதனை நிறுத்தக் கூடிய சக்தி மோடிக்கு மட்டும் தான் உள்ளது என்கிறார்கள். இந்தியாவின் பொருளாதாரம் சரிந்தால் அதனையும் மோடி உயர்த்திக்காட்டுவார் என்கிறார்கள். வட கிழக்கு மாநிலத்தில் சீனாவில் ஆக்கிரமிப்பு அதிகரித்துக்கொண்டே சென்றாலும் கூட, மோடி பிரதமராக பொறுப்பேற்ற பிறகு இந்தியாவைக் கண்டு சீனா அச்சம் அடைந்துள்ளது அதற்குக் காரணம் மோடி என கூறுகின்றனர். கொரோனா பெருந்தொற்றுக் காலத்தில் மோடி எதையும் செய்யவில்லை என்றாலும் கூட மோடியால் தான் இந்தியா கொரோனா பெருந்தொற்றில் இருந்து மீண்டதாக கூறி மோடியை ஒரு மீட்பராகச் சித்தரிக்கின்றனர். மோடியின் காலத்தில் வாழ்தல் என்பது ஒரு சர்வாதிகாரியின் காலத்தில் வாழ்வதற்கு சமம். ஆனால், இந்தியாவில் மோடியைப் பின்பற்றுபவர்கள் மோடியின் நாயக பிம்பத்தில் விழுந்து, அறியாமை இருளில் மூழ்கியுள்ளனர்.

மோடியின் மீதான இந்த நாயக பிம்பம் அவரால் கட்டமைக்கப்பட்டது. இந்தப் பிம்பத்தை அவரது ஆதரவாளர்கள் கெட்டியாக பிடித்துக்கொண்டனர். ஒரு சர்வாதிகாரிக்கான நாயக பிம்பத்தோடு தான் மோடி இன்றைக்கு உலக அரங்கில் வலம் வந்துகொண்டு உள்ளார்.

மோடி தனது 10 ஆண்டு கால ஆட்சியில் உருவாக்கிய பிம்பங்கள் படிப்படியாக அவரை சர்வாதிகார நிலையை நோக்கி நகர்த்தியுள்ளதை வரலாற்று ஆய்வாளர்கள் இதற்கு முன்பு இருந்த சர்வாதிகாரிகளின் பிம்பத்தோடு ஒப்பிட்டு புரிந்து கொள்ளலாம். மோடி மீது தனிப்பட்ட ரீதியிலான காழ்ப்புணர்ச்சியின் வெளிப்பாடாக இந்த விமர்சனம் முன்வைக்கப்படவில்லை. மாறாக, இந்தியாவின் ஒன்றிய

பிரதமராக மோடி முன்வைக்கப்பட்ட நாளில் இருந்து அவர் ஒரு தேநீர் விற்பவராக தொடங்குகிறார். குஜராத் தொடர் வண்டி நிலையத்தில், தேநீர் விற்ற மோடி, கோத்ரா தொடர் வண்டியை எரித்து ஒரு பாசிச முகமாக மாறினார். பின்னாளில், 2014 ஆம் ஆண்டு மோடி இந்த சர்வாதிகார முகத்தின் பிம்பமாகவே உருவாகிவிட்டார். மோடி ஆட்சி காலத்தில், காஷ்மீர் சிறப்பு தகுதி ரத்து செய்யப்பட்டது. காஷ்மீர் ரத்தக் காடாக மாறிப்போனது. வட கிழக்கு மாநிலமான மணிப்பூரில் குக்கி இன மக்கள் துரத்தித் துரத்தி வேட்டையாடப்பட்டார்கள். அப்பொழுதெல்லாம் ஒரு சர்வாதிகாரிக்கே உரிய சிரிப்போடு மோடி இருந்தார். ரோமின் நீரோ மன்னன் போலவே மோடி காட்சி அளித்தார். ஆக்சிசனுக்காக இந்திய மக்கள் தள்ளாடிக்கொண்டு, உயிரைக் கையில் பிடித்துக்கொண்டு ஓடிக்கொண்டிருந்த போது மோடி யோகா செய்வது எப்படி என்று வகுப்பெடுத்துக்கொண்டிருந்தார். ஊரடங்கு காலக்கட்டத்தில் இந்தியர்கள் உயிரை கொரோனா குடித்துக்கொண்டிருந்த போது மோடி என்ன செய்து கொண்டிருந்தார் என்பது இதுவரை ஆய்வுக்கு உட்படுத்தப்பட வேண்டிய விவகாரம்.

மோடியின் பிம்பமானது ஒவ்வொரு காலக்கட்டத்திலும் ஒவ்வொரு வகையாக கட்டமைக்கப்பட்டுள்ளது. அந்த பிம்பங்கள் அனைத்தும் அவரை மனசாட்சியற்ற சர்வாதிகாரி என்பதை நிரூபித்துள்ளது.

ஹிட்லர் – முசோலினி – மோடி:

ஹிட்லர், முசோலினி வரிசையில் மோடியையும் காலம் சர்வாதிகாரிக்கான கதாபாத்திரமாக கட்டமைத்துள்ளது. தொடக்கத்தில், இத்தாலியும், ஜெர்மனியில் ஹிட்லரும் மக்களின் ஆதரவோடுதான் அமோகமான வெற்றியைப் பெற்றார்கள். 2014 நாடாளுமன்றத் தேர்தலில் மோடியும் அப்படித்தான் ஒரு வெற்றியைப் பெற்றார். யூதர்களுக்கு எதிராக ஹிட்லர் இருந்தது போல இஸ்லாமியர்கள், சிறுபான்மையினருக்கு எதிரான அரசியலை முதன்மைப்படுத்தி வாக்குகளைப் பெற்றுதான் மோடியும் அரசியல் அரங்கில் அமோக வெற்றியை ஈட்டினார். ஹிட்லர் தான் உயிரோடு வாழ்ந்த கால கட்டத்திலேயே அவருக்கு விளையாட்டுத் திடல்

கட்டப்பட்டது. மோடிக்கும் அப்படித்தான். 2023 இன்றைய நிலவரப்படி, உலகில் எந்த ஒரு நாட்டின் தலைவரும் மோடி அளவிற்கு சர்வ வல்லமை பொருந்திய தலைவராக சங்கிகள் போன்ற வலதுசாரிகளால் கொண்டாடப்படவில்லை. மோடியால் செய்ய முடியாதது எதுவுமே இல்லை என்று வலதுசாரிகள் அவரைக் கொண்டாடுகின்றனர்.

கொரோனா இந்தியாவில் உச்சத்தில் இருந்த 2021 காலக்கட்டத்தில் மக்கள் கொத்துக்கொத்தாக செத்துக்கொண்டு இருந்தார்கள். தடுப்பு நடவடிக்கைகள் தீவிரப்படுத்தப்பட்டே ஆக வேண்டிய நிர்பந்தம். இந்தியாவில் உள்ள மாநில அரசுகள் கொரோனா தடுப்பு மருந்திற்காகவும் ஆக்சிசன் தட்டுப்பாட்டைப் போக்கவும் ஒன்றிய அரசிடம் கையேந்தி நின்றன. ஆனால், மோடி, பூஸ்டர் தடுப்பூசி போட்டவர்களுக்கு வழங்கப்பட்ட ரசீதில் தனது புகைப்படத்தை இணைத்து அரசியல் செய்தார். மக்கள் செத்துக்கொண்டு இருக்கும் போது ஒருவன் தனது பிம்பத்தை உயர்த்திக்கொள்ளத் துடிக்கிறான் என்றால் அவன் தானே உண்மையான சர்வாதிகாரியாக இருக்க முடியும். அந்த அடிப்படையில், உலகின் எந்த ஒரு நாட்டின் பிரதமர்களோ, ஆட்சியின் உச்சத்தில் இருப்பவர்களோ செய்யாத ஒரு கீழ்த்தரமான பிம்ப கட்டமைப்பை மோடி செய்தார்.

இந்தியாவில் அறிவிக்கப்படாத எமர்ஜென்சி நடந்து கொண்டு இருப்பதை வரலாற்று ஆய்வாளர்கள் நன்கு உணர்ந்துள்ளனர். ஆனால், இத்தனை கலவரங்களுக்கு மத்தியிலும் மோடி தனது பிம்பத்தை சிதையாமல் பார்த்துக்கொள்கிறார். மணிப்பூர் நகரமே பற்றி எரிந்த போது, நாடாளுமன்றத்தில் மோடி பேசியே ஆக வேண்டும் என்று எதிர்க்கட்சிகள் கூக்குரல் இட்டன. இந்தியாவின் பல்வேறு மாநிலங்களில் இருந்து அரசியல் கட்சிகள் மோடி வாய் திறக்க வேண்டும் என வலியுறுத்தினர். மணிப்பூரைச் சேர்ந்த 11 கட்சிகளின் தலைவர்கள், சட்டமன்ற உறுப்பினர்கள் மோடியையும் அமித்ஷாவையும் பார்க்க வேண்டும் என தலைநகர் தில்லியிலேயே காத்திருந்து, பார்க்க முடியாமல் திரும்பினர். கடைசி வரை மோடி வாய் திறக்காததால், மோடி அரசு மீது நம்பிக்கையில்லா தீர்மானம் கொண்டு

வரப்பட்டது. அப்போதாவது மணிப்பூர் கலவரத்தைப் பற்றி மோடி பேசுவார் என்று எதிர்க்கட்சிகள் நம்பின. ஆனால், மோடி என்ன செய்தார். ஒரு சர்வாதிகாரிக்கே உரிய லட்சனத்தோடு நாடாளுமன்றத்திற்கு வந்து, காங்கிரஸ், திமுக உள்ளிட்ட கட்சிகளை தனிப்பட்ட ரீதியில் தாக்கிப் பேசினார். பற்றி எரிந்த மணிப்பூர் இந்தியாவிலேயே என்ற தோரணையில் மோடி நடந்துகொண்ட விதம் தான் அவரை சர்வாதிகாரி என்பதை உறுதிபடுத்தியது.

சர்வாதிகார பேச்சாளர் மோடி:

ஆர்.எஸ்.எஸ். அமைப்பால் இளம் வயதிலிருந்து வளர்க்கப்பட்டவர் மோடி என்பது நம் அனைவருக்கும் தெரியும். இந்திய அரசியலிலும் சமூகத்திலும் இந்து பெரும்பான்மைவாதம் அதிகரித்து வருவதால், இந்துக்கள் மற்றும் இந்து மதத்தின் மாபெரும் மீட்பராக மோடி கருதப்படுகிறார். கடுமையான இந்துப் பேரினவாத அமைப்பான ராஷ்ட்ரிய ஸ்வயம்சேவக் சங்கத்தில் (RSS) வளர்க்கப்பட்ட மோடி, இந்தியாவின் கடந்த கால ஆட்சியாளர்களான முஸ்லீம் மற்றும் ஆங்கிலேயர்களை அடிக்கடி கேலி செய்கிறார். ஆயிரம் ஆண்டுகால அடிமைத்தனத்தில் இருந்து நாட்டை மீட்பது பற்றியும், இந்தியாவின் மிகவும் தாமதமான தேசிய மற்றும் நாகரிக மறுமலர்ச்சியை ஏற்படுத்துவது பற்றியும் அவர் பேசுகிறார். ஜனநாயக நாடாக இந்தியாவைக் கட்டமைத்துவிட்டுச் சென்ற சுதந்திரப் போராட்ட வீரர்களின் தியாகத்தை இந்திய சுதந்திரத்திற்கு எந்த வகையிலும் பங்களிப்பே செய்யாத ஆர்.எஸ்.எஸ். அமைப்பின் கர சேவகர் மோடி ஒவ்வொரு சுதந்திர தின விழா கொண்டாட்டத்தின் போது தன்னை ஒரு மீட்பராக வலதுசாரிகள் முன்பு காட்டிக்கொள்கிறார்.

மோடிக்கு கீழ் தான் எல்லாம்:

மோடி என்ற மனிதருக்கு முன்னால் எல்லாம் ஒரு தூசாக மட்டுமே அவரால் கருதப்படுகிறது. 13 ஆண்டுகள் குஜராத் முதலமைச்சராக இருந்த போதும் சரி, 9 ஆண்டுகள் ஒன்றிய பிரதமராக மோடி இருந்த போதும் சரி, அவருக்கு மேல் யாருமே இருக்கக் கூடாது என்று நினைப்பவர். பாஜகவின்

வளர்ச்சிக்கு பல ஆண்டுகள் பாடுபட்ட பாஜகவின் பல மூத்த தலைவர்கள் மோடி வந்த பிறகு காணாமல் போனார்கள். ஒன்றிய அரசின் துணை பிரதமராக இருந்த அத்வானியை ஒரு மேடையில் மோடி அவமரியாதை செய்த காட்சிகள் இன்றும் சமூக வலைதளத்தில் வலம் வருகின்றன. முரளி மனோகர் ஜோஷி, அருண் ஜெட்லி என்று மோடியால் வேட்டையாடப்பட்ட பாஜக மூத்த தலைவர்களின் பட்டியல் மிக நீண்டது. பாஜக என்ற கட்சியில் அமித்ஷாவுக்கு அடுத்து தேசிய தலைமையை ஏற்ற ஜே.பி. நட்டா ஒரு தொண்டர் போலத்தான் இன்றும் இருந்து கொண்டு இருக்கிறார். மோடிக்கு நிகர் மோடி மட்டுமே என்ற எண்ணத்துடன் ஒரு சர்வாதிகாரியாகத்தான் மோடி வலம் வருகிறார். ரமண் சிங், சிவராஜ் சிங் சௌகான், வசுந்தரராஜே சிந்தியா, அனந்தி பென் பட்டேன், தேவேந்திர பட்னாவிஸ், எடியூரப்பா ஆகியோர் மோடி காலத்தில் முதலமைச்சர்களாக இருந்தாலும் கூட அவர்களுக்கான அங்கீகாரமோ உரிய மரியாதையோ மோடியால் தரப்பட்டது இல்லை. பாஜக ஆளும் மாநிலங்களில் யார் முதலமைச்சர்களாக நியமிக்கப்பட வேண்டும் என்பதை மோடி - ஷா கூட்டணி தான் தீர்மானிக்கிறது. அந்த அளவிற்கு சர்வாதிகாரத்துடன் தான் மோடி செயல்பட்டுக்கொண்டு இருக்கிறார்.

மோடி அமைச்சரவையில் உள்ள எந்த அமைச்சர்களுக்குமே பேச்சு சுதந்திரம் மறுக்கப்பட்டுள்ளது. சுயமாக முடிவெடுக்கும் திறனை மோடி அமைச்சரவை சகாக்கள் இழந்துள்ளனர்.

சர்வாதிகாரத்துடன் மசோதாக்கள் நிறைவேற்றம்:

விவாதமே இன்றி அவசர அவசரமாக மசோதாக்கள் நிறைவேற்றப்படுகின்றன. 2023 ஜூலை 20 ஆம் தேதி தொடங்கி ஆகஸ்ட் 11 வரை பழைய நாடாளுமன்ற வளாகத்தில் நடைபெற்றது. 23 நாட்கள் நடைபெற்ற இந்த கூட்டத்தொடரில் மொத்தம் 23 மசோதாக்கள் இரு அவைகளிலும் நிறைவேற்றப்பட்டுள்ளன. வெறும் 17 அமர்வுகளில் இந்த மசோதாக்கள் நிறைவேற்றப்பட்டுள்ளன.

இதில், 20 மசோதாக்கள் ஒரு மணி நேரத்திற்கும் குறைவான நேரத்திலேயே விவாதித்து நிறைவேற்றப்பட்டன. அதிலும்,

டெல்லியில் துணைநிலை ஆளுநர் விருப்ப அதிகாரங்களை விரிவுபடுத்தும் மசோதா, கனிமங்கள் மற்றும் சுரங்கங்கள் (மேம்பாடு - ஒழுங்குமுறை) திருத்த மசோதா, தனிப்பட்ட தரவுகளை ஒழுங்குபடுத்துதல் மசோதா ஆகிய மசோதாக்கள் அறிமுகப்படுத்தப்பட்ட வெறும் ஏழு நாட்களுக்குள் படித்து கருத்துகள் தெரிவிக்கக் கூட கால அவகாசம் பெரிதும் தராமல் நிறைவேற்றப்பட்டன. அனுசந்தன் தேசிய ஆராய்ச்சி அறக்கட்டளை மசோதா, அறிமுகப்படுத்தப்பட்ட ஐந்து நாட்களுக்குள் நிறைவேற்றப்பட்டுள்ளது.

இந்திய மேலாண்மை நிறுவனங்கள்மிவிவி (திருத்தம்) மசோதா, சேவைகளுக்கு இடையேயான அமைப்பு ISO (கட்டளை, கட்டுப்பாடு, ஒழுக்கம்) மசோதா உட்பட ஒன்பது மசோதாக்கள் மக்களவையில் 20 நிமிடங்களில் நிறைவேற்றப்பட்டன. தேசிய செவிலியர் மற்றும் மருத்துவ ஆராய்ச்சி ஆணையம் மற்றும் தேசிய பல் மருத்துவ ஆணையத்தை உருவாக்குவதற்கான மசோதாக்கள் வெறும் மூன்று நிமிடங்களில் மக்களவையில் விவாதிக்கப்பட்டு நிறைவேற்றப்பட்டன. சிநிஷிஜி மற்றும் மிநிஷிஜி திருத்த மசோதாக்கள் மக்களவையில் இரண்டு நிமிடங்களில் ஒரே நேரத்தில் நிறைவேற்றப்பட்டன.

மக்கள் விரோத - கார்ப்பரேட் நலன் சார்ந்த மசோதாக்கள், நாட்டிற்கும் இயற்கைக்கும் பேராபத்தை விளைவிக்கும் மசோதாக்கள், மாநில உரிமையை கேள்விக்குள்ளாக்கும் மசோதாக்கள் என மிக முக்கியத்துவம் வாய்ந்த மசோதாக்கள் கார்ப்பரேட் - காவி பாசிச சக்திகளின் திட்டப்படி எந்தவித விவாதங்களும் நடத்தப்படாமல் அவசரகதியில் நிறைவேற்றப்பட்டுள்ளன.

ஒரு மசோதா, அறிமுகத்திற்குப் பிறகு, வழக்கமாக ஒரு நிலைக்குழு மதிப்பாய்வுக்காக அனுப்பப்படும். நாடாளுமன்ற நிலைக் குழு தனது அறிக்கையை சமர்ப்பித்தவுடன், மசோதா பரிசீலனை மற்றும் நிறைவேற்ற திட்டமிடப்படும். ஒவ்வொரு சபையின் வணிக ஆலோசனைக் குழுதலைவரின் தலைமையிலான பல கட்சிக் குழுஅதன் விவாதத்திற்கு நேரத்தை ஒதுக்கி விவாதம் நடைபெறும். பொதுவாக, ஒரு மசோதா மீது விவாதிப்பதற்கு ஒன்று முதல் மூன்று மணி

நேரம் வரை ஒதுக்கப்படும். இருப்பினும், மோடி ஆட்சியில், மிகக் குறைவான மசோதாக்கள் அவை மறுஆய்வுக்கு அனுப்பப்பட்டுள்ளன. மசோதாக்களை விவாதத்திற்கே எடுத்துக்கொள்ளாமல், அவற்றை அவசர அவசரமாக நிறைவேற்றி இந்தியாவின் ஜனநாயகத்தை, நாடாளுமன்ற மாண்பை சீர்குலைக்கும் சர்வாதிகாரியாக மோடி இருக்கிறார்.

11

சலுகைசார் பொருளாதாரம் : மோடியின் நயவஞ்சக ஆட்சி

மோடி ஒன்றிய பிரதம வேட்பாளராக முன்னிறுத்தப்பட்ட நாளில் இருந்தே குஜராத் மாடல் என்ற ஒரு கட்டமைப்பும் உடன் பரப்பப்பட்டது. மோடி தன்னை ஒரு தேநீர் விற்பவராக காட்டிக்கொண்டும், குஜராத்தின் வளர்ச்சியை எளிய மக்களின் பக்கத்தில் இருந்து கட்டமைத்ததாக நூதன பொய்யைக் கூறிக்கொண்டே வந்தார். உண்மையில் மோடியின் பொருளாதாரக் கட்டமைப்பு என்பது தேநீர் விற்பவர்களுக்கானது அல்ல. மாறாக, அது பெரு முதலாளிகளுக்கானது. ஒரு வகையில், மோடியின் பொருளாதார கொள்கை குரோனி கேப்டலிசத்தைச் சார்ந்தது. தமிழில் சொல்ல வேண்டுமென்றால் சலுகைசார் பொருளாதாரக் கட்டமைப்பையே மோடி இந்தியாவில் உருவாக்கியுள்ளார்.

அம்பானி, அதானி போன்ற சொத்துப்படைத்த முதலாளிகளுக்கு வரி விலக்கு, ஆயிரக்கணக்கான கோடி ரூபாய் வங்கிக் கடன், தொழில் தொடங்க உரிமங்கள் வழங்குதல், அரசின் நிலங்களை, இயற்கை வளங்களை,

கனிம வளங்களை முறை தவறி எடுக்க பெருமுதலாளிகளுக்கு அனுமதி அளிப்பதுதான் இந்த சலுகைசார் பொருளாதாரம். மோடியும் இந்த சலுகை சார் பொருளாதாரத்தை தான் தனது 10 ஆண்டு கால ஆட்சியில் மிகத் தீவிரமாக நடைமுறைப்படுத்தி வருகிறார். இதற்காகத்தான் நாடாளுமன்றத்தில் மசோதாக்கள் திருத்தப்படுகின்றனர். எதிர்க்கட்சிகள் முடக்கப்படுகின்றன. மக்களை ஏமாற்றி வளங்கள் கொள்ளை அடிக்கப்படுகின்றன. வங்கிகள் திவால் ஆனாலும் அதைப் பற்றிக் கவலைப்படாமல் பெருமுதலாளிகளுக்கு வங்கிக் கடன் வாரி இறைக்கப்படுகிறது. பெரு முதலாளிகள் வங்கிக் கடன் செலுத்தவில்லை என்றாலும் கூட அவர்கள் மீது நடவடிக்கை எடுக்காமல் அவர்களின் வங்கிக் கடன் ரத்து செய்யப்படுகிறது. நீரவ் மோடி, விஜய் மல்லையா போன்ற பெருமுதலாளிகள் மக்களின் வங்கிப் பணத்தைத் திருடிக்கொண்டு ஓடினாலும் அவர்களை மீட்டு வந்து அவர்கள் பெற்ற வங்கிக் கடனை வசூலிக்க முடியாத ஆளுமையாகத்தான் மோடி இருக்கிறார்.

2014 ஆம் ஆண்டு மோடி பரப்புரைக் கூட்டங்களில் கூறிய கருத்துக்கள் என்ன? நான் ஒன்றிய பிரதமராக தேர்ந்தெடுக்கப்பட்டால், கருப்பு பணத்தைப் பதுக்கி வைத்திருப்பவர்கள் அச்சமடைவார்கள். எங்கே மோடி வந்துவிட்டால் நமது பதுக்கிய பணம் எல்லாம் அவர் எடுத்து மக்களிடம் கொடுத்துவிடுவாரோ என்று அச்சம் அடைந்துள்ளதாகக் கூறினார். அத்துடன், இந்தியாவிற்காக மோடியின் பார்வை என்ற பெயரில் பாஜக ஒரு மாநாட்டையும் 2014ல் நடத்தியது. 100 சுறுசுறுப்பான நகரங்களை உருவாக்குதல். நதிகளை ஒன்றிணைப்பது, சுவிஸ் வங்கியில் முடங்கியுள்ள கருப்புப் பணத்தை நாட்டிற்கு கொண்டு வருவது. இந்திய ரயில்வே துறையை நவீனப்படுத்தும் வகையில் புல்லட் ரயில்களை அறிமுகப்படுத்துவது. வேலை உருவாக்கம் என மோடியின் பார்வை விசாலமாக இருப்பதாக காட்டப்பட்டது. பத்து ஆண்டுகள் கழித்து இந்திய குடிமக்கள் திரும்பி பார்த்தால் இந்தியாவிற்கான மோடி பார்வையானது பார்வை இழந்து இருக்கிறது. இந்த மோடியின் திட்டங்கள் எல்லாம் குஜராத் மாடல் ஆட்சியோடு தான் ஒப்பிட்டு விளக்கப்பட்டது.

உண்மையில் குஜராத் மாடல் ஆட்சி என்பது பெருமுதலாளிகளுக்கான சலுகைசார் பொருளாதார மாடல் தான். அது, சிறுகுறு விவசாயிகளின் வளர்ச்சியை உள்ளடக்கிய மாடலாக இல்லை. குஜராத்தில் முதலமைச்சராக ஆட்சி செய்த போதும், இந்தியாவின் ஒன்றிய பிரதமராக மோடி ஆட்சி செய்த காலங்களிலும் பெரு முதலாளிகளின் தொழில்வளத்தை முன்னேற்றுவதையே மோடி தனது குறிக்கோளாக கொண்டிருக்கிறார்.

குஜராத் மாநிலத்தை எடுத்துக்கொள்ளுங்கள், மோடி ஆட்சி செய்த 13 ஆண்டுகளில், விவசாயத்திற்கும் உணவு மானியத்திற்கும் செலவிடுவதைக் காட்டிலும் 10 மடங்கு அதிகமாகவே மாநிலத்தின் முதலீட்டை அதிகரிப்பதற்கு மோடி செலவிட்டார். நடுத்தர மற்றும் பெரிய தொழில் துறைக்கான விற்பனை வரிக்கான மானியம் 1999-2000 அதே போல், 2006-2007க்கு இடைப்பட்ட காலங்களில் மட்டும் குஜராத் மாநிலத்தின் விற்பனை வரி வருமானத்தில் நான்கில் மூன்று பகுதியாக இருந்தது. கூடுதலாக தொழில் துறைக்கான மானியமானது அதன் அளவைப் பொருத்து உயர்ந்தது. ஐந்து கோடியை மூலதனமாகக் கொண்டு முதலீடு செய்யும் நிறுவனங்களிலிருந்து மானியத்தை மோடி தொடங்கினார். அதிலிருந்து அதிகமாக நூறு கோடியை அதனைத் தாண்டி மெகா தொழில் திட்டங்கள், ஆயிரம் கோடி அல்லது அதற்கு மேல் முதலீடு செய்ய மானியம் அதிகரித்துக்கொண்டே சென்றது. அதிகாரப்பூர் தகவலின் படி குஜராத்தில் தொழில் தொடங்கும் பெருநிறுவனங்களுக்கு உள்கட்டமைப்பு திட்டங்களு மானியமும் ஊக்கத் தொகையும் மொத்த மாநில திட்டத்தில் 40 சதவிகிதமாக இருந்தது. அதே நேரத்தில் சிறு மற்றும் நடுத்தர தொழில் நிறுவனங்களுக்கு வழங்கப்பட்ட ஊக்கத்தொகை வெறும் 2.3 சதவிகிதமாக மட்டுமே இருந்தது. பெரு நிறுவனங்களுக்கு 40 சதவிகிதம் மானியம் கொடுத்த மோடி சிறுகுறு நிறுவனங்களுக்கு 2.3 சதவிகிதம் மட்டுமே மானியம் கொடுத்தார் என்பதில் தொடங்குகிறது மோடியின் குஜராத் மாடலின் நம்பகத்தன்மை.

குஜராத் மாநில முதலமைச்சராக மோடி இருந்த போது பல முன்னணி நிறுவனங்கள் குஜராத்தில் தொழில் தொடங்க

பெரு விருப்பம் கொண்டிருந்தன. அதானி குழுமம் குஜராத்தின் வளங்களையும் அரசு, அரசு அதிகாரிகளின் சலுகைகள், குஜராத்தின் கனிமவளங்கள் ஆகியவற்றைத் திருடி தான் தனது மூலதனத்தைப் பெருக்கிக் கொண்டது. பெரிய தொழில் நிறுவனங்களும் இப்படி குஜராத்தின் வளங்களைச் சூறையாடி தான் தனது மூலதன வளத்தை பெருக்கின. இந்தியாவின் வளங்களை சூறையாடிக் கொழுப்பதால் தான் தொடர்ச்சியாக மோடியே ஆட்சிக்கு வர வேண்டும் என பெருமுதலாளிகள் மோடிக்கு உதவுகின்றனர். அதற்காகவே, கணக்கில் காட்டப்படாத பணம் பாசகவிற்கு வாரி இறைக்கப்படுகிறது. குஜராத்தில் எப்படி சிறு குறு நிறுவனங்கள் தேங்கி நிற்கிறதோ அப்படித்தான் இந்தியாவில் ஜி.எஸ்.டி போன்றவற்றை அமல்படுத்தி மாநில தொழில் துறையை மோடி நடுத்தெருவில் நிறுத்தியுள்ளார். குஜராத்தின் முதலமைச்சராக மோடி இருந்த கடைசி பத்து ஆண்டுகளில் அம்மாநிலத்தின் மொத்த உள்நாட்டு உற்பத்தியானது 10.8 சதவிகிதமாக இருந்தது. அதே சமயத்தில் இந்தியாவின் சராசரி உள்நாட்டு உற்பத்தியானது 7.7 சதவிகிதமாக இருந்தது. அந்த மாநிலத்தின் சிறுகுறு நடுத்தர துறைகள் செழிக்கவில்லை. நட்டத்தையே சந்தித்தன. கூலி உழைப்பாளர்கள் அதிகரித்தனர். இந்தியாவின் பொருளாதாரம் வளர்ச்சிப்பாதையை நோக்கிச் செல்வதற்கு மோடியின் குஜராத் மாடல் ஆட்சி பெரிய தடையாக இருந்தது.

பெட்ரோலிய சுத்திகரிப்பு என்ற ஒரே ஒரு துறையில் இருந்து மட்டுமே மாநிலத்தின் பொருளாதாரம் கட்டமைக்கப்பட்டது. 2000-2001 காலக்கட்டத்தில், பெட்ரோலிய சுத்திகரிப்பு மூலம் மட்டுமே குஜராத் மாநிலத்தின் பங்கானது 4 சதவிகிதமாக இருந்து பத்து வருடங்களில் 25 சதவிகிதமாக உயர்ந்தது. ஜாம்நகரில் உள்ள கடற்கரை சார்ந்த சுத்திகரிப்பு ஆலைகளான ரிலையன்ஸ் மற்றும் சார் என்ற இரண்டே இரண்டு சுத்திகரிப்பு ஆலைகள் இருந்து மட்டுமே இந்த பொருளாதாரமானது கட்டமைக்கப்பட்டது.

நாட்டின் சுத்திகரிக்கும் திறன் மூன்றாக இருக்கும் போது அதில் இரண்டு முற்றிலும் ஏற்றுமதி சார்ந்தவையாக ஜாம்நகரில் உள்ளது. ரிலையன்ஸ் ஒரு வருடத்தில் 60 மில்லியன் டன்

எண்ணெய் சுத்திகரிப்பு செய்யும் திறன் பெற்றிருந்தது. ஈசர் அதில் மூன்றில் ஒரு பங்கு திறனைக் கொண்டிருந்தது. குஜராத்தின் முதலமைச்சராக மோடி இருந்த கடைசி ஆண்டில் மட்டும் சுத்திகரிப்பு ஆலையிலிருந்து ஏற்றுமதி 2,39,000 கோடி. ஆனால், ஆலை அமைந்திருக்கக் கூடிய பகுதிகளில் வேலைவாய்ப்பு, வணிகம், துணைத் தொழில் துறைகளுக்காகவும் ஏற்றுமதி சார்ந்த மூலதன உற்பத்தியும், உற்பத்தி பெருக்கம் உள்ளிட்டவை நடைமுறையில் இல்லை. அதே சமயம், மாநிலத்தின் உள்நாட்டு உற்பத்தியானது பெரிய அளவில் வளர்ச்சியைக் கண்டது. மிகவும் எளிமையாகச் சொல்வதென்றால், சிறுகுறு தொழில்களை முடக்கிப் போட்டு, சாமானியர்களின் வேலைவாய்ப்பை முறித்து, விவசாயிகளுக்கான பொருளாதாரக் கட்டமைப்பை சுக்குநூறாக நொறுக்கிவிட்டு மோடி எண்ணெய் நிறுவனங்களின் மூலமாக குஜராத்தின் உள்நாட்டு உற்பத்தியைப் பெருக்கினார். அதே சமயம், குஜராத் மாநிலத்தின் வளர்ச்சிக்காக மோடி எந்த ஒரு புதிய முயற்சிகளையும் முன்னெடுக்கவில்லை. அரசு வழங்கக் கூடிய சலுகைகளில் எண்ணெய் சுத்திகரிப்பு நிலையத்தைத் தொடங்கும் தனியார் நிறுவனங்கள், குஜராத்தின் வளங்களைச் சுரண்டிக்கொண்டு தங்களின் மூலதனத்தைப் பெருக்கும் ஒரு கேந்திரமாக மட்டுமே வளர்ச்சி அடைந்து நின்றது.

மோடியின் குஜராத் அரசானது தொழில்துறை திட்டங்களைத் தொடங்குவதற்கு சந்தேகத்திற்கு இடமில்லாமல் நிலங்களை வாரி வழங்கியது. குஜராத் மாநிலத்தின் முதலமைச்சராக மோடி இருந்த போது மாநில வருவாய் துறை அமைச்சராக அனந்திபென் படேல் இருந்தார். சட்டமன்றத்தின் ஒரு கூட்டத்தொடரில் பேசிய அனந்திபென் படேல், 5,465 ஹெக்டேர் நிலம் அதானி குழும நிறுவனங்களுக்கு மொத்தமாக 60 கோடி ரூபாய்க்கு வழங்கியுள்ளதாக பெருமைப் பட்டார். தொழில் துறை தொடங்குவதற்கு ஒரு ஹெக்டேர் நிலமானது சந்தை மதிப்பில் பல ஆயிரம் கோடி கொடுக்க வேண்டும் ஆனால், மோடி அரசோ ஒரு ஹெக்டேர் நிலத்தை வெறும் 10,000 ரூபாய்க்கு மட்டும் கொடுத்து 1000 மடங்கு அரசுக்கு இழப்பு ஏற்படுத்தி மக்களை ஏமாற்றியது.

மோடியின் குஜராத் மாடல் ஆட்சியின் மற்றொரு சாதனை மையில் கல்லானது. டாட்டாவின் நேனோ கார் திட்டத்திற்காக 960 ஹெக்டேர் நிலங்களை அகமதாபாத் அருகே சாணன்ட் என்னும் இடத்தில் பெற்றது. அதற்காக அதன் சுற்றுவட்டாரத்தில் இருந்து ஏழு கிராமங்களில் இருந்து நிலங்கள் பொதுமக்களிடம் இருந்து பறிக்கப்பட்டன. போர்ட் மற்றும் மாருதி நிறுவனங்களும் தங்கள் நிறுவனங்களை குஜராத்தில் தொடங்க அரசின் சலுகை அளிக்கப்பட்டது. இந்த திட்டத்திற்காக குறைந்த விலைக்கு நிலங்கள் மக்களிடம் இருந்து பிடுங்கப்பட்டன. எதிர்த்து கேட்கும் குஜராத்திய விவசாயிகள் அடியாட்களைக் கொண்டு மிரட்டப்பட்டன. மக்களைச் சுரண்டி அவர்களின் வளத்தை திருடி பெருமுதலாளிகளுக்கான சலுகைசார் பொருளாதாரத்தைக் கட்டமைப்பதால் தான் மோடி வர்த்தக உலகின் கதாநாயகனாக இருக்கிறார்.

12
தேர்தல் ஜனநாயக வீழ்ச்சி : மோடியின் தேர்தல் சர்வாதிகாரம்

சீர்திருத்தவாதத் தலைவர்களின் பிளவுபடுத்தும் தந்திர உபாயங்கள் தொழிற்சங்கங்களில் மிகவும் வேகமாகச் செயல்படுத்தப்படுகின்றன என்பதை நீங்கள் அறிவீர்கள். இதற்கான காரணம் மிகவும் தெளிவானதாகும். இங்கு பூர்ஷ்வா வர்க்கத்துடன் உள்ள அவர்களுடைய வர்க்க சமரசக் கொள்கை நடைமுறையில் நேரடியாக தொழிற்சாலைகளின் தொழிலாளி வர்க்கத்தின் முக்கிய நலவுரிமைகளுக்கு பாதகமாக முன்வந்து சேர்ந்து நிற்கிறது. இதற்கு கூர்மையான விமர்சனம் எழுந்திருக்கிறது.

(ஜார்ஜ் டிமிட்ரோவ், ஐக்கிய முன்னணி தந்திரம், பக்.74)

ஜனநாயகத்தை எந்தெந்த வகையிலெல்லாம் அழிக்க வேண்டுமோ அந்தெந்த வகையிலேல்லாம் பாஜக செயல்படுகிறது. மாநில அரசுகளைக் கலைக்க முடியாது என்பதால் ஆளுநர்கள் மூலம் மாநில அரசுகளுக்கு இடையூறு ஏற்படுத்துவது. தேர்தல் ஜனநாயகத்தை சீர்குலைக்க மக்கள் அளித்த தேர்தல் முடிவுகளை தனது ஒன்றிய அதிகாரத்தால் மாற்றி அமைப்பது என மோடி 2014லிருந்து மாநிலங்களில் அரசியல் அதிகார மாற்றத்தை நிகழ்த்தி வருகிறார்.

வட கிழக்கில் ஜனநாயகப் படுகொலை:

காங்கிரஸ் உள்ளிட்ட கட்சிகளைச் சேர்ந்த தலைவர்களை வளைத்துப்போட்டு ஆட்சியை அமைக்கும் தந்திரத்தை 2014 ஆம் ஆண்டில் இருந்து பாஜக செய்து வருகிறது. இதற்கு சிறந்த உதாரணம் வடகிழக்கு மாநிலங்களைக் கூறலாம். வட கிழக்கு மாநிலங்களில் பாஜக செல்வாக்கு செலுத்தியதே இல்லை. இதெல்லாம் 2014 தேர்தல் களத்திற்கு முன்பான கதை. 2014 மோடி ஒன்றிய பிரதமராக பதவியேற்ற பிறகு மாற்றுக் கட்சிகளைச் சேர்ந்த சட்டமன்ற உறுப்பினர்களை, பணத்தாசை, பதவி ஆசை, குதிரை பேரம் போன்றவற்றால் பாஜகவில் இணைத்து சட்டத்திற்கும் ஜனநாயகத்திற்கும் புறம்பான வகையில் ஆட்சி மாற்றத்தை ஏற்படுத்தியது.

வடகிழக்கு மாநிலங்களில் 1984 ஆம் ஆண்டு ஒரே ஒரு சட்டமன்ற உறுப்பினர் மட்டும் தான் பாஜகவிற்கு இருந்தார். 2003 ஆம் ஆண்டு அருணாச்சலப்பிரதேசத்தில் தேர்தலை எதிர்கொள்ளாமல் ஆட்சியில் இருந்த காங்கிரஸ் கட்சியைக் கவிழ்த்து பாஜக தனது ஆட்சியை அமைத்தது. கெகாங் அபாங் தலைமையிலான பாஜக கூட்டணி 42 நாட்களில் முடிவுக்கு வந்தது. 2014ல் மீண்டும் ஒன்றியத்தில் ஆட்சி அமைத்த பாஜக வட கிழக்கு மாநிலங்களைக் கைப்பற்ற வேண்டும் என்ற தந்திரத்தைக் கையில் எடுத்தது. அசாம், மணிப்பூர், மேகாலயா, அருணாச்சலப்பிரதேசம், சிக்கிம், நாகாலாந்து, மிசோரம் உள்ளிட்ட வடகிழக்கு மாநிலங்களில் 378க்கும் மேற்பட்ட பாஜக சட்டமன்ற உறுப்பினர்கள் உள்ளனர். இவர்கள் அனைவரும் தேர்தல் மூலமாக சட்டமன்றத்திற்குச் செல்லவில்லை. மாறாக, பாஜக இல்லாத மாற்றுக் கட்சியில் உள்ளவர்களை விலைக்கு வாங்கி பாஜக அங்கே அரசியல் நடத்துகிறது.

2016 ஆம் ஆண்டு அசாம் மாநிலத்தில் சட்டமன்ற தேர்தல் நடப்பதற்கு சில மாதங்களுக்கு முன்பாக காங்கிரஸ் கட்சியைச் சேர்ந்த ஹிமந்தா பிஸ்வா சர்மாவை பாஜக விலைக்கு வாங்கியது. இதே பாணியில், அருணாச்சலப்பிரதேசம், திரிபுரா, மணிப்பூர் மாநிலங்களிலும் அடுத்தடுத்து பாஜக ஜனநாயகப் படுகொலைகளைச் செய்து ஆட்சியை அமைத்தது. வட கிழக்கு மாநிலங்களில் கடந்த 9 ஆண்டுகளில் மட்டும் 93 சட்டமன்ற

உறுப்பினர்கள் பாஜக அணிக்குத் தாவியுள்ளனர். இதில், மூன்றில் ஒரு பங்கு சட்டமன்ற உறுப்பினர்கள் காங்கிரஸ் கட்சியைச் சேர்ந்தவர்கள். காங்கிரஸ் கட்சியைச் சேர்ந்த சட்டமன்ற உறுப்பினர்களை தங்கள் கட்சிக்குத் தாவ வைத்து தான் வடகிழக்கு மாநிலத்தில் பாஜக ஆட்சியை அமைத்தது. கட்சி தாவல் தடைச் சட்டம் வட கிழக்கு மாநிலத்தில் காற்றில் பறக்கவிடப்பட்டது மோடி ஆட்சியில் தான். ஒரு கட்சியைச் சேர்ந்தவர் தேர்தலில் போட்டியிட்டு வெற்றி பெற்று தேர்தலுக்குப் பிறகு பணத்திற்காகவோ பதவிக்காகவோ வேறு கட்சிக்கு மாறினால் அவர் மீது கட்சித் தாவல் தடை சட்டம் பாயலாம் என கட்சித் தாவல் தடை சட்டத்தில் திருத்தம் உள்ளது. காங்கிரஸ் கட்சியைச் சேர்ந்தவர்கள் தேர்தலுக்கு பிறகு பாஜகவின் ஆசை வார்த்தையாலும் அதிகாரத்தை தவறாக வழிநடத்தியதாலும் பாஜகவிற்கு தாவியுள்ளனர். அவர்கள் மீதெல்லாம் கட்சித்தாவல் தடை சட்டத்தைப் பிரயோகிக்காமல் அவர்களின் கட்சித் தாவலை அங்கீகரித்தும் தேர்தல் ஜனநாயகத்தைக் குழித் தோண்டி புதைத்தும் தான் பாஜக அரசியல் அதிகார மாற்றத்தைச் செய்துள்ளது. காங்கிரஸ் கட்சியைச் சேர்ந்தவர்களை மிரட்டுவதற்காக அமலாக்கத்துறை, சிபிஐ விசாரணை, ஊழல் வழக்கில் தண்டிக்கப்படுவீர்கள் என்பனவற்றைக் கூறி பாஜக மிரட்டியதாக காங்கிரஸ் உள்ளிட்ட கட்சிகள் நேரடியாகவே குற்றம்சாட்டின. அருணாச்சலப்பிரதேசத்தில் காங்கிரஸ் கட்சி ஆட்சி தொடர வேண்டும் என உச்சநீதிமன்றம் தீர்ப்பு அளித்தது. மோடியோ அவ்வாறு ஆட்சி மாற்றத்தை ஏற்படுத்தாமல் தனது சூழ்ச்சியால் அங்கு அரசியல் மாற்றம் ஏற்படாமல் பார்த்துக்கொண்டார். மகாராஷ்டிர மாநிலம் நாண்டெட் பகுதியில் பேசிய சோனியா காந்தி அதிகார வெறியில் பாஜகவும் மோடியும் உள்ளார்கள். ஜனநாயகத்தை சீரழித்து ஒரு சர்வாதிகாரியைப் போல் மோடி நடந்துகொள்கிறார் என நேரடியாகவே குற்றம்சாட்டினார். மணிப்பூர் மாநிலத்தில் தங்களின் கட்சியின் சட்டமன்ற உறுப்பினர்களை பாஜக வளைத்துவிட்டதாக பீகார் மாநில முதலமைச்சர் நிதிஷ் குமார் கடுமையாக விமர்சித்தார். அதெல்லாம் மோடியின் காதுகளுக்கு விழவில்லை. அரசியல் நரியைப் போல எதைப்பற்றியும் கவலைப் படாமல் மோடி

நடந்துகொண்டார். பாஜக அல்லாத கட்சிகளைச் சேர்ந்த சட்டமன்ற உறுப்பினர்களுக்கு கோடிக் கணக்கில் கை மாற்றி கடந்த சில ஆண்டுகளாக நூற்றுக்கும் மேற்பட்ட சட்டமன்ற உறுப்பினர்களை பாஜக விலைக்கு வாங்கியதாக டெல்லி முதலமைச்சர் அரவிந்த் கெஜ்ரிவால் விமர்சித்தார்.

இந்தப் பின்னணியில் வட கிழக்கு மாநிலங்களைப் பார்த்தால் அங்கு பாஜக எந்த வகையான சூழ்ச்சியைச் செய்து ஆட்சி மாற்றத்தை ஏற்படுத்தி இருக்கிறது என்பது புரியும். அதாவது, 2014 இல் நரேந்திர மோடி ஒன்றிய பிரதமராக தேர்ந்தெடுக்கப்பட்டது, சுதந்திரத்திற்குப் பிறகு இந்தியாவின் வடகிழக்கு மாநிலங்களில் அரசியல் அதிகாரம் உச்சத்தைத் தொட்டுள்ளது. 2016 வரை, பாரதிய ஜனதா கட்சி வடகிழக்கு மாநிலங்களில் எட்டு மாநிலங்களில் எதிலும் ஆட்சிக்கு தேர்ந்தெடுக்கப்படவில்லை. தேசிய அல்லது சட்டமன்றத் தேர்தல்களில் எந்த ஒரு மாநிலத்திலும் தேர்தல் போட்டியில் இரண்டாவது சிறந்த கட்சியாக கூட பாஜகவால் திகழ முடியவில்லை. ஆயினும்கூட, 2023 வாக்கில், எட்டு வடகிழக்கு மாநிலங்களில் ஆறு மாநிலங்களில் பாஜக பதவி வகித்தது. அவர்களில் நான்கு பேர், பாஜக முதல்வர்கள். பல கட்சி கூட்டணிகளுக்கு தலைமை தாங்குகிறது. திரிபுரா (2018 மற்றும் 2023), அசாம் (2016 மற்றும் 2021), அருணாச்சல பிரதேசம் (2016 மற்றும் 2019) மற்றும் மணிப்பூர் (2017 மற்றும் 2022). அகர்தலா, கோஹிமா மற்றும் இம்பாலின் உள்ளூர் அரசியலுக்கு வெளியே, சமீபத்திய சட்டமன்றத் தேர்தல்களின் முடிவுகள், கடந்த எட்டு ஆண்டுகளில் பிராந்திய அரசியல் சதுரங்கப் பலகையின் இந்த பரந்த மறுவடிவமைப்பைத் தூண்டிய செயல்முறைகள் ஆழமடைந்து அதிக வேரூன்றியிருப்பதைச் சுட்டிக்காட்டுகின்றன.

பாஜகவின் இரட்டை முகமும் ஆர்.எஸ்.எஸ். ஆதிக்கமும்:

வட கிழக்கு மாநிலங்களைக் கைப்பற்ற பாஜக அங்கு இரட்டை முகத்தைக் காட்டிக்கொண்டது. அதாவது, வடகிழக்கு மாநிலங்கள் இல்லாத இந்தியாவின் பிற மாநிலங்களுக்கு செல்லும் ஒன்றிய பிரதமர் மோடி, பாரத் மாதாகி ஜே என்று முழங்குவார். ஆனால், வடகிழக்கு மாநிலத்திற்குச் சென்றால், குக்னலிம் அதாவது நாகலிமுக்கு

வெற்றி என்று பேசுவார். இந்தியாவின் பிற மாநிலங்களில் மாட்டிறைச்சிக்கு தடை என்று பாஜக பேசினால் வடகிழக்கு மாநிலங்களில் அந்த பேச்சையே எடுக்க மாட்டார்கள். மாட்டிறைச்சி அரசியலை வட கிழக்கு மாநிலத்தில் பாஜகவும் மோடியும் கைவிட்டனர். 2013ல் மேகாலயாவில் 13 இடங்களில் தங்களில் வைப்பு தொகையைக் கூட பெற முடியாமல் படு தோல்வியைத் தழுவிய பாஜகவின் இந்த அரசியல் தந்திரம் தான், வட கிழக்கு மாநிலங்களில் பாஜக ஆட்சியை உறுதி செய்தது.

அஸ்ஸாம் மற்றும் மணிப்பூரில் ஆர்.எஸ்.எஸ் ஆதிக்கம் தற்போது அதிகரித்துள்ளது. வடகிழக்கு மாநிலங்களில் மோடி, ஆர்.எஸ்.எஸ்ஸின் தற்போதைய தலைவர் மோகன் பகவத் மற்றும் முன்னாள் தலைவர் கே.எஸ்.சுதர்சன் உட்பட அதன் உயர்மட்ட தலைவர்கள் பலர் வடகிழக்கில் பிரசாரக்களாக பல ஆண்டுகளைக் கழித்தனர். 1995 ஆம் ஆண்டில், ஆர்எஸ்எஸ் மற்றும் அதன் துணை அமைப்புகளுக்கு இப்பகுதியில் 656 அலகுகள் மட்டுமே இருந்தன. இன்று, சேவாஷ்ரம், வனவாசி கல்யாண் ஆசிரமம், பாரதிய கிசான் சங்கம், அகில் பாரதிய வித்யார்த்தி பரிஷத், வான் பந்து பரிஷத் மற்றும் விஷ்வ ஹிந்து பரிஷத் போன்ற அதன் துணை நிறுவனங்களின் 6,000 அலகுகள் உள்ளன. வட கிழக்கு மாநிலங்களின் தாய மொழியானது ஆர்.எஸ்.எஸ். கொள்கையால் சிதைக்கப்பட்டுள்ளது.

கிறிஸ்தவ செல்வாக்கை எதிர்கொள்ள ஆர்எஸ்எஸ் உள்ளூர் பிரச்னைகள் குறித்து தேசிய அளவில் விவாதத்தை உருவாக்கியுள்ளது. உதாரணமாக, நாகாலாந்தில், நாகா ஐகானும், சுதந்திரப் போராட்ட வீரருமான ராணி கைடின்லியுவை, ஆங்கிலேயர் மற்றும் கிறிஸ்தவ மதமாற்றத்திற்கு எதிராகப் போராடிய ‘இந்திய சுதந்திரப் போராட்ட வீராங்கனை’யாகக் காட்டியது. நாகாலாந்து கவர்னர் பிபி ஆச்சார்யா, தனது ஆர்.எஸ்.எஸ் நற்சான்றிதழ்களை அணிந்துகொண்டு, ஆர்எஸ்எஸ் அமைப்பான அகில் பாரதிய வனவாசி கல்யாண் ஆசிரமம் அவரது பணியை நாடு முழுவதும் பிரபலப்படுத்த முயன்ற போது, அவர் குறித்து ஒரு புத்தகம் எழுதியுள்ளார். ராணி கெய்டின்லியுவைப் பின்பற்றுபவர்களால்

உருவாக்கப்பட்ட ஜாலியாங் ரங் ஹரக்கா அசோசியேஷன் (ZRHA) போன்ற கிறிஸ்தவரல்லாத குழுக்களுக்கும் ஆர்.எஸ். எஸ் மறைமுகமாக ஆதரவளித்து வருகிறது.

வட கிழக்கு மாநிலங்களில் ஆட்சியை அமைக்க வேண்டும் என்பதற்காக பல கொள்கைகளை பாஜக கைவிட்டுள்ளது. குறிப்பாக மேகாலயா மாநிலத்தில் கிறிஸ்தவர்களின் எண்ணிக்கை அதிகம். இங்கு கிறிஸ்தவர்களைக் கவர்வதற்காக கட்சியின் தேர்தல் பொறுப்பாளராக அல்போன்ஸ் கண்ணந்தானம் நியமிக்கப்பட்டார். 37 தேவாலயங்கள் மற்றும் பிற மதத்தினரின் 11 வழிபாட்டுத் தலங்களைச் சீரமைக்க 70 கோடி ரூபாயை ஒன்றிய அரசு செலவழித்துள்ளது. தேவாலயத்திற்கு பாஜக லஞ்சம் கொடுக்கிறது என காங்கிரஸ் கட்சி குற்றம்சாட்டினாலும் கூட பாஜகவின் இந்த தந்திர அரசியல் அங்கு அவர்களுக்கு கை கொடுத்து வெற்றியை வசமாக்கியுள்ளது.

மணிப்பூரை எரியூட்டும் ஆர்.எஸ்.எஸ் சிந்தனை:

2021ஆம் ஆண்டு பிரதமர் நரேந்திர மோடி அமெரிக்காவிற்குச் சென்ற பொழுது, 'தி நியூயார்க் டைம்ஸ்' பத்திரிகையின் தலைப்புச் செய்தியாக, 'பூமியின் கடைசி சிறந்த நம்பிக்கை', என்று குறிப்பிட்டிருந்ததாகவும், அதன் துணை தலைப்பாக, 'உலகின் மிகவும் அன்புக்குரிய மற்றும் சக்திவாய்ந்த தலைவர் எங்களை ஆசீர்வதிக்க இங்கே இருக்கிறார்' என்றும் சித்தரிக்கப்பட்ட செய்தி ஒன்று தற்பொழுது வைரலாகியுள்ளது.

இதே போல தான், ரஷ்யா – உக்ரைன் போர் நடந்துகொண்டிருந்த பொழுது, பிரதமர் நரேந்திர மோடியிடம் உக்ரைன் அதிபர் தொலைபேசியில் பேசியதாகவும், ரஷ்யா – உக்ரைன் போரைக் கட்டுப்படுத்தும் சக்தி வாய்ந்த தலைவர் பிரதமர் மோடிதான் எனக் கூறியதாகவும் வலதுசாரி ஆதரவாளர்கள் திரும்பத் திரும்பக் கூறிக்கொண்டிருந்தனர். அதன் உண்மைத்தன்மையும் கேள்விக்குறியாகவே உள்ளது.

தற்பொழுது, பிரதமர் நரேந்திர மோடி அமெரிக்கா சென்றுள்ளார். இந்த முறை உலக யோகா தினத்தை அமெரிக்காவில் கொண்டாடுகிறார்.

2021 மோடியின் அமெரிக்க பயணம், உக்ரைன் பிரதமர் வோலோடிமிர் செலன்ஸ்கி பேசியதாக கூறிய தகவல் அனைத்தும் பிரதமர் மோடியின் பிம்பத்தை உலக அரங்கில் உயர்த்திப் பிடிக்க முயற்சிக்கப்பட்டன. ஆனால், இந்தியாவின் வடகிழக்கு மாநிலமான மணிப்பூரில் நடக்கும் கலவரத்தையும், கொத்துக்கொத்தாக மனிதர்கள் கொல்லப்படுவதையும் பார்த்தால், பிரதமர் மோடியை எப்படி உலகின் கடைசி சிறந்த நம்பிக்கை என்றும், ரஷ்யா – உக்ரைன் போரை முடிவுக்குக் கொண்டு வரும் உலகத்தலைவர் என்று சொல்ல முடியும் என்று தான் தோன்றும்.

மணிப்பூர் மாநிலமே பற்றி எரியும் பொழுது பிரதமர் நரேந்திர மோடி தற்பொழுது அமெரிக்காவில் உலக யோகா தினத்தைக் கொண்டாடிக்கொண்டு இருக்கிறார். மணிப்பூர் மக்கள் நெருப்பு கலவரத்தில் பொசுங்கி மரணப்படுக்கையில் கிடத்தப்பட்டிருக்கும் பொழுது, அதனை அமைதிப்படுத்த வேண்டிய பிரதமர் மோடி, சாந்தி ஆசனத்தில் அமர்ந்து, அமைதியின் மகத்துவத்தை உலக மக்களுக்கு போதித்துக்கொண்டிருக்கிறார்.

பிரதமர் மோடியும், மத்திய பாஜக அரசும், மணிப்பூர் மாநிலத்தை ஆட்சி செய்யும் பாஜக அரசும் மணிப்பூர் மக்களைக் கைவிட்டுவிட்டது என்பதை அங்கிருந்து வெளிவரும் தகவல்கள் மூலம் தெரிகிறது. இந்தியாவின் வடகிழக்கு மாநிலமான மணிப்பூர் கடந்த ஒருமாத காலமாக பற்றி எரிந்து கொண்டிருக்கிறது. தேவாலயங்கள் உள்ளிட்ட வழிபாட்டுத்தலங்கள் தீக்கிரையாகி கொண்டிருக்கின்றன. வீடுகள், வாகனங்கள் உள்ளிட்டவை திட்டமிட்டே எரிக்கப்பட்டு வருகின்றன. இதுவரை நூற்றுக்கும் மேற்பட்ட பொதுமக்கள் மெய்தி வன்முறைக் கும்பலால் கொல்லப்பட்டுள்ளனர். ஆயிரக்கணக்கான பொது மக்கள் பக்கத்து மாநிலங்களான மிசோரம், நாகலாந்து உள்ளிட்ட மாநிலங்களில் அகதிகளாக தஞ்சம் புகுந்து வருகின்றனர். இந்த வன்முறை குறித்தோ, அதன் ஆபத்து குறித்தோ ஆளும் பா.ச.க அரசு கவலைப்பட்டது போல தெரியவில்லை. மணிப்பூர் முதல்வர் பைரன்சிங் வன்முறையாளர்களான

மெய்திக் கும்பலுக்கே ஆதரவு தெரிவிப்பது போல செயல்பட்டு வருகிறார்.

தற்போது, இந்திய அளவில் கவலைகொள்ளும் சம்பவமாக மாறிவருவதை அறிந்து எதிர்க்கட்சிகள் ஒன்றிணைந்து அறிக்கை கொடுத்துள்ளன. எப்படியாவது வன்முறையை கட்டுப்படுத்தக் கோரியும் அதற்கு முன்னதாக பாஜக அரசு கலைக்கப்படவேண்டுமெனவும் கோரிக்கை வைத்துள்ளன. ஆனால், பாஜக எதைப் பற்றியும் கண்டுகொள்ளாமல் முகத்தைத் திருப்பிக்கொண்டு உள்ளது.

உண்மையில் மணிப்பூரில் என்ன நடக்கிறது? என்பதை விரிவாக பார்க்கலாம்.

கடந்த காலத்தில் மணிப்பூர் என்னவாக இருந்தது?

1947ஆம் ஆண்டு நாடு விடுதலைக்கு முன்னதாக மணிப்பூர் தனி நாடாக இருந்தது. சமஸ்தானங்களாக இருந்த பல்வேறு நாடுகளை, சிற்றரசுகளை இந்தியாவுடன் இணைக்கும் பணியை அன்றைக்கு ஜவகர்லால் நேருவும் படேலும் செய்தனர். அப்போது மணிப்பூரை ஆட்சி செய்த மன்னர் போத சந்திரசிங்கை மேகாலய மாநில தலைநகரான ஷில்லாங் நகருக்கு பேசுவதற்காக அழைத்து வந்தனர். இந்திய இராணுவத்தினர் மணிப்பூரை சூழ்ந்து கொண்டு, தொடக்கம் முதலே இந்தியாவுடன் இணைவதற்கு மறுத்துவந்த மணிப்பூர் மன்னர் சிறை வைக்கப்பட்டார். ஒரு வழியாக ஒரு வாரம் கழித்து இந்தியாவுடன் இணைக்க ஒப்புக்கொண்டு கையெழுத்து இட்டார். இப்படித்தான் மணிப்பூர் இந்தியாவுடன் இணைக்கப்பட்டது. 1949 அக்டோபர் முதல் மணிப்பூர் இந்தியாவின் ஒரு பகுதியாக அதிகாரப்பூர்வமாக அறிவிக்கப்பட்டது.

மணிப்பூர் மாநிலத்தில் முதல் முதலமைச்சராக 1972ஆம் ஆண்டு முகமது அலிமுதின் பதவி ஏற்றார். மணிப்பூர் மாநிலமாக அறிவிக்கப்படுவதற்கு முன் துணை மாநிலமாகவே அதாவது, யூனியன் பிரதேசமாக செயல்படும் என இந்திய ஒன்றிய அரசு முடிவு செய்திருந்தது. இதை எதிர்த்து மணிப்பூர் மாநில ஐக்கிய தேசிய விடுதலை முன்னணி உள்ளிட்ட போராட்டக் குழுக்கள் போராட்டங்களை நடத்தின. அதன்

பின்னர் 30 தொகுதிகளை உருவாக்கி மாநிலமாக தகுதி உயர்த்தப்பட்டது.

ஆனாலும், 1960களில் மணிப்பூரில் தேசிய இன அடையாளத்தைப் பாதுகாக்க இளைஞர்கள் ஆயுதம் தாங்கிப் போராடத் துவங்கினர். அண்டை மாநிலங்களான நாகாலாந்து, மிசோரம் போன்ற மாநிலங்களிலும் தனிநாடு கோரிக்கையை எழுப்பி போராட்டங்கள் வெடித்தன. 'ஐக்கிய தேசிய விடுதலை முன்னணி' (UNLF), காங்லிபாக் மக்கள் புரட்சிகர கட்சி (PREPAK), மக்கள் விடுதலைப்படை (PLF) போன்ற இயக்கங்கள் மணிப்பூரின் தனித்தன்மையைப் பாதுகாக்க ஆயுதம் ஏந்தி போராடின. இந்தக் குழுக்களை ஒடுக்க ஆயுதப்படைகள் சிறப்புச் சட்டம் (AFSPA) 1980ஆம் ஆண்டு கொண்டுவரப்பட்டது. மணிப்பூரிகள் பலர் கொல்லப்பட்டனர். இந்திய இராணுவம் மணிப்பூரிகளை வேட்டையாடியது. பெண்கள் இராணுவத்தால் பாலியல் கொடுமைக்கு உள்ளானார்கள்.

2004 ஆம் ஆண்டு மணிப்பூர் தலைநகரான இம்பாலைச் சார்ந்த மனோரமா தேவி என்ற இளம்பெண் அசாம் ஆயுதப்படை பிரிவினரால் கடத்தப்பட்டு பாலியல் வல்லுறவு செய்யப்பட்டு படுகொலை செய்யப்படுகிறார். அவரது பிறப்புறுப்பும் சிதைக்கப்படுகிறது. பொதுமக்கள் இச்சட்டத்துக்கு எதிராக போராட்டத்தை தொடருகின்றனர். ஐரோம் சர்மிளாபானு உண்ணாவிரதப் போராட்டத்தைத் தொடங்குகிறார்.

16 ஆண்டகளுக்கு மேலாக உண்ணாவிதப் போராட்டம் நீடித்தது. இந்திய அரசு ஐரோம் சர்மிளாவை பிடித்துப் போய் வலுக்கட்டாயமாக திரவ உணவை திணித்தது. ஆயுதப்படைகள் சிறப்புச் சட்டம் திரும்பப் பெறுவதாக அறிவிக்கப்பட்டாலும் இன்றும் அது மறைமுகமாக தொடரவே செய்கிறது.

மணிப்பூரை பா.ஜ.க கைப்பற்றுவதற்காக பல பொய்யான வாக்குறுதிகளை அறிவித்தது. கடந்த கால காங்கிரஸ் அரசு செய்ததைவிட மோசமான மதவெறியை மக்களிடையே திணித்தது. மணிப்பூரிகள் எனும் அடையாளத்துக்குள் மதவாதத்தைத் திணித்து கிறித்தவர்களை வேட்டையாட ஆரம்பித்தது. அதன் உச்சமாக இப்போது மணிப்பூர் பற்றி

எரிந்து கொண்டிருக்கிறது. தேசிய இன விடுதலைக்காகவும் உரிமைகளுக்காகவும் போராடிய மணிப்பூரிகளுக்குள் இப்போது மதவெறியைத் தாண்டி, உள்நாட்டுக் கலவரத்தை பாஜக செய்துக்கொண்டிருக்கிறது.

ஒவ்வொரு தேசிய இனத்தின் அடையாளங்களை அழித்து மதமோதலை உருவாக்குவது தான் பா.ஜ.க.வின் செயல்திட்டம் ஒரே நாடு அது ‘இந்துராஷ்டிர’ மாகவும், ஒரே மொழி அது ‘இந்தி’ யாகவும் இருக்க வேண்டும் என்பதே பா.ஜ.க.வின் சதித்திட்டம். அது மணிப்பூரில் வெற்றிகராக நடந்து கொண்டிருப்பதை வேடிக்கை பார்ப்பது மற்ற தேசிய இனங்களுக்கு ஆபத்தாக முடியும்.

மணிப்பூரில் நடப்பது என்ன?

மணிப்பூர் மாநிலத்தில் பெரும் பொருளாதார வலிமையுடனும் அரசியல் செல்வாக்குடனும் வசித்து வருபவர்கள் மெய்தி இனமாகும். நகர்ப்புறங்களில் அதாவது, சமவெளி பகுதிகளில் இருப்பவர்கள் மெய்தி மக்களாவர். அந்த மாநிலத்தில் மற்ற இரு இனக்குழுக்களான நாகா மற்றும் குக்கி இன மக்கள் பழங்குடிச் சமுதாயமாகவும் மலைப்பகுதிகளில் வசிப்பவர்களாகவும் உள்ளனர். பொருளாதாரத்தில் மிகவும் பின்தங்கி அதிகாரமற்ற நிலையில் உள்ளனர்.

ஆனால், இந்து, ஓ.பி.சி மக்களாக இருக்கும் மெய்தி இன மக்கள் தங்களையும் பழங்குடி இன பட்டியலில் (ST) இணைக்கச் சொல்லி அரசாங்கத்தை வற்புறுத்தி வருகின்றனர். நாகா இனக்குழு பவுத்தர்களாகவும், குக்கி இனக்குழு கிறித்தவர்களாகவும் இருப்பதால் பா.ஜ.க பெரும்பான்மை இந்துக்களைத் தம்முடைய மதவாதத்தைப் பயன்படுத்தி வாக்குகளை வேட்டையாட ஆரம்பித்தது. அதன் துவக்கம் தான் கிறித்துவ வெறுப்பு பரப்புரையை மேற்கொண்டது.

மணிப்பூர், உயர்நீதிமன்றத்தின் மூலம் மெய்தி இனக்குழுவை பழங்குடி பட்டியலில் இணைப்பதற்கான வழிகாட்டுதலை பெற்றது ஆளும் பா.ஜ.க அரசு. இதைக் கண்டித்து கடந்த 03.06.2023 அன்று குக்கி மாணவர் அமைப்பு போராட்டங்களுக்கு அழைப்பு விடுத்தது.

சனநாயகப்பூர்வமாக நடைபெற்ற அப்போராட்டத்துக்குள்

நுழைந்த மெய்தி வன்முறைக் கும்பல் தாக்குதலைத் தொடுத்தது. மணிப்பூரில் டோர்பாங்க், உக்ருல், காங்போக்பி, தமெங்லாங், தெங்னௌபால் பகுதிகளிலும் பழங்குடி மாணவர்கள் சங்கத்தினர் போராட்டத்தை ஒருங்கிணைத்தனர். அப்பேரணிக்குள்ளும் புகுந்து மெய்தி இந்துத்துவக் கும்பல் தாக்குதலை நடத்தியது.

குக்கி பழங்குடியினரின் வழிபாட்டுத் தலங்களான தேவாலயங்களை எரித்து வெறியாட்டம் போட்டது பாஜக கும்பல். மதமாற்றத்தைத் தடுக்கும் ஒரு வகையான சதித் திட்டத்தோடு இந்த வன்முறையை பா.ஜ.க கட்டமைத்துள்ளது. சாதி இந்துக்களை பழங்குடி பட்டியலில் இணைக்க முயற்சிப்பது பா.ஜ.கவின் திட்டமிட்ட அரசியல் நடவடிக்கை என குக்கி இன மக்கள் குற்றம் சாட்டியுள்ளனர்.

எதற்காக பழங்குடி பட்டியலில் மெய்தி இனக்குழு சேர்க்கப்பட வேண்டும்?

மணிப்பூர் மாநிலத்தில் பெரும்பான்மை இந்துக்களாக வசிக்கும் மெய்தி மக்கள் 64 சதவிகிதமாக உள்ளனர். ஆனால், 10 சதவிகித நிலங்கள் மட்டுமே அவர்களிடம் உள்ளன. மீதமுள்ள நிலங்கள் குக்கிகளிடமும் நாகாக்களிடமும் உள்ளன. மைதேயி மக்கள் பழங்குடி பட்டியலில் இணைத்தால் பழங்குடி மக்களின் நிலத்தைப் பறித்து விரட்டியடிப்பதே பா.ஜ.க.வின் செயல்திட்டம்.

இதற்காகவே இந்த இடஒதுக்கீட்டுத் திட்டத்தை அரங்கேற்றி உள்ளது பா.ஜ.க. இத்திட்டம் 1970களில் தொடங்குகிறது. பழங்குடி மக்களிடையே பரவும் கிறித்துவ மதமாற்றத்தை தடுத்திட, அவர்களை ஆக்கிரமிப்பாளர்கள் என முத்திரை குத்தி அச்சுறுத்தி வந்தது சங்பரிவார் கும்பல். அதனுடைய உச்சகட்டம் தான் இந்த வன்முறைத் தாக்குதல்.

மணிப்பூரில் நடக்கும் அரசியல்

மெய்தி - குக்கி பழங்குடியின மக்களுக்கு இடையில் தான் மோதல் நடக்கிறது என்று பார்த்தோம். வைணவ பிரிவைச் சேர்ந்த மெய்தி குழுவைத் தான் பாசகவும், மாநில அரசும் ஆதரிக்கின்றன. குக்கி சமூகம் என்பது மியான்மரில் இருப்பதால் அங்கிருந்து மக்கள் புலம்பெயர்ந்து

மணிப்பூருக்கு வருவதும் அதிகரித்துள்ளது. அதனால், ஒன்றிய அரசு, மாநிலத்தை ஆட்சி செய்யும் பாசக அரசும் குக்கி சமூகத்திற்கு எதிரான நிலைப்பாட்டைத் தான் எடுக்கிறது. மணிப்பூரை தன் பக்கம் வைத்துக்கொள்ள வேண்டும் என்பதற்காகத் தான் பாசக இப்படி நடந்து கொள்கிறது. அசாமில் அதிக இந்துக்கள் உள்ளனர். திரிபுராவிலும், பெங்காலி மக்கள் தான் அதிக எண்ணிக்கையில் உள்ளனர். இதனை தங்களுக்கு சாதகமாக்கிக்கொண்டு பெங்காலி மக்கள் மத்தியில் அரசியல் செய்யலாம் என நினைக்கிறது பாசக. அசாம், திரிபுரா, மணிப்பூர் ஆகிய மாநிலங்களில் பாசக வலுவான அடித்தளத்தை கட்டமைக்க முயற்சிக்கிறது. அத்துடன், வடகிழக்கு மாநிலங்களில் பழங்குடியின மக்கள் இருந்தாலும் கூட பெங்காலியைச் சேர்ந்தவர்கள் தான் அரசு ஊழியர்களாக உள்ளனர். இதனால், பெங்காலி வாக்கினையும் பெறலாம் என பாசக யோசிக்கிறது.

என்.ஆர்.சி கேட்கும் மெய்தி

மியான்மரில் இருந்து குக்கி மக்கள் வருவதால் அதனைத் தடுக்க தேசிய குடிமக்கள் பதிவேட்டை (என்.ஆர்.சி) அமல்படுத்த வேண்டும் என்ற கோரிக்கையை மெய்தி மக்கள் முன்வைக்கின்றனர். இந்தியாவின் பல்வேறு மாநிலங்களில், தேசிய குடிமக்கள் பதிவேடு மற்றும் தேசிய மக்கள் தொகைப் பதிவேடு ஆகியவற்றிற்கு எதிரான வலுவான குரல் ஒலித்துக்கொண்டு உள்ளது. மணிப்பூர் கலவரத்தைப் பயன்படுத்த நினைக்கும் பாசக, மணிப்பூர் கலவரத்தைத் தூண்டி அதன் மூலம் என்.ஆர்.சியை கேட்க வைத்துள்ளது. என்.ஆர்.சியை அமல்படுத்தினால் தான் போராட்டத்தைக் கட்டுப்படுத்த முடியும் என்று பாஜகவினர் அங்கு பிரச்சாரத்தில் ஈடுபடத் தொடங்கியுள்ளனர்.

டபுள் எஞ்ஜின் சர்க்கார்

இது ஒரு பக்கம் என்றால், பாஜக எல்லா மாநில தேர்தல்களிலும் முன்வைக்கும் ஒற்றை ஆட்சி முறை, அதாவது டபுள் எஞ்ஜின் சர்க்கார் என்ற முழக்கமும் தற்பொழுது மணிப்பூரில் காலாவதியாகிவிட்டது. கர்நாடகா மாநிலத்தேர்தலின் போது பாஜக டபுள் எஞ்ஜின் சர்க்கார்

என்ற முழக்கத்தைப் பிரதானமாக முன்வைத்தது. மத்தியிலும் மாநிலத்திலும் ஒரே கட்சி ஆட்சி அமைத்தால், அதனால், மாநிலங்கள் வளர்ச்சி அடையும் என்பதுதான் பாஜகவின் அந்த முழக்கத்தின் பின்னணி. தற்பொழுது, மணிப்பூர் மாநிலத்தை ஆட்சி செய்வது பாசக அரசு தான். உள்துறை அமைச்சர் அமித்ஷா 4 நாள் பயணமாக மணிப்பூர் சென்று வந்துவிட்டார். ஆனால், அவரால் மணிப்பூர் கலவரத்தை தடுத்து நிறுத்த முடியவில்லை. பிரதமர் மோடி மணிப்பூர் என்ற மாநிலமே இந்தியாவில் இல்லாததைப் போல் அமெரிக்க சுற்றுப்பயணத்திற்கு கிளம்பிவிட்டார். அமித்ஷா, மோடி உள்ளிட்ட பாசக தலைவர்கள் கூறி வந்த டபுள் எஞ்ஜின் சர்க்கார் மணிப்பூரில் தோல்வி அடைந்து, மோடியும் அமித்ஷாவும் வரலாற்றின் முன் மண்டியிட்டு நிற்கின்றனர்.

மணிப்பூர் மாநில முதலமைச்சர் பிரேன் சிங் மெய்தி சமூகத்தைச் சேர்ந்தவர். இதனால், மெய்தி மக்களுக்கு ஆதரவாக அவர் செயல்படுகிறார் என்று பாஜகவைச் சேர்ந்த எம்.எல்.ஏக்கள் கூட பேசத் தொடங்கிவிட்டனர்.

மணிப்பூர் மாநிலத்தைச் சேர்ந்த 9 பாஜக எம்.எல்.ஏக்கள் 5 விஷயங்களை வலியுறுத்தி பிரதமர் மோடிக்கு கடிதம் ஒன்றை வழங்கியுள்ளனர். அதில், மாநில அரசு மீதும் அதன் நிர்வாகத்தின் மீதும் மக்கள் நம்பிக்கை இழந்து விட்டனர். அதனை மீட்டெடுக்க சட்டத்தின் ஆட்சியைப் பின்பற்றி சில சிறப்பான நடவடிக்கைகளின் மூலமாக இந்த அரசு முறையான நிர்வாகம் மற்றும் செயல்பாடுகளைக் கொண்டுவர வேண்டும் என வலியுறுத்தியுள்ளனர்.

இதே போல, பிரதமர் மோடியைச் சந்திக்க நேரம் வழங்கப்படாததைத் தொடர்ந்து மணிப்பூர் மாநிலத்தின் 10 எதிர்க்கட்சிகள் பிரதமர் மோடிக்குக் கடிதம் எழுதினர். இப்படி இந்தியாவின் வடகிழக்கு மாநிலமே பற்றி எரியும் பொழுது பாஜக அதனை முடிவுக்குக் கொண்டு வராமல் அரசியல் செய்து கொண்டு இருக்கிறது.

தேசவிரோத பாஜகவிடம் தமிழ்நாடு எச்சரிக்கையாக இருக்க வேண்டும் என்பதே நம் முன் இருக்கும் கடமை.

13
கர்நாடகாவில் பா.ஜ.க சூழ்ச்சி

2014ல் மோடி அலை வீசுவதாகக் காட்டிக்கொண்டு ஒன்றியத்தில் மோடி ஆட்சியை அமைத்தார். மோடி மீதான நம்பிக்கையின்மை 2014 ஆம் ஆண்டு முடிவதற்குள்ளாகவே மக்கள் மத்தியில் ஏற்பட்டுவிட்டது. கருப்புப் பணம் ஒழிப்பு, பின்னோக்கிய பொருளாதாரக் கொள்கை, இளைஞர்களுக்கு வேலைவாய்ப்பு உத்தரவாதமற்ற நிலை, மோடி அரசு இந்தியாவின் வளர்ச்சியை சீர்குலைத்ததை விரிவாக பார்த்தோம். இதனால், அவர் மீது மக்கள் நம்பிக்கையை இழக்கத் தொடங்கினார்கள். இதனை 2016 ஆம் ஆண்டிற்கு பிறகு நடந்த மாநிலங்களுக்கான சட்டமன்ற தேர்தல், நாடாளுமன்றத்திற்கான இடைத்தேர்தல்களில் பாஜக பல இடங்களில் தோல்வியைத் தழுவியது. ஆனாலும், தேர்தல் முடிவுகள் வெளியாவதற்கு முன்பாகவே எதிர்க்கட்சிகளை சிதைப்பது. சட்டமன்றத்திற்கு தேர்வான உறுப்பினர்களைப் பணம் கொடுத்து விலைக்கு வாங்கி குதிரை பேரத்தின் மூலம் அரசை அமைப்பது. மக்களால் தேர்ந்தெடுக்கப்பட்ட கட்சியை ஆட்சி அமைக்க விடாமல் ஆளுநர்கள் மூலமாக சூழ்ச்சி செய்து அரசியல் மாற்றத்தை செய்வது என அரசியல்

நரித்தனங்களை மோடி – ஷா கூட்டணி செய்து காட்டியது.

பின்புறம் வழியாக கர்நாடகாவில் 2018ல் பாஜக மீண்டும் ஆட்சியை அமைத்தது. 224 சட்டமன்ற தொகுதிகளைக் கொண்ட கர்நாடகாவில் 104 இடங்களில் மட்டுமே பாஜக வெற்றி பெற்றது. 78 இடங்களில் காங்கிரஸ் கட்சியும், 37 இடங்களில் மதச்சார்பற்ற ஜனதா தளமும் வெற்றிபெற்றன. 112 இடங்கள் பெரும்பான்மை என்ற நிலையில், தேர்தலுக்கு பிறகான கூட்டணி என்ற அடிப்படையில்,கர்நாடகாவில் காங்கிரஸ் – மதச்சார்பற்ற ஜனதா கூட்டணி 2018 தேர்தலுக்குப் பிறகு கூட்டணி அமைத்து பாஜகவை வீழ்த்தியது. ஆனால், ஒன்றிய பாஜகவின் சூழ்ச்சியால் எடியூரப்பா கர்நாடகாவில் சூழ்ச்சி செய்து அரசியல் மாற்றத்தை ஏற்படுத்தினார்.

யாருக்கும் பெரும்பான்மை பலம் இல்லை. தேர்தலுக்கு பிறகான கூட்டணி அடிப்படையில் காங்கிரஸ் கூட்டணி ஆட்சி அமைக்க ஆளுநர் வாஜுபாய் ருதாபாயிடம் உரிமை கோரியது. அவர்களை ஆட்சி அமைக்க அழைப்பு விடுக்காமல் ஆளுநர் வாஜுபாய் ருதாபாய் இழுத்தடித்தார். 2018 கர்நாடகாவில் பெரும்பான்மை பலம் இல்லாமல் ஆட்சி அமைக்க எடியூரப்பா உரிமை கோரினார். ஆளுநரின் அழைப்பின் பேரிலும், ஒன்றிய அரசின் தயவாலும் அவர் பதவியேற்ற பிறகு ஆளுநர் எந்த தடையும் விதிக்கவில்லை. 2018 மே மாதம் 13 ஆம் தேதி எடியூரப்பா கர்நாடகாவின் முதலமைச்சராக பொறுப்பேற்றார். மக்கள் மன்றத்திலும் சட்டமன்றத்திலும் பாஜக சூழ்ச்சி அம்பலப்பட்டது. நீண்ட காலம் எடியூரப்பாவால் ஆட்சியில் நீடிக்க முடியவில்லை. மே மாதம் 23 ஆம் தேதி பாஜகவின் சூழ்ச்சியை முறியடித்து குமாரசாமி முதலமைச்சராக பதவியேற்றார். காங்கிரஸ் – மதச்சார்பற்ற ஜனதாதளத்தை அரியணையிலிருந்து வீழ்த்த பாஜக பல சூழ்ச்சிகளை செய்தது. காங்கிரஸ் கட்சியின் அரசியல் முகமாக பார்க்கப்படும் டி.கே. சிவக்குமார் மீது அமலாக்கத்துறை ரெய்டு என பல இடையூறுகளை பாஜக கொடுத்தது.

கர்நாடகா: பதிலடி கொடுத்த மக்கள்:

பா.ஜ.கவின் இந்த மக்கள் விரோத அரசு அமைக்கப்படுவதற்கு

அடுத்த தேர்தலிலேயே அதாவது 2023 சட்டமன்றத் தேர்தலிலேயே மக்கள் முடிவுரை எழுதினார்கள். கர்நாடகா தேர்தல் முடிவு நாடாளுமன்றத்திலும் எதிரொலிக்கும் என்பது நிரூபணமாகியுள்ளது. ஆனால், கர்நாடக தேர்தல் முடிவை பசவராஜ் பொம்மையின் தோல்வியாக மட்டுமே சுருக்க பாஜக மேலிடம் திட்டம் தீட்டுகிறது. கர்நாடக மாநில தேர்தலில் பாஜக தோல்வியை தழுவியதை சில புள்ளிகளைக் கொண்டு பார்க்க வேண்டும்.

வகுப்புவாதத்தை வெறுத்த மக்கள்:

கர்நாடகாவில் வெளிப்படையான மதவாத அரசியலைக் கையில் எடுத்து பாஜக அரசியல் ஆட்டத்தை ஆடியது. இதற்கு மக்கள் தக்க பதிலடியைக் கொடுத்தனர். ஹிஜாப் சர்ச்சை, அஸான் கட்டுப்பாடுகள், மோடி அரசுக்கு எதிராகப் பேசிய பத்திரிகையாளர்கள் கர்நாடகாவில் படுகொலை செய்யப்பட்டது, லவ் ஜிகாத் பற்றிய பொய்யான கருத்துகள் திணிப்பு, திப்பு சுல்தானை பற்றி பாஜக தலைவர்கள் பேசிய கேலிக்கூத்தான பேச்சுகள் கர்நாடகாவில் வகுப்புவாத கருத்துக்களை மக்கள் ஏற்கவில்லை என்பதைக் காட்டுகிறது. அதாவது, வகுப்புவாத மதவெறி பரிசோதனைக் கூடமாக கர்நாடகாவை பாஜக கட்டமைக்க முயற்சி செய்தது. இதனை அந்த மாநில மக்கள் ஏற்கவில்லை என்பதைத் தான் கர்நாடக மாநில தேர்தல் முடிவுகள் உலகத்திற்குச் சொல்லுகிறது. பஜ்ரங் தள் பஜ்ரங் பாலி என்ற தரக்குறைவான அரசியலை ஒன்றிய பிரதமர் மோடியே கையில் எடுத்த போதும் கூட மக்கள் மோடியை நிராகரித்தனர். கர்நாடக மாநிலத்தில் தேர்தல் பரப்புரைகள் நடந்து கொண்டிருந்தபோது கேரள ஸ்டோரி திரைப்படத்தை வைத்து பாஜக அரசியல் செய்து அதனை வாக்கு அறுவடை செய்ய முயற்சி செய்தது. இஸ்லாமிய இளைஞர்கள் இந்து பெண்களைக் குறிவைத்து லவ் ஜிகாத் என்ற பெயரில் நாடகக் காதல் நடத்துகிறார்கள் என்று பாஜக தலைவர்கள் பேசினார்கள். தமிழ்நாட்டில் கூட பாமக கூறிய நாடக காதல் என்பதை இதனோடு ஒப்பிட்டுப்பாருங்கள். தமிழ்நாட்டில் நாடக காதலுக்கு மக்கள் தக்க பதிலடிக் கொடுத்தார்கள். அதே போல, கேரள ஸ்டோரியை வைத்து கர்நாடக மாநிலத்தில் பாஜக

கட்டமைத்த லவ் ஜிகாத் அரசியலுக்கும் மக்கள் தெளிவான முடிவுரையை எழுதினார்கள்

டபுள் எஞ்ஜின் சர்க்கார் தோல்வி:

ஒன்றியத்திலும் பிராந்தியத்திலும் ஒரே கட்சி ஆட்சி செய்தால் அது நாட்டின் வளர்ச்சிக்கு பெரிதும் உதவியாக இருக்கும். இந்தியா வளர்ந்த நாடுகளின் பட்டியலில் சேரும் என பாஜக திரும்பத் திரும்பக் கூறி வந்தது. ஒன்றியத்தில் மோடியும் கர்நாடகாவில் பசவராஜ் பொம்மையும் ஆட்சி நடத்தினாலும் கூட அந்த மாநிலம் வளர்ச்சி அடையவில்லை. டபுள் எஞ்ஜின் சர்க்கார் என்பது வெறும் அரசியல் முழக்கம் என்பதை கர்நாடக மாநில மக்கள் புரிந்து கொண்டார்கள். கர்நாடக தேர்தலில் பாஜக தோல்வி அடைந்த உடனே அதனை பசவராஜ் பொம்மையின் நிர்வாக குளறுபடியின் வெளிப்பாடு என பாஜக தலைவர்கள் திரும்பத் திரும்பக் கூறுகிறார்கள். உண்மையில் ஆழ்ந்து யோசித்துப் பார்த்தால் மோடி அரசின் நிர்வாக சீர்கேட்டை மக்கள் நன்கு புரிந்துகொண்டு அதற்கான பதிலடியைத் தான் கர்நாடக மாநிலத்திற்கு கொடுத்துள்ளார்கள். பண மதிப்பு நீக்கம், கொரோனா பெருந்து தொற்றுக் காலத்தில் நடந்த முறைகேடுகள், சீன எல்லையில் நடக்கும் கோமாளித்தனமான அரசியல், பாஜக அரசு பற்றி தினம் தினம் வெளிவரும் ஊழல் புகார்கள் என பல கோணங்களில் பாஜகவை மக்கள் வெறுக்கத் தொடங்கி இருந்தனர்.

இவை எல்லாவற்றையும் விட கர்நாடகா மக்களை பெரிதும் பாதித்திருந்தது அன்றாவை விலைவாசி உயர்வு. இந்தியாவின் பொருளாதார கட்டமைப்பை மோடி சீர்குலைத்து அதன் மூலம் விலைவாசி உயர்வு அதிகரிக்க வழி செய்துவிட்டார் என்ற வெறுப்புணர்வு மக்கள் மத்தியில் அதிகரித்துவிட்டது. கர்நாடகாவில் ஏற்பட்ட மக்களின் இந்த சிந்தனை மாற்றம் நாடு முழுவதிலும் பரவி விடக் கூடாது என்பதில் பாஜக தெளிவாக இருக்கிறது. அன்றாடம் மக்கள் சந்திக்கும் விலைவாசி உயர்வு பிரச்னையை பசவராஜ் பொம்மையின் தலையில் ஏற்றிவிட்டு மோடி தப்பித்துக்கொள்ளப் பார்க்கிறார். ஆனால், மோடியின் பாஜகவின் இந்த சூழ்ச்சியை மக்கள் புரிந்து கொண்டுள்ளனர். இந்தியா முழுவதும் அசுர

வேகத்தில் வளர்ந்துவரும் விலைவாசி உயர்வு மக்களிடையே கடுமையான அதிருப்தியை உருவாக்கியுள்ளது. இந்த அதிருப்தி கர்நாடகாவில் தொடங்கியுள்ளது. இது, இந்தியா முழுமைக்கும் விரைவில் பரவக் கூடும் என்பதைத் தான் கர்நாடக தேர்தல் முடிவுகள் சொல்லுகின்றனர். கொரோனா பெருந்தொற்றுக் காலத்தில் மக்கள் ஆக்சிசன் கிடைக்காமல் அல்லல்படுவதை நாட்டு மக்கள் பார்த்துக்கொண்டு தான் இருந்தார்கள். கூலித் தொழிலாளர்களுக்கு உரிய போக்குவரத்து ஏற்பாடுகளைக் கூட செய்ய பாசக மோடி அரசு தவறியது. இதையெல்லாம் இந்திய மக்கள் பார்த்துக்கொண்டு தான் இருந்தார்கள். அவர்களின் இந்த நீண்ட அமைதி கர்நாடகாவில் ஆட்சி மாற்றத்தை ஏற்படுத்தும் அளவிற்கு கொண்டு வந்து விட்டது.

ஊழல் அரசைக் கட்டமைத்த பாசக:

மோடி ஆட்சி இந்தியாவில் நடந்து கொண்டிருந்த காலங்களில் ஒருங்கிணைந்த வளர்ச்சியைப் பற்றி சிந்திக்காத நபராக இருந்தார். இதுவும் கர்நாடகாவில் பாஜக ஆட்சி வீழ்த்தப்பட்டதற்கான காரணமாக அமைந்தது. இந்தியாவில், சிறு – குறு நிறுவனங்கள் பெருத்த ஏமாற்றத்தைச் சந்தித்து தொழில் வளம் முடங்கியது. பல புதிய முதலாளிகள் தங்களின் தொழில் துறையில் இழப்பைச் சந்தித்தனர். கௌதம் அதானியின் பங்குகள், அவரது தொழில் நிறுவனங்கள் மட்டும் உயர்வைச் சந்திக்கும் வகையில் மோடி சிந்திப்பதாக விமர்சனம் எழுந்தது. இதனால், எளிய சாமானியர்களுக்கான ஒன்றிய பிரதமர் என்ற பெயரை மோடி முற்றிலுமாக இழந்துவிட்டார். ஒன்றியத்தில் மோடி அரசையும், கர்நாடகத்தில் பசவராஜ் பொம்மை அரசையும் மக்கள் பிரித்துப்பார்க்காமல் இருவரின் தோல்வியையும் வெளிப்படுத்தும் வகையில் முடிவுரை எழுதினார்கள்.

கர்நாடக மாநில ஒப்பந்ததாரர்கள் சங்கம் பசவராஜ் பொம்மை தலைமையிலான மாநில பாஜக அரசு மீது அடுக்கடுக்கான குற்றச்சாட்டுகளை முன்வைத்தது. அதாவது, பொதுத் திட்டங்களுக்கு 40 சதவிகிதம் கமிஷன் வழங்க வேண்டும் என நிர்பந்திக்கப்படுவதாக கூறியது. பொதுப்பணித்துறை, நீர்ப்பாசனம், நகர்ப்புற வளர்ச்சி,

ஊரக வளர்ச்சி மற்றும் பஞ்சாயத்து ராஜ், சிறு நீர்ப்பாசனம் ஆகிய துறைகளில் ஆவணங்களை மாற்றி அமைப்பதற்கும், ஒப்பந்தங்கள் பெற்றுத்தருவதற்கும் 40 சதவிகிதம் வரை கமிஷன் வழங்க வேண்டும் என நிர்பந்திக்கப்பட்டதாக கர்நாடக மாநில ஒப்பந்ததாரர்கள் சங்கத் தலைவர் டி கெம்பண்ணா ஒன்றிய பிரதமர் மோடிக்கும் முன்னாள் முதலமைச்சர் பசவராஜ் பொம்மைக்கும் புகார் அளித்தார். இந்த புகாரும் கர்நாடக சட்டமன்றத்தில் எதிரொலித்தது. தூய்மையான ஊழலற்ற இந்தியாவை கட்டுவதாக மோடி வாய்த் தம்பட்டம் அடித்துக்கொண்டிருக்க அவரது பாஜக கட்சியோ கர்நாடக மாநிலத்தில் ஊழலுக்காக 40 சதவிகிதம் கமிஷன் பெற்று ஆட்சியை நடத்துகிறது என்ற முகத்திரை கிழிக்கப்பட்டது.

இதே போல, கொரோனா பெருந்தொற்றுக் காலத்தில் நோயால் பாதிக்கப்பட்டவர்களின் உண்மை விவரங்களை மறைத்து, உண்மையான எண்ணிக்கையை உயர்த்துதல், தொற்று நோய்களின் போது மருந்து மற்றும் உபகரணங்களை வாங்குவது தொடர்பான ஆவணங்களை மறைத்தல் போன்ற செயல்களிலும் கர்நாடக பாஜக இறங்கியது. கொரோனா பெருந்தொற்றுக் காலத்தில், மொத்த இறப்புகளின் எண்ணிக்கையில் ஐந்தில் ஒரு பகுதியை மட்டுமே பாசக அரசு காட்டியதாக பிஏசி அறிக்கை அம்பலப்படுத்தியது.

இப்படி மாநில மக்களின் வளர்ச்சியைப் பற்றி கவலைப்படாமல் ஊழல் பணத்தை திரட்டுவதில் மட்டுமே கர்நாடக மாநிலத்தில் பசவராஜ் பொம்மை அரசும், ஒன்றியத்தில் மோடி அரசும் செயல்பட்டதன் விளைவு கர்நாடக மாநிலம் பாஜகவின் கையைவிட்டுப் போய்விட்டது. இந்த நிலை நாளை ஒட்டுமொத்த இந்தியாவிற்கும் ஏற்படும். அதற்கான காலம் ரொம்ப தொலைவில் இல்லை.

14
இந்தியாவைத் துண்டாடிய 'மோடி - ஷா'

சிறுபான்மையினரை ஒடுக்கும் ஆயுதமாக அரசியல் அதிகாரத்தை மோடி கையாண்டு வருகிறார். இதற்கு, மோடியின் ஆட்சிக் காலத்தில் அமல்படுத்தப்பட்ட தேசிய குடியுரிமை திருத்தச் சட்டம் உள்ளிட்ட சட்டங்களைக் கூறலாம். இந்தியாவில், கடந்த காலங்களை விட மோடி ஒன்றிய பிரதமராக பொறுப்பேற்ற பிறகு சிறுபான்மையினர் அச்சுறுத்தலுக்கு ஆளாக்கப்படுகின்றனர். அவர்களின் வீடுகள் குறிவைத்து அழிக்கப்படுகின்றனர். பொது இடங்களில் சிறுபான்மையினர் துண்டாடப்படுகின்றனர். நாடாளுமன்றத்திலும் நாடாளுமன்றத்திற்கு வெளியிலும் இஸ்லாமிய சிறுபான்மையினர் அச்சத்துடன் வாழும் நிலையை மோடியும், அவரது ஆர்.எஸ்.எஸ். அமைப்பும் பாஜகவும் உறுதியாக செய்து கொண்டு இருக்கிறது.

மோடி ஆட்சிக்கு வந்ததில் இருந்தே சிறுபான்மையினருக்கு எதிராக, சட்டத்திற்குப் புறம்பாக வேறுபட்ட கொள்கைகளை அமல்படுத்துவதில் இருந்து பின்வாங்கவில்லை. பாஜகவின் தாய் அமைப்பான ஆர்.எஸ்.எஸ்ஐ விட பாஜக மோடி

ஆட்சியில் சட்டத்திற்கு புறம்பாகவே இஸ்லாமியர்கள் மீது தாக்குதல்களை நடத்துகிறது. காஷ்மீரை துண்டாடியது, குடியுரிமை சட்டத்தை திருத்தியது என ஒரு அவசர நிலைக் காலக்கட்டத்தைப் போலவே பாஜகவும் மோடியும் செயல்படுகின்றனர்.

இஸ்லாமியர்களை வேட்டையாடும் குடியுரிமைத் திருத்த சட்டம்:

அற்ப அரசியல் ஆதாயங்களுக்காக, மத அடிப்படையில் நாட்டை துண்டாட தன் சக்திக்குட்பட்ட அனைத்து முயற்சிகளையும் மோடி செயல்படுத்திப் பார்க்கிறார்.

இந்தியாவில் இஸ்லாமியர்கள் மீதான வெறுப்பு அரசியலைக் கட்டமைக்க சட்டமும் சட்ட நிறுவனங்களும் மோடி அரசாங்கத்தின் அடிப்படைக் கருவிகளாக மாற்றப்பட்டுள்ளன. ராஷ்ட்ரிய ஸ்வயம்சேவக் சங்கத்தின் (RSS) நெருங்கிய தொடர்பும் ஆதரவும் ஒரு துணை ராணுவ அமைப்பைப் போலவே தற்போது செயல்பட்டுக்கொண்டு உள்ளது. ஆர்.எஸ்.எஸ். 1920களில் பெரும்பாலும் துணை ராணுவ அமைப்பாக விவரிக்கப்பட்டது. பாஜக அரசாங்கம் பல்வேறு பாரபட்சமான சட்டங்கள் மற்றும் கொள்கைகளை அறிமுகப்படுத்துவதன் மூலம் "இந்து ராஷ்டிரா" (ஒரு இந்து தேசம்) என்ற பார்வையை செயல்படுத்த முயன்றது. 2019 இன் சமீபத்திய குடியுரிமை திருத்தச் சட்டம் (CAA) இந்த லட்சியத்தை நோக்கிய ஆர்.எஸ்.எஸ்ஸின் இந்து தேசம் கனவுக்காக கணக்கிடப்படுகிறது.

குடியுரிமைத் திருத்த சட்டம் 2019 இந்தியாவில் "சட்டவிரோதமாக குடியேறியவர்கள்" என்ற வரையறையை மாற்றியுள்ளது. இந்திய குடியுரிமைச் சட்டம் 1955 (திருத்தப்பட்ட 2004) படி, "சட்டவிரோதமாக குடியேறியவர்" என்பது "சட்டவிரோதமாக" இந்தியாவிற்குள் நுழைந்த "வெளிநாட்டவர்", அதாவது செல்லுபடியாகும் பயண ஆவணம் இல்லாமல் நுழைந்த அல்லது "அனுமதிக்கப்பட்ட காலத்திற்கு அப்பால் இந்தியாவில் தங்கியிருந்த நபர்களைக் குறிப்பதாக இருந்தது. ஆனால், சமீபத்தில் மோடி திருத்தியுள்ள, குடியுரிமைத் திருத்தச் சட்டம் 2019ன் படி,

ஆப்கானிஸ்தான், வங்கதேசம் மற்றும் பாகிஸ்தானில் இருந்து டிசம்பர் 31, 2014 அன்று அல்லது அதற்கு முன் இந்தியாவில் "சட்டவிரோதமாக" நுழைந்தவர்கள், அவர்கள் இந்து, சீக்கியர், பௌத்தர், ஜெயின், பார்சி அல்லது கிறிஸ்தவ சமூகங்களைச் சேர்ந்தவர்களாக இருந்தால் குடியுரிமை பெறத் தகுதியுடையவர்கள். மற்ற மதங்களைச் சேர்ந்தவர்கள் (குறிப்பாக இஸ்லாமியர்கள்) மற்றும் பிற நாடுகளைச் சேர்ந்தவர்களுக்கு இந்தியக் குடியுரிமை பெறும் வாய்ப்பை இந்தத் திருத்தம் விலக்குகிறது.

இதற்கிடையில், 2016 இல் பாஜக ஆட்சிக்கு வந்த இந்தியாவின் வடகிழக்கு மாநிலமான அசாமின் நிலைமை முக்கியமான சூழலை வழங்குகிறது. முன்னாள் ஆளும் கட்சியான காங்கிரஸ் கட்சி, "இஸ்லாமியர்கள் வாக்கு வங்கிக்காக" வங்கதேசத்தில் இருந்து ஊடுருவலை ஊக்குவித்து, அசாமின் மக்கள்தொகையை அழித்ததாக பாஜக குற்றம் சாட்டியது. "இந்துக்கள் ஆபத்தில் உள்ளனர்" அவர்களை "சட்டவிரோத ஊடுருவல்காரர்களிடமிருந்து" காப்பாற்றப்பட வேண்டும் என்ற கதை அப்பகுதியில் தேர்தல் வெற்றியைப் பெற கட்சிக்கு உதவியது. அவர்கள் வங்காள மொழி பேசும் இஸ்லாமிய குடியேறியவர்களை "ஊடுருவுபவர்கள்" "தேசிய பாதுகாப்புக்கு அச்சுறுத்தல்" என்று வெளிப்படையாக வேறுபடுத்திக்காட்டினர். ஒன்றிய உள்துறை அமைச்சர் அமித் ஷா, "கரையான்கள்" போன்ற குறிப்புகளைப் பயன்படுத்தினார். "பாரதிய ஜனதா கட்சி அரசாங்கம் ஊடுருவல்காரர்களை ஒவ்வொன்றாகத் தூக்கி வங்காள விரிகுடாவில் வீசும்" என்று ஷா மிரட்டினார்.

குளறுபடிக்கு மத்தியில் ஒரு சட்டம்:

பாசக தனது இந்துத்துவா சித்தாந்தத்திற்குள் "குடிமகன்" என்பதை மறுவரையறை செய்ய அனைத்து முயற்சிகளையும் மேற்கொண்டது. செயல்பாட்டில், இஸ்லாமிய குடிமக்களை ஓரங்கட்டியுள்ளது. டிசம்பர் 2015 இல் அசாமில் தேசிய குடிமக்கள் பதிவேடு (NRC) புதுப்பிக்கப்பட்டது இந்த சூழலில் ஒரு பாடநூல் உதாரணம். தேசிய குடிமக்கள் பதிவேட்டில் சேர்க்க, வசிப்பவர்கள் 24 மார்ச் 1971 அன்று அல்லது அதற்கு முன் தங்களுடைய "இந்திய

வேர்களை” நிரூபிக்கும் அதிகாரப்பூர்வ ஆவணங்களை சமர்ப்பிக்க வேண்டும் என சட்டம் இயற்றப்பட்டுள்ளது. இந்தியா போன்ற ஒரு நாட்டில், ஆவணங்கள் இல்லாதது குறிப்பிடத்தக்க பிரச்சினையாக உள்ளது. இஸ்லாமியர்கள், பெண்கள், LGBTQ+ உறுப்பினர்கள் மற்றும் குறைபாடுகள் உள்ளவர்கள் போன்ற ஒதுக்கப்பட்ட குடிமக்கள் இன்னும் பின்தங்கிய நிலையில் உள்ளனர். இந்த செயல்முறை ஆகஸ்ட் 2019 இல் முடிவடைந்தது, இறுதி தேசிய குடிமக்கள் பதிவேடு புதுப்பிக்கப்பட்ட பட்டியலில் 1.9 மில்லியன் மக்கள் அல்லது அசாமின் மொத்த 31 மில்லியன் மக்கள் தொகையில் 6 சதவீதம் பேர் (2011 மக்கள் தொகை கணக்கெடுப்பின்படி) விலக்கப்பட்டுள்ளனர்.

விலக்கப்பட்டவர்களுக்கு எதிராக என்ன நடவடிக்கைகள் எடுக்கப்படும் என்பதை விளக்கும் அஸ்ஸாம் மாநில அரசின் அதிகாரப்பூர்வ கொள்கை எதுவும் இதுவரை வெளியிடப்படவில்லை. இந்தியா அதன் அண்டை நாடான வங்கதேசத்துடன் முறையான திருப்பி அனுப்பும் உடன்படிக்கையைக் கொண்டிருக்காததால் நாடு கடத்துவது சாத்தியமற்றதாகத் தெரிகிறது. விலக்கப்பட்டவர்களின் குடியுரிமை நிலை குறித்த தெளிவும் இல்லை. குழப்பத்திலேயே ஒரு சட்டத்தை அமல்படுத்தி, இஸ்லாமியர்கள் வெறுப்பு அரசியலை கட்டமைக்க பாசக முயற்சி செய்கிறது. தேசிய குடிமக்கள் பதிவேட்டில் இருந்து விலக்கப்பட்ட விண்ணப்பதாரர்கள் “வெளிநாட்டுத் தீர்ப்பாயங்களில்” மனு தாக்கல் செய்யலாம், இருப்பினும், இந்தத் தீர்ப்பாயங்களின் செயல்திறன் மற்றும் நம்பகத்தன்மை மனித உரிமை அமைப்புகளால் மீண்டும் மீண்டும் கேள்விக்குள்ளாக்கப்பட்டுள்ளதையும் இங்கு கவனிக்க வேண்டியிருக்கிறது. கவுகாத்தி (அஸ்ஸாம்) உயர்நீதிமன்றத்தில் மேல்முறையீடு செய்ய அனுமதிக்கப்படும் அதே வேளையில், வெளிநாட்டினர் தீர்ப்பாயத்தில் தங்கள் வழக்கைத் தோற்கடிக்கும் மேல்முறையீட்டாளர் கைது செய்யப்பட்டு காலவரையின்றி தடுப்பு மையங்களுக்கு அனுப்பப்படலாம்.

பா.ஜ.க நினைத்தது நடக்கவில்லை:

இதில் நாம் நகைச்சுவையுடன் கவனிக்க வேண்டிய ஒரு

அம்சமும் உள்ளது. இஸ்லாமியர்களை நாடு கடத்தவேண்டும், அவர்களுக்கு இந்திய குடியுரிமையைக் கொடுக்கக் கூடாது என்ற நோக்கத்துடன் தான் தேசிய குடிமக்கள் திருத்த சட்டத்தை பாஜக கொண்டு வந்தது. ஆனால், இறுதியில், தேசிய குடிமக்கள் பட்டியல் அசாமில் உள்ள பாஜக அரசு நினைத்தது போல் வெளிவரவில்லை. மாறாக, தேசிய குடிமக்கள் பதிவேடு புதுப்பிக்கும் செயல்பாட்டில் முதன்மையாக "சட்டவிரோத" பெங்காலி இஸ்லாமிய குடியேறியவர்களை ஒதுக்கி வைப்பதாக பாஜக திட்டமிட்டு உறுதியளித்தது. இறுதிப் பட்டியலில் பல பெங்காலி இந்துக்களும் விலக்கப்பட்டுள்ளனர் என்பது வேடிக்கையான ஒன்றாக மாறியது. அதிகமான இந்துக்களை நாடற்றவர்களாக ஆக்குவதற்கான சாத்தியக்கூறுகள், அசாமில் உள்ள பாஜக அரசாங்கம் ஏற்படுத்தியுள்ளது.

சி.ஏ.ஏ. மற்றும் என்.ஆர்.சி:

சிஏஏ மற்றும் என்ஆர்சி இடையே உள்ள தொடர்பு உண்மையில் கவர்ச்சிகரமானது. தேசிய குடிமக்கள் பதிவேட்டில் இருந்து விலக்கப்பட்டவர்கள் இன்னும் குடியுரிமைத் திருத்தச் சட்டத்தின் மூலமாக குடியுரிமை பெற தகுதியுடையவர்களாகவே உள்ளனர். எவ்வாறாயினும், அதன் விளைவாக என்ஆர்சியில் இருந்து விலக்கப்பட்ட இஸ்லாமிய குடிமக்கள் வெளியேறும் நிலை ஏற்பட்டுள்ளது.

குடியுரிமைத் திருத்தச் சட்டத்தை ஆதரிப்பவர்கள், அது இந்தியாவின் அண்டை நாடுகளில் இருந்து வரும் துன்புறுத்தப்பட்ட இந்துக்களைப் பாதுகாக்கும் என்று வாதிடுகின்றனர். இருப்பினும், குடியுரிமைத் திருத்தச் சட்டம் என்பது இந்தியாவை துண்டாடுவதற்கான ஒரு அரசியல் தந்திரம் என்பதைத் தவிர வேறொன்றுமில்லை.

குடியுரிமைத் திருத்தச் சட்டத்தின் கீழ் இந்தியாவில் பாதுகாப்பான வீடு என்று வாக்குறுதியளிக்கப்பட்ட மதக் குழுக்கள் இன்னும் தங்கள் நிலை குறித்த முடிவுக்காக காத்திருக்கின்றன. இந்தியாவில் உள்ள பாக்கிஸ்தான் சிறுபான்மை குடியேற்றவாசிகளின் உரிமைகளுக்காக வாதிடும் குழுவான சீமந்த் லோக் சங்கதன் (SLS) கருத்துப்படி, 2021

ஆம் ஆண்டில் சுமார் 800 பாகிஸ்தானிய இந்துக்கள் இந்திய குடியுரிமையைப் பெற முடியாததால் இந்தியாவில் இருந்து தங்கள் நாட்டிற்குத் திரும்பினர் என்று கூறுகிறது.

இந்துக்கள் மீது தாக்குதல் – பாஜக பொய்:

அதே சமயத்தில் பாஜகவும் மோடியும் இஸ்லாமியர்களுக்கு எதிராக மற்றொரு அரசியலையும் கட்டியமைத்துள்ளனர். மியான்மர், நேபாளம் மற்றும் இலங்கை போன்ற அண்டை நாடுகளை விட்டு வெளியேறி இந்தியாவிற்கு வந்துள்ள பல ஆயிரக்கணக்கான மக்கள், இஸ்லாமியர் அல்லாதவர்கள் என்று கூறுகின்றனர். குறிப்பாக இந்துக்கள். மியான்மர், நேபாளம், இலங்கை, பாகிஸ்தான் போன்ற நாடுகளில் இந்துக்கள் இஸ்லாமியர்களால் துன்புறுத்தப்பட்டு இந்தியாவை நோக்கி வருகிறார்கள், உலக அளவில் இஸ்லாமியர்கள் அதிகம் உள்ள நாடுகளில் இந்துக்கள் மீது தாக்குதல் நடக்கப்படுவதாக பாஜக கட்டமைத்தது. ஆனால், பாஜகவின் இந்த சூழ்ச்சி அரசியல் நீண்ட நாட்கள் நீடிக்கவில்லை.

நீதிமன்றம் என்ன செய்தது?:

இந்திய இஸ்லாமியர்களைக் குறிவைத்து மோடி நிறைவேற்றிய குடியுரிமைத் திருத்தச் சட்டம், தேசிய குடிமக்கள் பதிவேடு ஆகியவை சாவாலானவை, அது இஸ்லாமியர்களை மட்டும் அல்ல இந்தியாவில் உள்ள இந்துக்களையே ஒடுக்கும் என்பதை சட்டத்தின் படி ஆட்சி நடக்கும் இந்திய நீதிமன்றங்கள் கூட தட்டிக்கேட்கத் தயங்கிவிட்டன. இந்திய இறையாண்மைக்குச் சவாலான இந்த சட்டத்தையும் பாஜக கொள்களையும் உச்சநீதிமன்றம் தட்டிக்கேட்கவில்லை. தேசிய குடிமக்கள் பதிவேட்டைப் புதுப்பிக்க உச்சநீதிமன்றம் பச்சைக்கொடிக் காட்டியது.

குடியுரிமை திருத்தச் சட்டத்தை எதிர்த்து 200க்கும் மேற்பட்ட மனுக்கள் 2019 முதல் உச்ச நீதிமன்றத்தில் நிலுவையில் உள்ளன. உச்ச நீதிமன்றம், குறைந்தபட்சம் 2014ல் இருந்தே, மோடி மற்றும் அவரது கட்சியினரின் உணர்வுகளைப் புண்படுத்துவதில் அக்கறையுள்ள ஒரு பயனற்ற, பாதிக்கப்படக்கூடிய அமைப்பாக மாறிவிட்டது என்று சிலர் வாதிட்டனர்.

இருப்பினும், அனைத்தும் கைமீறிப்போகவில்லை. மோடி மற்றும் அவரது கட்சியின் பிரதிநிதி மட்டுமல்ல. குடியுரிமைத் திருத்த சட்டம் மற்றும் தேசிய குடிமக்கள் பதிவேட்டிற்கு எதிராகப் பரவலான போராட்டங்கள் இந்தியா முழுவதும் வெடித்துள்ளது. இது, உண்மையான இந்தியர்களை மோடிக்கு எதிராக அணிவகுத்துள்ளது. குடியுரிமைத் திருத்த சட்டத்திற்கு எதிராக பேசியவர்கள் தீவிரவாதிகளாகக் காட்சிப்படுத்தப்பட்டு சிறையில் அடைக்கப்பட்டுள்ளனர். மோடியின் இருண்ட கால ஆட்சிக்கு எதிராக சுதந்திர இந்தியாவைக் கட்டமைக்க அவர்கள் சிறையில் இருப்பதாகவே வரலாறு பிற்காலங்களில் பதிவு செய்யும்.

15
பொது சிவில் சட்டத்தை அம்பேத்கர் ஆதரித்தாரா?
பா.ஜ.கவின் பொய் மூட்டை அம்பலம்!

பொது சிவில் சட்டம் குறித்து ஒன்றிய பிரதமர் நரேந்திர மோடி மத்திய பிரதேசத்தில் ஜூன் 27 ஆம் தேதி பேசிய பேச்சானது முக்கிய விவாதப்புள்ளியாக மாறியுள்ளது. அதன் தொடர்ச்சியாக ஜூலை மாதம் 8ஆம் தேதி பேசிய உத்தரகாண்ட் முதலமைச்சர் புஷ்கர் சிங் தாமி, பொது சிவில் சட்டம் அமல்படுத்தப்பட்டால் அதனை உத்தராகாண்டில் செயல்படுத்தப்படும் என அறிவித்துள்ளார். இந்த விவாதங்களினூடாக இரண்டு அம்சங்கள் இந்திய அரசியலில் பிரதானமாக எழுப்பப்படுகின்றன. ஒன்று, பொது சிவில் சட்டம் என்பது இஸ்லாமியர்கள், கிறிஸ்தவர்களைக் குறிவைத்து மோடி கொண்டு வருகிறார் என்பது. இரண்டாவது, அம்பேத்கர் பொது சிவில் சட்டத்தை ஆதரித்தார் என்பது மற்றொன்று. இந்த இரண்டு அம்சங்களை பிரதானமாக ஆய்வு செய்வது, வரலாற்று ரீதியாகவும் அரசியல்

ரீதியாகவும் முக்கியமானதாக கருதுகிறேன். காரணம், இந்த இரண்டு அம்சங்களிலும் பாஜக சிறுபான்மையினருக்கு எதிராகவும், அம்பேத்கரின் பெயருக்கு கலங்கத்தை ஏற்படுத்தவும் முயற்சிப்பதைத் தோலுரிக்க வேண்டிய அவசியம் ஏற்பட்டுள்ளது.

பொது சிவில் சட்டத்திற்கு எதிராக நாடாளுமன்றத்தில் விடுதலை சிறுத்தைகள் கட்சியின் தலைவர் திருமாவளவன் தெளிவான விளக்கத்தை அளித்துள்ளார். அதன் பின்னணியில் உள்ள சூழ்ச்சிகளையும், விடுதலைச் சிறுத்தைகள் கட்சியின் நிலைப்பாட்டையும் விசிக தலைவர் திருமாவளவன் பார்வையூனூடாக பேச விழைகிறேன்.

பொது சிவில் சட்டம் – பாஜக இலக்கு:

பொது சிவில் சட்டம் இஸ்லாமியர்களைக் குறிவைத்து தான் கொண்டு வரப்படுகிறது என்பதை ஆர்.எஸ்.எஸ். - பாஜகவின் செயல் திட்டங்களில் ஒன்றாக இருக்கிறது என்பது அவர்களின் கடந்த கால வரலாற்றை ஆய்வு செய்தவர்களுக்கு நன்றாகவே தெரியும். 2024 நாடாளுமன்ற பொதுத் தேர்தல் பரப்புரைக்கான ஒரு பகுதியாக, திருமணம், விவாகரத்து மற்றும் வாரிசு தொடர்பான தனிநபர் சட்டங்களை ஒழிப்பதை பாஜக நீண்ட கால செயல் திட்டமாக கொண்டுள்ளது. தேசிய ஒருமைப்பாட்டை வளர்க்கவும், பாலின சமத்துவத்தை ஏற்படுத்தவும் பொது சிவில் சட்டம் அவசியம் என வலதுசாரிக் கும்பல் வாதாடுகிறது.

பொது சிவில் சட்டத்தின் முன் மொழிவானது மரபுவழி இந்துக்கள், இஸ்லாமியர்கள், சீக்கியர்கள் மற்றும் சிறுபான்மையினரிடமிருந்து எதிர்ப்பு அலையை உருவாக்கியுள்ளது. இந்திய அரசியலமைப்புச் சட்டம் உருவாக்கப்பட்ட காலத்தில் இருந்தே பொது சிவில் சட்டத்தின் மீதான விவாதங்கள் அண்மைக்காலம் வரையிலும் கூட தீர்க்கப்படாத விவகாரமாகவே உள்ளது. இந்த புதிரைத் தீர்க்கமுடியாமல் பொது சிவில் சட்டத்தை மாநில கொள்கையின் வழிகாட்டுதல் கோட்பாட்டுடன் சேர்த்தனர். அரசியலமைப்பின் பகுதி நான்கில் காணப்படும் DPSP இன் பிரிவு 44 இந்தியாவின் எல்லை முழுவதும் குடிமக்களுக்கு

ஒரே மாதிரியான சிவில் குறியீட்டைப் பாதுகாக்க அரசு முயற்சிக்கும் என விவரிக்கப்பட்டுள்ளது.

பொதுமக்களிடையே பொதுவான குறியீட்டை அமல்படுத்தும் என்பதற்கு பதிலாக இந்திய அரசியல் அமைப்பு சட்டமே பொதுவான குறியீட்டை அமல்படுத்த முயற்சி செய்யும் என கூறியுள்ளது. அதாவது, பொது சிவில் சட்டத்தை அமல்படுத்த அடிப்படை உரிமைகளை மீறும் செயல் என்பதை பிரிவு 25ன் படி, தனிப்பட்ட கலாச்சாரத்தைப் பெறுவதற்கான உரிமையை மீறும் செயல் என்பதைப் புரிந்து கொள்ளலாம். இந்திய அரசியலமைப்புச் சட்டம் நாகாலாந்து, மிசோரம் போன்ற மாநிலங்களுக்கு வழங்கப்பட்ட உரிமையை பறிக்கும் செயல் என்பதையும் புரிந்து கொண்டால் இந்த பொது சிவில் சட்டத்தில் உள்ள முரண்பாடுகளை உணர்ந்துகொள்ளலாம்.

இந்திய அரசியலமைப்புச் சட்டம் கொடுத்திருக்கக் கூடிய அடிப்படை உரிமைகளை மீறும் செயலில் பாஜக இறங்கி இருப்பதற்கான காரணம் சங்பரிவார் கும்பலின் நோக்கத்தோடு ஒத்துப்போகிறது. மதரீதியான தனிச்சட்டங்கள் கூடாது என்பது ஆர்.எஸ்.எஸ்., சங்பரிவார் கும்பலின் முக்கிய கருத்து. மதரீதியாக என்றால், அது அனைத்து மதங்களையும் உள்ளடக்கிய விவகாரம் என்று புரிந்து கொள்ளக் கூடாது. அந்த அனைத்து மதங்களையும் உள்ளடக்கிய என்பதில் இந்து மதம் மட்டும் வராமல், இஸ்லாமிய, கிறிஸ்தவ மதங்களை மட்டுமே குறிவைத்து பொது சிவில் சட்டத்தை ஒன்றிய பாசக கட்டமைக்கிறது. அத்துடன், சட்ட மேதை அம்பேத்கரின் அரசியல் நிலைப்பாட்டை திரித்து பொது சிவில் சட்டத்தில் பொய்யான பரப்புரையையும் வலதுசாரி கும்பல்கள் பரப்புகின்றன.

அம்பேத்கர் மீதான அவதூறுகள்:

பாஜக சங் பரிவாரம் தனக்கு ஆதரவு தேடுவதற்காக, அவ்வப்போது அண்ணல் அம்பேத்கரின் பெயரைப் பயன்படுத்திக் கொள்வதை வாடிக்கையாகக் கொண்டிருக்கிறது. சில ஆண்டுகளுக்கு முன் புரட்சியாளர் அம்பேத்கரை ‘முஸ்லிம் விரோதி’ என்று காட்டுவதற்காக ‘பாகிஸ்தான்

அல்லது இந்தியாவின் பிரிவினை' என்ற நூலிலிருந்து தனக்கு வேண்டிய சில வாக்கியங்களை மட்டும் பயன்படுத்தியது. அந்த நூலில் அவர் மதவெறியின் காரணமாக இரு சமூகத்தினரிடையே நடந்த வன்முறைச் செயல்களைப் பட்டியலிட்டுக் காட்டுகிறாரே தவிர, முஸ்லிம்களை மட்டும் அவர் குறியிலக்காகக் கொள்ளவில்லை. இரண்டாவதாக, அவருடைய விமர்சனம் முஸ்லிம் லீக் மீதுதானே தவிர சாதாரண முஸ்லிம் குடிமக்கள் மீது அல்ல. மிகச் சிறந்த சட்டமேதை என்ற வகையில் புரட்சியாளர் அம்பேத்கர் முஸ்லிம் லீக், இந்து மகா சபை ஆகியவற்றின் நிலைப்பாடுகளைத் தனித்தனியாகப் பரிசீலித்து மதத்தின் அடிப்படையில் தேசங்களை உருவாக்கக்கூடாது என்ற தனது முற்போக்கான, சமயச்சார்பற்ற விவாதத்தை முன்வைத்ததுடன், பல்வேறு சமுதாயங்கள் ஒரே தேசத்தில் வாழ்வதற்கான பல எடுத்துக்காட்டுகளைக் கூறினார்.

அதேவேளை, முஸ்லிம்கள் அதாவது முஸ்லிம் லீக் இந்தியாவிலிருந்து பிரிந்து செல்ல வேண்டுமென்று விரும்பினால், அதேவேளை வி.டி.சாவர்க்காரின் இந்து ராஷ்டிரக் கோரிக்கையைப் பற்றி எழுதுகையில் "இந்து ராஷ்டிரம் இந்தியாவில் யதார்த்தமானதொன்றாக ஆகிவிடுமானால், அதைவிடப் பேரழிவு இந்திய நாட்டுக்கு வேறு ஏதும் இருக்க முடியாது" என்று எச்சரிக்கவும் செய்தார்.

அதேபோல காஷ்மீர் பிரச்சினையைப் பொருத்தவரை அண்ணலின் கருத்தும் தனது கருத்தும் ஒன்றேதான் என்று அரசியல் சட்டப் பிரிவு 370 ஐ இரத்து செய்தபோது சங்பரிவாரம் பேசி வந்தது. ஆனால், அம்பேத்கரின் நிலைப்பாடு இந்துத்வாதிகளின் நிலைப்பாட்டுக்கு எதிராக இருந்தது. அதாவது,ஜம்மு காஷ்மிரை இந்தியாவிற்கு சொந்தமானது என்று கூறிக் கொண்டு கோடிக்கணக்கான ரூபாய்களை இந்திய இராணுவத்திற்காக செலவிடுவதைவிட, முஸ்லிம்கள் பெரும்பான்மையாக உள்ள காஷ்மிர் பள்ளத்தாக்கை பாகிஸ்தானுக்குக் கொடுத்துவிட்டு, பௌத்தர்கள் பெரும்பான்மையாகக் கொண்டுள்ள லடாக் பகுதியையும் சீக்கியர்களும் இந்துக்களும் பெரும்பான்மையாகக் கொண்ட ஜம்மு பகுதியை இந்தியாவிடமும் வைத்துக்

கொள்லலாம் என்று ஆலோசனை கூறினார். எல்லாவற்றுக்கும் சிகரம் வைத்தாற் போல, ஆர்.எஸ்.எஸ். அமைப்பின் அதிகாரப்பூர்வமான ஏடான ‘பஞ்ச்ஜன்யா’ அண்ணலின் 125வது பிறந்த நாளையொட்டி அம்பேத்கர் சிறப்பிதழைக் கொண்டு வந்து அவரை ‘இந்துவாக’ ஆக்கச் செய்த முயற்சித்துப் படுதோல்வியடைந்தது.

இப்போது பொது சிவில் சட்டத்தைக் கொண்டு வருவதற்காக சங்பரிவாரம், சிபிஐ, அமலாக்கத் துறை, வருமானவரித் துறை போன்றவற்றைப் போலவே தனது கிளை உறுப்புகளிலொன்றாக்கிகொண்ட சட்ட ஆணையத்தின் பரிந்துரையைப் பெற்றுள்ளது மோடி ஆட்சி.

மணிப்பூர் கலவரத்தை மறைக்கும் சூழ்ச்சி:

கடந்த 2023 ஜூன் மாதம் அமெரிக்க, எகிப்து பயணத்தை முடித்துவிட்டுத் திரும்பிய கையுடன் மணிப்பூர் எரிந்து கொண்டிருப்பதைப் பற்றியோ வேறு உள்நாட்டு அரசியல் பிரச்சினைகளைப் பற்றியோ பேசாமல் மத்தியப் பிரதேசத்தில் நடந்த ஆர்.எஸ்.எஸ். தொண்டர்கள் கூட்டத்தில் பேசுவதற்கு முக்கியத்துவம் கொடுத்தார் மோடி. பொது சிவில் சட்டம் கொண்டுவருவதைப் பற்றிப் பேசுகையில், இந்தியாவிலுள்ள எல்லா மதத்தினரும் ஒரே தாய்மக்கள் என்றும் எனவே ஒரு மதத்தினருக்கு ஒரு சிவில் சட்டம், இன்னொரு மதத்தினருக்கு இன்னொரு சிவில் சட்டம் இருப்பது பாரபட்சம் காட்டுவதுதான் என்று ஆடு நனைகிறதே என ஓநாய் அழுவதுபோலப் பேசினார். ஆனால் புதிய குடியுரிமைச் சட்டம் பாரபட்சம் காட்டுவதைப் பற்றி அவர் வாய் திறக்கவில்லை.

இப்போது ஏற்கெனவே இரண்டாம்பட்ச, மூன்றாம் பட்சக் குடிமக்களாக்கப்பட்டுவிட்ட முஸ்லிம்களைக் குறிவைத்துத்தான் பொது சிவில் சட்டம் கொண்டு வரப்படுவதை மோடி மூடி மறைக்கிறார். அவரது சங் பரிவாரம் அதற்காக மீண்டுமொருமுறை புரட்சியாளர் அம்பேத்கரைப் பயன்படுத்த விரும்புகிறது.

முதலில் பொது சிவில் சட்டம் என்பது என்ன என்பதைப் புரிந்து கொள்ள வேண்டும்...

மதங்கள், பழக்கவழக்கங்கள், பாரம்பரியம் அடிப்படையிலான தனிநபர் சட்டங்களை நீக்கிவிட்டு அனைவருக்கும் பொதுவான சட்டத்தைக் கொண்டு வருதல்தான் பொது சிவில் சட்டம் Uniform Civil Code அல்லது Common Civil Code எனப்படுகிறது.

அதாவது புரட்சியாளர் அம்பேத்கர் பொது சிவில் சட்டத்தைக் கொண்டுவர விரும்பியதன் நோக்கத்தை - மக்களை மத அடிப்படையில் - முஸ்லிம்கள் மீது வெறுப்பை உண்டாக்குவதற்குப் பயன்படுத்தும் தனது நோக்கத்துடன் இணைக்க விரும்புகிறது சங்பரிவாரம். இதைப் பொருத்தவரை அண்ணல் அம்பேத்கரின் நிலைப்பாட்டுக்கும் சங்பரிவாரத்தின் குறிக்கோளுக்குமுள்ள வேறுபாட்டை நாம் புரிந்துகொள்ள வேண்டும். அண்ணல் அம்பேத்கர் அரசமைப்பு அவையில் பொது சிவில் சட்டத்திற்கான சட்டப் பிரிவு 35ஐக் கொண்டுவந்ததற்கான நோக்கம் இந்தியாவில் எல்லா மதத்தினரிடையேயும் சமத்துவம் நிலவ வேண்டும் என்பதற்காகத்தான். அந்த சட்டத்தை முன்மொழியும்போது அவர் கூறினார்: "நமது வாழ்க்கை முழுவதையும் உள்ளடக்கூடிய வகையில் மதத்திற்கு இவ்வளவு பெரிய விரிவான அதிகார வரம்பு கொடுக்கப்பட்டிருப்பதும் அதன் களத்தின் ஆட்சியெல்லைக்குள் அரசமைப்பு அவை நுழையவிடாமல் தடுக்கப்படுவதும் ஏன் என்பதை என்னால் விளங்கிக் கொள்ள முடியவில்லை. நமக்கு இந்த சுதந்திரம் எதற்காகக் கொடுக்கப்பட்டிருக்கிறது? சமத்துவமின்மைகளும் ஏற்றத்தாழ்வுகளும் பாரபட்சங்களும்,

இன்னும் இது போன்றவையும் நிரம்பியுள்ள, நமது அடிப்படை உரிமைகளுடன் முரண்படுகிற நமது சமூக அமைப்பைச் சீர்திருத்துவதற்குத்தானே நாம் இந்த சுதந்திரத்தைப் பெற்றுள்ளோம்? ஆகவே அரசமைப்பு அவையின் அதிகார வரம்புகளிலிருந்து தனிநபர் சட்டம் விலக்கப்பட்ட வேண்டும் என்பதை எவரால் நினைத்துப் பார்க்க முடியும்?" என்றார் அம்பேத்கர் (Christopher Jafferlot, Dr Ambedkar and Untouchability_ Analysing and Fighting Caste - Hurst & Company, 2005, pp. 1114-115.)

அன்று பொது சிவில் சட்டத்தை முஸ்லிம் உறுப்பினர்கள் மட்டுமே எதிர்த்தார்களா? அரசமைப்பு அவையில் இருந்த வி.டி.சாவர்க்கரின் இந்து மகா சபை உறுப்பினர்கள், காங்கிரஸிலிருந்த இந்துப் பழைமைவாதிகள் ஆகியோரும் கடுமையாக எதிர்த்தார்கள்.

ஆக, அண்ணல் அம்பேத்கர் சமூக நீதியை, சாதிபேதமற்ற சமுதாயத்தை, சோசலிசப் பொருளாதாரத்தை இந்தியாவில் கொண்டுவர விரும்பினாரே, அந்த இலட்சியத்துடன்தான் பொது சிவில் சட்டத்தில் அவருக்கிருந்த விருப்பத்தை இணைத்துப் பாரக்க வேண்டும். ஆனால், அன்று இந்தியாவில் பொது சிவில் சட்டத்தை அரசமைப்புச் சட்டத்தின் அடிப்படை உரிமைகளிலொன்றாக ஆக்குவதற்கு உகந்த சூழல் இல்லாமல் போனதால் அதை வழிகாட்டும் நெறிகளிள் (Directive Principles) – அரசமைப்புச் சட்டப் பிரிவு 44ஆக உள்ளடக்குவதற்கு மேல் அவரால் ஏதும் செய்ய முடியவில்லை. அரசமைப்புச் சட்டப்பிரிவு, நீதிமன்றத்தால் நடைமுறைப்படுத்தப்படக் கூடியது அல்ல. மாறாக, 1950இல் நிறைவேற்றப்பட்ட அந்த சட்டப் பிரிவு 44 (வழிகாட்டு நெறிகளில் ஒன்று)

இந்தியாவின் எல்லாப் பிரதேசங்களிலும் பொது சிவில் சட்டத்தை உருவாக்குவதற்கு அரசு முயற்சி எடுத்துக் கொள்ள வேண்டும்" என்றுதான் கூறுகிறது. ஆனால் அதை அடிப்படை உரிமையாக்குவதற்கு, நீதிமன்றத்தால் நடைமுறைப்படுத்துகின்ற அடிப்படை உரிமையாக்குவதற்கு மோடி அரசாங்கம் இப்போது முயற்சி செய்கிறது.

அம்பேத்கர் கொண்டுவர விரும்பிய, கடைசியில் வழிகாட்டு நெறிகளில் ஒன்றாக மட்டுமே போய் முடிந்த அந்தப் பொது சிவில் சட்டமும்கூட பல்வேறு மதத்தினர் தங்கள் மறை நூல்கள், சம்பிரதாயங்கள், சாஸ்திரங்கள் ஆகியவற்றை அடிப்படையாகக் கொண்டிராததாக இருக்க வேண்டும் என்பதுதான். ஆனால் மனுநூலை வழிபடும், சங் பரிவாரம், முதலில் 1936ஆம் ஆண்டிலேயே அண்ணல் அம்பேத்கர் பரிந்துரைத்தது போல இந்துக் கோவில்கள் அனைத்திலும் அனைத்து சாதியினரையும் அர்ச்சகர்களாக்க முன்வருமா? இன்றும்கூட இந்தியாவின் குடியரசுத்

தலைவராக உள்ள திரௌபதி முர்மு, மற்ற சாதியினரிலிருந்து விலகி நின்றுதான் சாமி கும்பிட வேண்டியதாக உள்ளதே. இந்தியா சுதந்திரம் பெற்று முக்கால் நூற்றாண்டாகியும் இந்திய சமுதாயத்தில் சாதி ஏற்றத்தாழ்வுகளோ, பொருளாதாரா ஏற்றத்தாழ்வுகளோ மாறவில்லை. கார்பரேட் சக்திகளின் கைப்பாவையாக, சனாதன வருணதர்மத்தின் காவலர்களாக உள்ள சங்பரிவாரத்தினர் கூறும் பொது சிவில் சட்டமும் அண்ணல் அம்பேத்கர் விரும்பிய பொது சிவில் சட்டமும் அடிப்படையிலேயே வேறுபட்டவை.

இரண்டாவதாக, பொது சிவில் சட்டம் கொண்டுவரப்பட வேண்டும் என்பது குறித்து அண்ணல் அம்பேத்கர் கூறிய வேறு கருத்துகளை சங் பரிவாரமும் மோடியும் திட்டமிட்டு மூடிமறைக்கிறார்கள். அரசியல் சட்டப் பிரிவு 35இன் போது நடந்த விவாதங்களின்போது புரட்சியாளர் அம்பேத்கர் ஓர் உண்மையான ஜனநாயகவாதியாக, குடிமக்களின் உணர்ச்சிகளைப் புரிந்துகொண்டவராகவே பேசினாரேயன்றி ஓர் சர்வாதிகாரியைப் போல அல்ல. இந்தியாவிலுள்ள எல்லா முஸ்லிம்களுக்கும் காலங்காலமாக ஒரே மாதிரியான பொது சிவில் சட்டங்கள் இருந்தன என்று சில முஸ்லிம் உறுப்பினர்கள் கூறியதை மறுத்து, இந்தியாவில் பல்வேறு பகுதிகளிலுள்ள முஸ்லிம்கள் வெவேறு சிவில் சட்டங்களைப் பயன்படுத்தினார்கள் என்றும், சில இடங்களில் இந்துக்களின் சிவில் சட்டங்களைக்கூடப் பயன்படுத்தினார்கள் என்றும் தக்க ஆதாரங்களுடன் பேசினார். இந்தியாவின் வெவ்வேறு பகுதியிலிருந்த முஸ்லிம்கள் அந்தந்தப் பகுதியிலிருந்த கலாசாரத்தையும் மரபுகளையும் பின்பற்றியதற்கு எடுத்துக்காட்டாக மலபாரில் இருந்த ‘மருமக்கள் தாயம்’ (தாய்வழி சொத்து உறவு முறை) இந்துக்கள், முஸ்லிம்கள் ஆகிய இரு தரப்பினராலும் பின்பற்றப்பட்டதைக் குறிப்பிட்டார். அது பொது சிவில் சட்டத்தால் சேர்க்கப்பட்டது.

இந்துச்சட்டம் என்பதால் அல்ல, மாறாக அது இருசாராருக்கும் பொருத்தமானது என்பதால்தான் என்றும், எனவே முஸ்லிம்களுக்குப் பெரும் தீங்கு இழைக்கப்பட்டுவிட்டதாகக் கருதக்கூடாது என்றும் கூறிய புரட்சியாளர் அம்பேத்கர் முஸ்லிம்களுக்கு ஒரு உறுதி

மொழியையும் வழங்கினார். அதாவது, அரசு ஒரு பொது சிவில் சட்டத்தை இயற்றிவிட்டது என்ற காரணத்துக்காகவே குடிமக்கள் எல்லோர் மீதும், அவர்கள் குடிமக்கள் என்பதற்காகவே அதை அரசால் வலுக்கட்டாயமாகத் திணிக்க வேண்டும் என்று பொருள் கொள்ளக்கூடாது. பொது சிவில் சட்டத்திற்குக் கட்டுப்படுத்துவதாக உறுதிமொழியளிக்கிறார்களோ அவர்களுக்கு மட்டுமே இந்தச் சட்டம் பொருந்தும் வகையில் கடைப்பிடிக்க விரும்புவதாக யாரெல்லாம் உறுதிமொழி கூறுகிறார்களோ, அவர்களுக்கும் அவர்களது சந்ததியினருக்கும் இந்தச் சட்டம் பொருந்தும். ஆகவே தொடக்கத்தில் இந்த சட்டம் (பொது சிவில் சட்டம்) அவரவரது தன்விருப்பம் சார்ந்ததாகவே இருக்கும். இத்தகைய சட்டத்தை இயற்றுவது நாடாளுமன்றத்துக்கு சாத்தியமானதாகவே இருக்கும். ஆகவே நமது (முஸ்லிம்) நண்பர்கள் வெளிப்படுத்திய அச்சம் முற்றிலுமாக நீக்கப்படுகிறது'' *(*Baba Saheb Ambedkar Writings and Speeches, Volume 13, pp.362-363.*)*

இப்படி அம்பேத்கர் தெளிவு படுத்திய பிறகும் பாஜகவினர் அம்பேத்கரை தங்களது வாதங்களுக்கு அழைக்கலாமா?

பா.ஜ.கவின் நோக்கம் என்ன?

பொது சிவில் சட்டத்தை அமல்படுத்துவதன் மூலமாக இந்து பெரும்பான்மை வாதத்தை முன்வைத்து அரசியல் செய்ய பாஜக திட்டமிடுகிறது. பொது சிவில் சட்டத்தை சிறுபான்மையினர் எதிர்ப்பதாக ஒரு நாடகத்தை ஆடி அதன் மூலம் இந்து - இந்து அல்லாதவர்கள் என்ற பிரிவினையை ஏற்படுத்தி அதன் மூலம் அரசியல் ஆதாயம் தேட பாஜக முயற்சிக்கிறது.

பொது சிவில் சட்டம் நல்லது தான் அது சாதிரீதியான, மத ரீதியான தனித் தனி சட்டங்களை ஒழிக்கும் என இந்துத்துவ ஆர்.எஸ்.எஸ். அமைப்புகள் வாதிடுகின்றன. ஆனால், பொது சிவில் சட்டம் இதனை மேலும் கூர்மையாக்கி சமூகப் பிளவை உறுதி செய்கிறது. பொது சிவில் சட்டம் நல்ல விஷயம் என்று தோன்றலாம்.

இந்துக்கள் மத்தியில் சாதி அடிப்படையில் தனி சிவில் சட்டம் இருக்கிறதே. அதனை இதுவரை இந்திய அரசியலமைப்பு சட்டம் கொடுத்துள்ள உரிமைகள் மூலமாக ஏன் ஒழிக்க முடியவில்லை? தமிழ்நாட்டையே எடுத்துக்கொண்டால் கூட எத்தனை சாதியக் குழுக்கள் பட்டியலின மக்களுக்கு எதிராக சாதிய சங்கங்கள் மூலமாக தனிச்சட்டத்தை வாய்வழியாக இயற்றி, அதன் மூலம் ஆதாயம் அடைகிறார்கள். அதனை இந்திய அரசியலமைப்புச் சட்டம் கொடுத்துள்ள உரிமைகள் மூலமாக ஒழிக்க பா.ஜ.க இதுவரை என்ன செய்துவிட்டது?. தாம் மேல்சாதி என்று நினைத்துக்கொண்டு இருப்பவர்கள் பட்டியலின மக்களை காலில் விழ வேண்டும் என்ற தண்டனையைக் கொடுக்கிறார்களே. அதனை இந்திய அரசியலமைப்புச் சட்டத்தின் மூலம் ஒழிக்க முடிந்ததா?

இந்து சட்டத் தொகுப்பு மசோதாவை (Hindu Code Bill) அம்பேத்கர் கொண்டு வர முயன்ற பொழுது அதற்கு நேரு அமைச்சரவையில் இருந்த வலதுசாரி சிந்தனை கொண்ட ராஜேந்திர பிரசாத், வல்லபாய் பட்டேல், மதன் மோகன் மாளவியா எதிர்த்ததினால் தானே நேருவால் மசோதாவை சட்டமாக்க முடியவில்லை. அதனால், தானே அம்பேத்கர் தனது அமைச்சர் பதவியைத் தூக்கி எறிந்தார். அம்பேத்கர் கொடுத்த அழுத்தத்தின் காரணமாகத்தானே பின்னாளில் பல தார மணத்தைத் தடை செய்யும் வகையில் பெண்களுக்கும் சொத்துரிமை இருக்கும் வகையில் சிறிய சீர்திருத்தங்களை ஒன்றிய அரசு செய்ததை மறுக்க முடியுமா? 1950களுக்குப் பிறகு கொண்டு வரப்பட்ட இந்த சிறிய சீர்திருத்தத்தைக் கூட இன்றைக்கு வரை நடைமுறைப்படுத்த முடியவில்லை. நடைமுறைப்படுத்த பாசக இதுவரை எந்த நடவடிக்கையையும் எடுக்கவில்லை. கிராமப்புற இந்து மேல்சாதி ஆணாதிக்க வகையில் தான் இந்த சீர்திருத்தச் சட்டங்களே உள்ளன.

கிராமப்புற சாதிப் பஞ்சாயத்தில் பெண்களுக்கு உரிமை இல்லை. அதனைத் தடை செய்யாத மோடி இஸ்லாமியர்களை குறிவைத்து பொது சிவில் சட்டத்தைக் கொண்டு வர துடிக்கிறார். மேல்பாதி, புதுக்கோட்டை வேங்கைவயல் கிராமங்களில் இதுவரை சாதியத் திமிர் தாண்டவமாடுவதை

நாம் பார்த்துக்கொண்டு தான் இருக்கிறோம். அதனை சட்டத்தின் துணை கொண்டு மாற்றி அமைக்க பாஜகவோ பிரதமர் மோடியோ என்ன செய்துவிட்டனர்.

பொதுச் சட்டங்கள் இருந்தும் தொடரும் சாதிய கொடுமை!

சிதம்பரம் கனக சபை மீது பொதுமக்கள் ஏறி வழிபாடு நடத்த முடியவில்லை. அதனை தீட்சிதர்கள் கடுமையாக எதிர்க்கிறார்கள். நிதி அமைச்சர் நிர்மலா சீதாராமனை நேரில் சந்தித்து தங்களின் உரிமையைப் பாதுகாக்க வேண்டும் என தீட்சிதர்கள் முறையிடுகின்றனர். பொது சிவில் சட்டத்தை அமல்படுத்தும் நோக்கம் இருக்கும் ஒன்றிய அரசு தீட்சிதர்களிடம், இந்தியா ஒரு ஜனநாயக நாடு, கடவுளை வழிபடவும் கடவுளுக்குச் சடங்குகள் செய்யவும் அனைவருக்கும் சம உரிமை உண்டு அதனால், தீட்சிதர்களின் கோரிக்கையை நிராகரிக்கிறோம் என்று வெளிப்படையாகவே சொல்ல வேண்டியது தானே. அதனை செய்ய ஏன் தயங்குகிறார்கள்?

விழுப்புரம் மேல்பாதியில் நடப்பது என்ன? திரௌபதி அம்மன் கோயிலுக்குள் சென்று வழிபாடு செய்த குற்றத்திற்காக பட்டியலின மக்கள் தாக்கப்படுகிறார்கள். கோயில் இழுத்து பூட்டப்பட்டுள்ளது. ஒரு குறிப்பிட்ட கட்சியைச் சேர்ந்த வழக்கறிஞர் மேல் சாதி என்று தங்களை சொல்லிக்கொள்ளும் மக்களிடம் பொய்யான வாக்குறுதியைக் கொடுத்து அவர்களை வன்முறைக்கு தூண்டிவிடுகிறார். சட்டம் படித்த ஒரு வழக்கறிஞரே அந்தச் சட்டத்தைக் காலில் போட்டு மிதித்துவிட்டு, சாதியக் குழுக்கள் சொல்லும் தனிச் சட்டத்திற்காக வன்முறையைத் தூண்டிவிடுகிறார். இதனைத் தடுக்க என்ன செய்தது ஆர்.எஸ்.எஸ். பாஜக கும்பல். மாறாக, அவர்களோடு சேர்ந்துக் கொண்டு பட்டியலின மக்களுக்கு துரோகம் இழைத்து அரசியல் குளிர்காய தானே ஆர்.எஸ். எஸ். இந்துத்துவ, சாதிய குழுக்கள் மேல்பாதியில் அரசியல் செய்தன.

சிதம்பரம் தீட்சிதர்களைக் கட்டுப்படுத்தத் தவறுபவர்களே பொதுச்சிவில் சட்டத்தை நடைமுறைப்படுத்துவார்கள்? மேல்பாதியில் சாதியக் குழுக்களுக்கு துணை நின்று,

வழிபாட்டு உரிமையில், மரபைக் கடைபிடிக்க வேண்டும் என்று சொல்லும் இந்துத்துவ சனாதன குழுக்கள், பொதுச் சிவில் சட்டத்தை அனைவரும் சமம் என்ற கோணத்திலா கொண்டு வருவார்கள்?

பொதுசிவில் சட்டத்தை அம்பேத்கர் ஆதரித்ததாகச் சொல்லப்படுவது சாதிய ஒழிப்புக்கான ஒரு கருவியாக அது பயன்படும் என்று நம்பினார். ஆனால், இந்து சட்டத் தொகுப்பு எதிர்த்தவர்கள். தேசம் சாதி ரீதியாகவும் மத ரீதியாகவும் பிளவு பட்டுவிடக்கூடாது என்று அம்பேத்கர் சொன்ன யோசனைகளை புறந்தள்ளிய இந்துத்துவ சனாதனவாதிகள் இன்றைக்கு அம்பேத்கரின் பெயரை இழிவுபடுத்தும் நோக்கில் செயல்படுகிறார்கள்.

இந்து சமய அறநிலையத்துறை வேண்டாம்!

அனைத்து மக்களின் வழிபாட்டு உரிமையை பாதுகாக்கவும், அனைவரும் அர்ச்சகர்கள் ஆகலாம் என்றும் தமிழ்நாடு அரசு பல முன்னெடுப்புகளை செய்தது. அதையெல்லாம் தடுத்தது யார்? இதே சனாதன பாசிச கும்பல் தானே? கோயில்களை ஜக்கிவாசுதேவ், ஸ்ரீஸ்ரீ போன்றோர் தங்கள் வசம் கொண்டுவரவும், தனிநபர்கள் வசம் இந்துக் கோயில்களைக் கொண்டு வர வேண்டும் என்பதற்காகவும் இந்து சமய அறநிலையத்துறையே இருக்கக் கூடாது என்று கூச்சலிட்ட கதையெல்லாம் மறந்துவிடவா போகிறோம். பொதுசிவில் சட்டம் தனிநபர், தனி சாதிய, மதவாத சனாதனக் குழுக்களின் தனிச்சட்டத்தை ஒழுக்க எந்த நடவடிக்கையையும் இதுவரை எடுக்கவில்லை. கோயில்களை தனிநபர் வசம் கொண்டு வரவேண்டும் என பேசிய ஹெச். ராஜாவுக்கு இந்தியாவின் ஜனநாயகம், சட்டத்தின் ஆட்சியை முதலில் சொல்லிக்கொடுக்க ஒன்றிய பிரதமர் மோடி என்ன செய்தார்?

அனைத்துச் சாதியினரும் அர்ச்சகராகலாம் என்பது தான் பொது சிவில் சட்டம். ஆனால், அதனை சனாதன பாசிசக் கும்பல் தடுத்து நிறுத்தி வன்முறையைத் தூண்டியது. கோயில் கருவறையில் மத்திய ரயில்வே துறை அமைச்சர் அஸ்வினி வைஸ்ணவால் சென்று வழிபாடு நடத்த முடியும். ஆனால், குடியரசு தலைவர் திரௌபதி முர்முவால் வழிபாடு நடத்த

முடியாது. அமைச்சர் அஸ்வினி வைஸ்ணவு தங்களை உயர்சாதி என்று சொல்லிக்கொள்ளும் சமூகம், ஆனால், குடியரசு தலைவர் முர்மு பழங்குடியினம். அஸ்வினி வைஸ்ணவிற்கு ஒரு சட்டம், குடியரசு தலைவர் திரௌபதி முர்முவுக்கு ஒரு சட்டம் இருப்பதை இந்த மோடி அரசாங்கம் துடைத்தெறிய என்ன செய்தது?

முர்முவை கோயில் கருவறைக்குள் கொண்டு சென்று வழிபாடு நடத்த வைத்திருந்தால் இந்த பாஜக சொல்லும் பொதுச்சிவில் சட்டத்தை சந்தேகம் இல்லாமல் ஏற்றுக்கொண்டிருக்கலாம். ஆனால், அங்கு, கோயில் மரபு, பழக்க வழக்கம் என்று பார்ப்பன சனாதனக் கும்பலுக்குத் துதிபாடிய பாஜக சனாதனக் கும்பல் இன்று பொது சிவில் சட்டம் என்ற பெயரில் மக்களைப் பிரித்துப் பார்க்கிறது.

இந்தியாவில் 6 லட்சத்திற்கும் மேற்பட்ட சாதிகள் இருக்கின்றன. இதில், பல லட்சக்கணக்கான சாதிய பஞ்சாயத்துகள் உள்ளன. இந்தக் கிராமங்களில் ஆணவப் படுகொலைகள் நடக்கின்றன. ஆணவப் படுகொலைகளைத் தடுக்க ஆணவ படுகொலைச் சட்டத்தை ஏன் இதுவரை பாசிச பாஜக கொண்டு வரவில்லை? சாதியப் பஞ்சாயத்துக்கள் மூலமாக தனி மனித அடையாளங்கள் ஒழிக்கப்பட்டுவிட்டனவா? சாதியப் பஞ்சாயத்துக்கள் முன்பைவிட பாஜக ஒன்றியத்தில் பொறுப்பேற்ற பிறகு இன்னும் அதிகரித்துள்ளது. இது தான் கள யதார்த்தம்.

லவ் ஜிகாத் முதல் ஆணவக்கொலை வரை...

யாரும் யாரையும் திருமணம் செய்து கொள்ளலாம். மத ரீதியாகவும் சாதி ரீதியாகவும் பிரிவினைப் பார்க்கக் கூடாது என்கிறது பொதுச்சிவில் சட்டம். இந்த பொதுச் சிவில் சட்டத்திற்கு ஆதரவாகத்தான் ஒன்றிய பாஜக பரப்புரைச் செய்கிறது. யதார்த்தம் என்ன? இஸ்லாமிய இளைஞர் ஒரு இந்து பெண்ணைக் காதலித்து திருமணம் செய்து கொண்டால் அங்குச் சட்டத்தின் ஆட்சியை உறுதி செய்து அவர்களின் திருமணத்தை நடத்தி வைக்க வேண்டிய ஒன்றிய அரசு, பாஜக அதை செய்யாமல் இஸ்லாமிய இளைஞர்கள் காதலித்தால் அதனை லவ் ஜிகாத் என்று தானே பேசுகிறது.

சமீபத்தில் கர்நாடக தேர்தல் வந்த பொழுது ஒன்றிய பிரதமர் நரேந்திர மோடி என்ன செய்தார், 'கேரளா ஸ்டோரி' என்ற திரைப்படத்தை வைத்து அரசியல் செய்தவர் தானே மோடி. இஸ்லாமிய இளைஞர் காதலித்து திருமணம் செய்யும் பொழுது அதனை 'லவ் ஜிகாத்' என்று கூறி பிரிவினையைத் தூண்டும் சனாதன பாசிச பாஜக, பொது சிவில் சட்டத்தை நிறைவேற்றி மக்களை ஒற்றுமைப்படுத்துவதாக ஆடும் நாடகத்தை மக்கள் ஏற்பார்களா?

கௌசல்யா, கோகுல் ராஜ் விவகாரத்தில் சாதிய தனிச்சட்டத்தை ஒழிக்க இந்த இந்துத்துவ சனாதன பாசிச பாஜக என்ன செய்தது? அவர்களைத் துண்டாடியது. தருமபுரி இளவரசனுக்கு நடந்ததை யாரால் மறக்க முடியும். சட்டத்தை மீறி சாதியக் குழுக்கள் வெளிப்படையாகவே சாதிய அரசியல் செய்ததே. அதனை தடுக்க பாசிச பாஜக எந்த ஒரு துரும்பையும் கிள்ளி எறியவில்லை. இஸ்லாமிய இளைஞர் காதலித்தால் அதனை 'லவ் ஜிகாத்' என்று பூச்சாண்டி ஆடுவதும், பட்டியலின இளைஞர் காதலித்தால் அவர்களைக் கொன்று குவிப்பதும், பொதுக்கோயிலில் பட்டியலின மக்களும், பொதுமக்களும் நுழைந்து கனகசபையில் வழிபாடு நடத்தினால் அங்கே புனிதம் கெட்டுவிட்டது என்று புலம்புவதும் இந்த இந்துத்துவச் சனாதன பாசிச பாஜகவின் இரட்டை நாடகத்தை அம்பலப்படுத்தியுள்ளதை வரலாறு கண்முன்னே காட்டுகிறது.

இங்கெல்லாம் பொதுசிவில் சட்டத்தை அமல்படுத்த பாஜக என்ன முயற்சி எடுத்தது?. அனைத்து சாதியினரும் அர்ச்சகராகலாம் என்ற தமிழ்நாடு அரசின் முயற்சியை பாஜகவின் ஹெச்.ராஜா உள்ளிட்ட இந்துத்துவ ஆர்.எஸ்.எஸ். கும்பல் தானே எதிர்க்கிறது. அதனை முதலில் தடுக்கலாமே?.

இந்து அன் டிவைடட் ஃபேம்லி ஆக்ட் *(*Hindu Undivided Family Act - HUF*):*

*1947*க்குப் பிறகு கொண்டுவரப்பட்ட இந்து அன் டிவைடட் ஃபேம்லி ஆக்ட் தனிச் சொத்தை பாதுகாப்பதற்காகத்தான் கொண்டுவரப்பட்டது. இது இந்து பெருமுதலாளிகளின் சொத்தைப் பாதுகாக்க முயலுகிறது. இதில், பெண்கள்

பாகப்பிரிவினை கேட்பதை இதுவரை வருமான வரித்துறை சட்டத்தில் இந்த இந்து பாசிச பாஜக சேர்க்கவில்லை.

'பெண்களுக்கு சொத்தில் பங்கு உண்டு' என டெல்லி உயர்நீதிமன்றம் தீர்ப்பு அளிக்கிறது. கணவன் சம்பாதித்து வாங்கும் சொத்தில் மனைவிக்கும் சம பங்கு உண்டு என டெல்லி உயர்நீதிமன்றம் தீர்ப்பு கூறுகிறது. ஆனால், இதனை எதிர்ப்பது இந்துத்துவ பாசிச கும்பல் தானே. பெண்களுக்கான சம பாகப்பிரிவினையை நடைமுறைப்படுத்தாதவர்கள் எப்படி பொது சிவில் சட்டத்தை நடைமுறைப்படுத்துவார்கள்?

இதே போல முக்கியமான ஒரு சூழ்ச்சியையும் இந்த ஒன்றிய பாசிச பாஜக செய்கிறது. இந்தியாவில் சமணம், சீக்கிய மதங்கள் தனி மதங்களாக உள்ளன. இந்த சமண, சீக்கிய மதங்களை இந்து அன் டிவைடட் ஃபேமிலி ஆக்டிற்குள் கொண்டு வந்து இந்து கூட்டுக்குடும்பச் சட்டத்தின் மூலம் பெருமுதலாளிகளின் சொத்தை இந்து பாசிச பாஜக பாதுகாக்கிறது. சமண, சீக்கிய மதங்களில் இருக்கும் பெருமுதலாளிகள் தங்களின் சொத்தைப் பாதுகாப்பதற்காகவும் இந்தச் சூழ்ச்சியை புரிந்துகொண்டும் கண்டும் காணாமல் உள்ளனர்.

அம்பேத்கர் வலியுறுத்திய பொது சிவில் சட்டத்திற்கும் இன்றைக்கு பாசிச பாசக கொண்டு வந்திருக்கும் பொது சிவில் சட்டத்திற்கும் நிறைய வித்தியாசம் உள்ளது. அதனை தான் நான் விரிவாக விளக்கியுள்ளேன். இந்தியா ஒரு ஜனநாயக நாடு. இதில், சட்டத்தின்படி தான் ஆட்சி நடக்கிறது. இங்கு, சுதந்திரம், சமத்துவம், சகோதரத்துவம் என்பதை தான் இந்திய சட்டமும் வலியுறுத்துகிறது. சுதந்திரம் கிடைத்துவிட்டது. சகோதரத்துவம் கிடைத்தால் தான் சமத்துவம் என்பதே சாத்தியம் என்கிறார் அண்ணல் அம்பேத்கர். இந்த சமத்துவத்தை ஏற்படுத்த வேண்டும் என்றால், முதலில், சாதிய பஞ்சாயத்துக்களை ஒழிக்க வேண்டும்.

"தாங்கள் கடவுளின் அவதாரம், கடவுளுக்கு அருகில் சென்று வழிபடும் உரிமை தங்களுக்குத் தான் இருக்கிறது" என்று சொல்லிக்கொள்ளும் பார்ப்பன, தீச்சதர் கும்பலிடம் சொல்லி கோயில் அனைவருக்கும் பொதுவானது அதில்

யாரும் வழிபடலாம் யாரும் கோயில் கருவறையில் செல்லலாம் என்று வகுப்பெடுத்துவிட்டு அதன் பிறகு பொதுச் சிவில் சட்டத்தை நடைமுறைப்படுத்தலாம். யாரும் யாரையும் காதலித்து திருமணம் செய்து கொள்ளலாம் என்பதை உணர்த்தும் வகையில் லவ் ஜிகாத் பிரச்சாரத்தை குப்பைத் தொட்டியில் போடுவதாக இந்த இந்துத்துவ பாசிச பாஜக கும்பல் வெளிப்படையாகச் சொல்லட்டும். அதனை விட்டுவிட்டு, வரலாற்றில் அண்ணல் அம்பேத்கர் கூறிய கருத்தை திரித்து சொல்லுவதை நிறுத்திக்கொள்ள வேண்டும். அண்ணல் அம்பேத்கர் உருவாக்கிய அரசியல் புரிதல் இன்றைக்கு மக்களிடம் அதிகரித்துள்ளது. மக்கள் தெளிவாக உள்ளனர். பாஜகவின் இந்த சூழ்ச்சி ஒருநாளும் வெற்றி பெறாது.

பொது சிவில் சட்டத்தைக் கொண்டுவர அண்ணல் அம்பேத்கரின் விருப்பத்தை அவர் கொண்டு வர விரும்பிய இந்து சட்டத் தொகுப்பு மசோதாவுடன் இணைத்துப் பார்க்க வேண்டும். அந்தச் சட்டத்தை வி.டி.சாவர்க்கரின் இந்து மகாசபை உறுப்பினர்களோடு சேர்ந்து காங்கிரஸிலிருந்த பழைமைவாதிகளும் சங் பரிவாரத்தினரால் போற்றப்படுபவர்களுமான இராஜேந்திர பிரசாத், வல்லபாய் பட்டேல் போன்ற பழமைவாதிகளும் எதிர்த்தனர். இந்து சட்டத் தொகுப்பில் அவர் சாதி மறுப்புத் திருமணத்தை உள்ளடக்கிய போது, அவரைத் தனிப்பட்ட முறையில் இழிவாகப் பேசியவர் டி.பார்காவா என்ற இந்து உறுப்பினரேயன்றி முஸ்லிம் உறுப்பினர்கள் அல்லர். அன்று அம்பேத்கர் சவிதா அம்மையாரைத் திருமணம் புரிந்துகொண்டதற்குச் சட்டத் தகுதி கொடுக்க வேண்டும் என்பதற்காகவே அவர் சாதி மறுப்புத் திருமணத்தை ஆதரித்தார் என்று கொச்சைப்படுத்தியவர் அந்த இந்துதான்.

இந்திய சமுதாயத்தை மத அடிப்படையில் பிளவுபடுத்துவதற்காக புரட்சியாளர் அம்பேத்கரின் பெயரைப் பயன்படுத்திக் கொள்ள சங் பரிவாரம் மீண்டும் முயல்வது அதன் நீண்டகால வரலாறு. அந்த முயற்சியை நாம் உறுதியுடன் முறியடிக்க வேண்டும்.

ஒவ்வொரு பொதுத்தேர்தலுக்கு முன்பும் ஒரு

வன்முறையைத் தூண்டுவது அல்லது வன்முறை செய்வது அதன் மூலம் சமூகப்பதற்றத்தை உருவாக்குவதுதான் பாஜகவின் செயல்திட்டம்.

கடந்த 2019 தேர்தலுக்கு முன் மோடியின் உயிருக்கு ஆபத்து என்பதை முன்வைத்து கடந்த 2018 ஜனவரி அன்று பீமா கோரேகான் சம்பவத்தையொட்டி அறிஞர் பெருமக்களும் சமூகச் செயற்பாட்டாளர்களும் 16 பேர் என்.ஐ.ஏ.வால் கைது செய்யப்பட்டனர்.

அதில் ஒருவர் அருட்தந்தை ஸ்டேன்சாமி காவலிலேயே மரணித்தார். ஆனாலும் இதுவரை குற்றப்பத்திரிகை கூட தாக்கல் செய்யவில்லை.

அதே போல, 2019 பிப்ரவரி 14 அன்று புல்வாமா தாக்குதலில் இந்திய ராணுவத்தினர் பலர் கொல்லப்பட்டனர்.

பாகிஸ்தானுக்கு எதிரான போர் என எழுப்பி போலி தேசபக்தி மூலம் வாக்குகளை பெற்று ஆட்சிக்கு வந்தது பாஜக.

இப்போது பொது சிவில் சட்டம் கொண்டுவருவதாக அறிவித்துள்ளார் இந்திய தலைமை அமைச்சர் மோடி. இதன் மூலம் இந்துக்களின் வாக்குகளை கவரலாம் என்பது தான் பாஜகவின் உத்தி. இது வெறும் வாக்குகளுக்காக மட்டுமல்லாது,

ஆர்.எஸ்.எஸ். இயக்கத்தின் 'ஒரே நாடு ஒரே மொழி ஒரே சட்டம்' அது இந்து ராஷ்டிரம் என்னும் கனவு திட்டத்தை நடைமுறைப்படுத்துவது தான். 2014 ஆம் ஆண்டு ஆட்சிக்கு வந்த பாஜக இந்து ராஷ்டிரம் படைப்பதற்காக, இந்திய அரசியலமைப்புச் சாசனம் வழங்கிய சிறப்புச் சட்டங்களை எல்லாம் தகர்த்து வருகின்றன.

அதில் ஒன்று தான் சுதந்திர இந்தியாவின் போது, காஷ்மீருக்கு வழங்கிய 370 சட்டப்பிரிவு ரத்து செய்யப்பட்டது.

நாடாளுமன்றத்தில் கடும் எதிர்ப்புக்கிடையே 370 சட்டப்பிரிவு ரத்து செய்யப்பட்டது.

அதே போல, புதிய குடியுரிமை திருத்தச்சட்டம் அறிமுக

நிலையிலேயே கடும் எதிர்ப்பை பாஜக அரசு சந்தித்தது. மத அடிப்படையில் சட்டத்தைத் திருத்தக்கூடாது என்பது தான் அரசியலமைப்புச் சட்டத்தின் அடிப்படை. ஆனால், அந்த அடிப்படையை மதிக்காமல் மத அடிப்படையில் மக்களைப் பாகுபடுத்தித் திருத்தப்பட்டது தான் 'புதிய குடியுரிமை திருத்தச் சட்டம்'.

இப்போது பொது சிவில் சட்டத்தைக் கொண்டு வரப்போவதாக அறிவித்துள்ளது பாஜக.

இதற்காக பொது மக்களிடம் கருத்து கேட்பதற்காக சூன் 14,2023 முதல் சூலை 14 வரை கால வரையறை செய்துள்ளது 22வது சட்ட ஆணையம்.

பொது சிவில் சட்டம் தொடர்பாக 21 வது சட்ட ஆணையம் அமைக்கப்பட்ட போது அதன் தலைவர் பி.எஸ்.சௌகான் அவர்கள், மக்களுடைய கருத்து கேட்புக்கு பின்,

"பொது சிவில் சட்டம் இந்தியாவுக்குப் பொருந்தாது என்றும், பல்வேறு மொழிகள் பேசக்கூடிய இனக்குழுக்கள், அந்த இனக்குழுக்களுக்கிடையே பல்வேறு கலாச்சாரங்கள் பின் பற்றப்படுகின்றன. அதே போல பல்வேறு மதங்களை கடைப்பிடிப்போரும் உள்ளனர். ஒவ்வொரு மதத்துக்கும் தனித்துவ பழக்க வழக்கங்கள் இருக்கும் போது எப்படி பொது சிவில் சட்டம் சாத்தியமாகும்?" என கேள்வி எழுப்பினார்.

அப்போது பொது சிவில் சட்டத்தைக் கிடப்பில் போட்டது பாஜக அரசு.

வரும் 2024 தேர்தலையொட்டி இப்போது மீண்டும் பொது சிவில் சட்டத்தைத் தூசி தட்டி எடுத்து சமூகப்பதற்றத்தை உருவாக்க முனைகிறது சங்பரிவாரக்கும்பல். இந்திய தலைமை அமைச்சர் மோடி மத்திய பிரதேசத்தில் பொது சிவில் சட்ட அறிவிப்பு செய்தவுடன், முதலில் இசுலாமியர்களிடமிருந்தே எதிர்ப்பு வரும் என எதிர்பார்த்திருந்த சூழலில், வடகிழக்கு மாநிலங்களில் உள்ள பாஜகவிடமிருந்தே எதிர்ப்பு கிளம்பியுள்ளது.

தேசிய மக்கள் கட்சித்தலைவரும் மேகலாய முதலமைச்சருமான கான்ராட் கே.சங்மா 'பொது சிவில்

சட்டத்தை ஒரு போதும் ஏற்றுக்கொள்ள மாட்டோம்' என எச்சரித்துள்ளார்.

பாஜக கூட்டணி ஆதரவோடு தான் சங்மா முதல்வராக இருக்கிறார் என்பது குறிப்பிடத்தக்கது. அதே போல மேகாலயா பழங்குடி கவுன்சில் அமைப்பும் கடும் எதிர்ப்பைத் தெரிவித்துள்ளது.

இந்த அமைப்பில் உள்ளோர் இந்துக்கள் என்பது குறிப்பான செய்தியாகும்.

உச்சகட்டமாக, மிசோரம் மாநில சட்டப்பேரவையில் பொது சிவில் சட்டத்துக்கு எதிராக கடந்த பிப்ரவரி 14,2023 அன்று தீர்மானம் நிறைவேற்றியுள்ளது ஆளும் மிசோ தேசிய முன்னணி அரசு.

மிசோ மக்களின் பிரதிநிதியாகவும் முதல்வராகவும் உள்ள சொரம்தாங்கா கூறும் போது,

"பொது சிவில் சட்டம் எமது மிசோ தேசிய இனத்தின் அடையாளங்களை சிதைத்து விடும்" என கவலை தெரிவித்துள்ளார்.

அதே போல நாகாலாந்து மக்களும் 'பொது சிவில் சட்டத்தை எதிர்த்து போராடுவோம்' என அறிவித்துள்ளனர்.

"1963 ஆம் ஆண்டு நாகலாந்து மாநிலம் உருவாக்கப்பட்ட போது, நாகாக்களின் சமூகப்பாதுகாப்பை உறுதிப்படுத்தும் வகையில் சட்டத்தில் கூடுதல் உரிமை உறுதிப்படுத்தப்பட்டுள்ளது. பொது சிவில் சட்டத்தால் அந்த சிறப்புரிமை பறிபோகும் என" அச்சப்படுகிறது நாகா சோசலிச கவுன்சில்.

சத்தீஷ்கர் மாநில முதல்வர் பூபேஷ் பாகேல் அவர்களும் பொது சிவில் சட்டத்தை எதிர்க்கிறார்.

ஜார்கண்ட் மாநிலத்தில் ஆதிவாசி சமன்வாய் சமிதி (ASS) ஒரு ஆலோசனைக்கூட்டம் போட்டு, பொது சிவில் சட்டத்துக்கு கடும் கண்டனத்தை தெரிவித்துள்ளது.

ஆதிவாசி ஜன் பரிசத் தலைவர் பிரேம் சாஹி முண்டா கூடுதலாக, 'இச்சட்டத்தை நடைமுறைப்படுத்தினால் கடும்

விளைவுகளை பாஜக சந்திக்கும்’ என எச்சரித்துள்ளார்.

ஆக, பன்மைத்துவ கலசாரத்தையும் இனங்களையும் மதங்களையும் கொண்டுள்ள இந்தியாவில், முஸ்லிம்களை மட்டுமின்றி, மதவெறியர்கள் என்றும் அவர்கள் பொது சட்டங்கள் எதையும் ஏற்றுக் கொள்ள மட்டார்கள் என்றும். இந்து மக்களில் விரோதிகள் என்றும் சித்திரித்து அவர்களை தனிமைப்படுத்தி, ஒடுக்கி. அதன் மூலம் ஒரு சமூகத்தினரையும் வன்முறையில் இறங்கச் செய்யும் ஒரே நோக்கத்துடனும் வெறுப்பு அரசியல் மூலமும் இந்துக்களின் வாக்குகளைப் பெற்றுவிட வேண்டும் என்ற முனைப்புடனும் மோடி அரசாங்கம் கொண்டு வர உத்தேசிக்கும் இந்த பொது சிவில் சட்டத்தை முறியடிக்க ஜனநாயக, சிறுபான்மை மதத்தினரும், ஒடுக்கப்படும் தலித்துகளும் பழங்குடி மக்களும் ஒன்றிணைய வேண்டும்.

16
தமிழ்நாட்டு வேலைகள் தமிழ்நாட்டு மக்களுக்கே! இனவாதமா? பிரிவினைவாதமா?

'தமிழ்நாட்டு வேலைகள் தமிழ்நாட்டு மக்களுக்கே' என்னும் கோரிக்கை முழக்கத்தை முன்வைத்து விடுதலைச் சிறுத்தைகள் கட்சியின் சார்பில் கடந்த 24.08.2020 அன்று தமிழகம் முழுவதும் எழுச்சித் தமிழர் தலைமையில் வாசலிருப்பு ஆர்ப்பாட்டம் நடந்தது. உடனே சிலர், "அய்யோ இது இனவாதம்; பிரிவினைவாதம்" என்று கூச்சல் எழுப்புகின்றனர். இக்கோரிக்கை இவர்கள் சொல்வதுபோல உண்மையில் இனவாதமா? பிரிவினைவாதமா? அப்படியென்றால், நாட்டின் ஒற்றுமைக்காக, தேசிய ஒருமைப்பாட்டுக்காக நமது உரிமைகளை இழந்து நாம் தெருவில் நிற்க முடியுமா?

தமிழர் வேலை தமிழருக்கே : இனவாதமா? பிரிவினைவாதமா?

ஒன்றியத்தில் ஆளும் பாஜக அரசு, 'ஒரே தேசம் ஒரே பண்பாடு' என பன்மைத்துவத்துக்கெதிரான கருத்துகளைத் திணித்து, தேசிய இனங்களின் தனித்த அடையாளங்களைச்

சிதைக்க தொடர்ந்து முயற்சித்து வருகிறது. அத்துடன், மாநிலம் சார்ந்த மக்களுக்கான வேலை வாய்ப்புகளையும் பறித்து வருகிறது. குறிப்பாக, தமிழ்நாட்டில் வட இந்தியர்களை இறக்குமதி செய்கின்றனர். உத்திரப்பிரதேசம், பீகார், குஜராத், ஒடிசா போன்ற வட மாநிலங்களிலிருந்து ஒன்றிய அரசுப் பணிகள், பொதுத்துறை பணிகள் மற்றும் தனியார் துறை பணிகள் ஆகியவற்றில் ஏராளமானவர்கள் நியமிக்கப்பட்டு தமிழ்நாட்டுக்குள் குடியமர்த்தப்பட்டு வருகின்றனர். இதனால் தமிழ்நாட்டில் படித்து வேலை வாய்ப்புக்காகக் காத்திருக்கும் இளைஞர்களின் எதிர்காலம் கேள்விக்குறியாகி வருகிறது.

தற்போது நீட் மற்றும் க்யூட் என்னும் அகில இந்திய பொதுத்தேர்வுகள் மூலம் தமிழ்நாட்டிலுள்ள உயர்கல்வி நிறுவனங்கள் மற்றும் மருத்துவக்கல்லூரிகளில் வட இந்திய மாணவர்களைச் சேர்த்து வருகின்றனர்.

தபால்துறை, ரயில்வே துறை போன்றவற்றிலும் மத்திய பாஜக அரசு, ஆட்களை இறக்குமதி செய்து வருகிறது. மேலும் இத்துறைகளில் இந்தியைத் திணிக்கும் முயற்சியிலும் ஈடுபட்டு வருகிறது.

இத்தகையச் சூழல்களையெல்லாம் கவனத்தில் கொண்டுதான் தமிழ் மண்ணின் பண்பாட்டையும் தனித்த அடையாளத்தையும் வேலைவாய்ப்பு உரிமைகளையும் பாதுகாக்கும் வகையில் விடுதலைச் சிறுத்தைகள் கட்சி களம் இறங்கியது. இது இனவாதமோ பிரிவினைவாதமோ அல்ல. தமிழினத்தை அழிக்கும் சதித் திட்டத்தை முறியடிக்கும் முயற்சியே ஆகும்.

மொழி உரிமைப் போரும் மாநில பிரிப்பும்:

இந்தியா, பல்வேறு தேசிய இனங்களின் தொகுப்பாகும். பல தேசங்களின் கூட்டமைப்புதான் இந்திய ஒன்றியமாகும்.

சுதந்திரத்துக்குப் பிறகு இந்தியாவில் மொழிவாரி மாநிலப் பிரிவினைகள் உருவாயின. அதற்காக எத்தனை எத்தனையோ போராட்டங்கள் நடந்தேறின. அப்போராட்டங்களில் நூற்றுக்கணக்கானோர் கொல்லப்பட்டனர்.

இதற்கு முன்பே "மாநிலங்களை மொழிசார்ந்து பிரிக்கலாமா?" என்பது குறித்த விவாதங்கள் எழுந்தன. அலகாபாத் உயர்நீதிமன்றத்தின் முன்னாள் நீதிபதி எஸ்.கே. தார் தலைமையில் 1948 ஆம் ஆண்டு ஆணையம் ஒன்று அமைக்கப்பட்டது. "மொழிவாரி மாநிலங்கள் தேவையா?" என்பது குறித்து அது ஆய்வு செய்தது. அக்குழு மொழிவாரியாக மாநிலங்கள் பிரிக்கப்பட வேண்டிய அவசியம் இல்லை என கூறியது. இதையே அன்றைய ஒன்றிய அரசும் ஏற்றுக் கொண்டு மொழிவாரி மாநில பிரிவினைகளுக்கு முற்றுப்புள்ளி வைத்தது. இதனை அடிப்படையாகக் கொண்டே ஜெ.வி.பி. கமிட்டியும் மொழி வழி மாநிலங்கள் பிரிப்பது தேவையில்லை என்று ஜெய்ப்பூர் காங்கிரஸ் மாநாட்டில் அறிவித்தது. (ஜெ.வி.பி. கமிட்டி என்பது ஜவகர்லால்நேரு, வல்லபபாய் படேல், பட்டாபி சீதாராமையா ஆகியோர் அடங்கியது).

ஆனால், பின்னர் தென்னிந்தியாவில் மொழிவாரி மாநிலங்கள் பிரிக்கப்பட்டன.1956 ஜூலை 27 அன்று சங்கரலிங்கனார் மதராஸ் பிரெசிடென்சி என்பதை 'தமிழ்நாடு'என பெயர் மாற்றக்கோரி சாகும்வரை உண்ணாவிரதப் போராட்டத்தை விருதுநகரில் தொடங்கினார். அக்டோபர் 13 அன்று 76 ஆவது நாளில் வீரச்சாவடைந்தார். பின்னர் நவம்பர் 01 அன்று மெட்ராஸ் ஸ்டேட், கேரளம், கர்நாடகம் என மொழிவாரி மாநிலங்கள் பிரிக்கப்பட்டன.

அதன் பிறகு 1968 ஆம் ஆண்டு திசம்பர் 1 ஆம் நாள் பேரறிஞர் அண்ணா தலைமையிலான திமுக அரசு, சங்கரலிங்கனார் கோரிக்கையின்படி தமிழ்நாடு என பெயர் மாற்றம் செய்தது.

அப்படிப் போராடிப் பெற்ற தமிழ்நாட்டின் தனித்த அடையாளத்தை அழிக்கவே சனாதனிகள் திட்டமிடுகின்றனர்.

1952 அக்டோபர் 19 அன்று தெலுங்கு மக்களுக்கான தனி மாநிலம் கேட்டு பொட்டி ஸ்ரீராமுலு சாகும்வரை உண்ணாவிரதப் போராட்டத்தை தொடங்கினார். உண்ணாவிரதப் போராட்டம் 58 நாள்கள் தொடர்ந்தது. திசம்பர் 15 அன்று ஸ்ரீராமுலு வீரமரணமடைந்தார். அதனால், சென்னை மட்டுமின்றி விஜயவாடா, அதினப்பள்ளி, விசாகப்பட்டினம் போன்ற

நகரங்களில் கலவரங்கள் வெடித்தன. போராட்டக்களத்தில் ஒரே நாளில் 9 பேர் சுட்டுக்கொல்லப்பட்டனர். பொட்டி ஸ்ரீராமுலு வீரமரணம் அடைந்து 14 நாட்கள் கழித்து 'ஆந்திரப் பிரதேசம்' உருவானதாக அறிவிக்கப்பட்டது.

பின்னர், ஓய்வு பெற்ற உச்ச நீதிமன்றத் தலைமை நீதிபதி பசல் அலி தலைமையில் 'மாநில சீரமைப்பு குழு' உருவானது. இந்தக் குழுவில் கே.என்.பணிக்கர், எச்.என்.குன்ஸ்ரூ ஆகியோர் இடம் பெற்றனர். அக்குழு ஆய்வு செய்து தமது அறிக்கையை அரசிடம் சமர்ப்பித்தது . 1956 ஆகஸ்ட் 31 ஆம் நாள் 'மாநில சீரமைப்புச் சட்டம்' நிறைவேற்றப்பட்டது .

ஆந்திரபிரதேசம் உருவானதும் பஞ்சாப் மக்களும் தங்களது மாநில கோரிக்கையை முன்வைத்து போராட ஆரம்பித்தனர். 'பஞ்சாபி சுபா' என்னும் அமைப்பு உருவானது. 1960 டிசம்பர் 18 அன்று சாந்த் பதேஷ் சிங் என்பவர் பொட்டி ஸ்ரீராமுலு வழியில் சாகும்வரை உண்ணாவிரதப் போராட்டத்தை தொடங்கினார். போராட்டம் தீவிரமானது. ஆந்திரம் போல பஞ்சாப் கலவர பூமியாகிவிடக்கூடாது என்பதற்காக ஜவஹர்லால் நேருவும் மற்ற காங்கிரஸ் தலைவர்களும் பேச்சுவார்த்தை நடத்தினர். பஞ்சாப் தனி மாநிலமாக உருவாகும் என்று வாக்குறுதி அளித்தனர். 1960 சனவரி 9 அன்று, தமது போராட்டத்தை முடித்துக் கொண்டார் சிங். ஆனாலும் வாக்குறுதி காப்பாற்றப்படவில்லை. மீண்டும் போராட்டக்களமானது பஞ்சாப்.

1961 ஆம் ஆண்டு மாஸ்டர் தாராசிங் அதே கோரிக்கைக்காக சாகும்வரை உண்ணாவிரதம் மேற்கொண்டார். 48 நாட்கள் தொடர்ந்தார். அப்போதும் மாநிலம் பிரிக்கப்படவில்லை. போராட்டங்கள் வெடித்தன. பின்னர், மாநில பிரிவினைக்கான வேலைகள் நடந்தன. இதற்கிடையே 1964 இல் ஜவஹர்லால் நேரு காலமானார். அப்படியே மாநில பிரிவினைகள் கிடப்பில் போடப்பட்டன.

லால்பகதூர் சாஸ்திரி பிரதமரானதும் மீண்டும் சாந்த் பதேஷ் சிங் உண்ணாவிரதப் போராட்டத்தைத் தொடங்கினார். அப்போது இந்தியா பாகிஸ்தான் போர் நடைபெற்றதால் மாநில பிரிவினைக்கான போராட்டம் தற்காலிகமாக தள்ளி

வைக்கப்பட்டது. ஆனாலும் மொழிவழி வேட்கை பஞ்சாபிகளுக்கு தணியவில்லை. தொடர் போராட்டங்களை நடத்தினர். லால்பகதூர் சாஸ்திரி மறைவுக்குப் பின்னர், இந்திராகாந்தி அம்மையார் 1966 ஆம் ஆண்டு பஞ்சாப் மாநில எல்லைகளை வரையறுத்து மாநிலத்தை அறிவித்தார். மாநிலம் பிரிந்தவுடனே 1968 ஆம் ஆண்டு, "மண்ணின் மைந்தர்களுக்குத்தான் அரசு வேலைகள். மற்ற மாநிலத்தவர்களுக்கு பஞ்சாப் தேசத்தில் இடமில்லை" என்று அந்த மாநிலஅரசு அறிவித்தது.

அதேபோல, மராத்தி மொழி பேசும் மக்கள் 1960 ஆம் ஆண்டு தங்களுக்கென தனி மாநிலம் வேண்டுமென போராட்டங்களை முன்னெடுத்தனர். 'சம்யுக்தா மகாராஷ்டிரா' என்னும் இளைஞர் இயக்கம் இந்த மக்கள் போராட்டத்தைத் தீவிரப்படுத்தியது. அன்றைய இந்திய அரசு அப்போராட்டத்தை நசுக்க ஒடுக்குமுறை நடவடிக்கைகளில் ஈடுபட்டது. 105 பேர் சுட்டுக்கொல்லப்பட்டனர். ஆயிரக்கணக்கானோர் படுகாயம் அடைந்தனர். பல்லாயிரக்கணக்கானோர் சிறைப்பட்டனர். மகாராஷ்டிரம் தனி மாநிலமாக உருவானது.

இவ்வாறு இந்தியாவில் பல மாற்றங்கள் உருவாகின. மாநில சீரமைப்புச்சட்டம் தான் (States Reorganisation Act 1956) மாநிலங்களுக்கான அதிகாரங்களை வரையறுத்தது. மத்தியில் குவிக்கப்பட்ட அதிகாரங்கள் மாநில மக்களுக்கும் அதாவது, மொழிவழித் தேசிய இனங்களின் கல்வி, வேலை வாய்ப்பு வாழ்வாதாரம் மற்றும் இயற்கைப் பாதுகாப்பு என்கிற அளவில் அதிகாரங்கள் வரையறுக்கப்பட்டன.

வடகிழக்கு மாநிலங்களான அசாம், நாகாலாந்து, அருணாச்சலப் பிரதேசம், மிசோரம், மணிப்பூர், சிக்கிம், மேகாலயா, திரிபுரா ஆகிய மாநிலங்கள் இந்தியாவில் இணைவதற்கு பல வாக்குறுதிகளை இந்திய அரசு கொடுத்தது.

ஜம்மு காஷ்மீருக்கு எப்படி 370 பிரிவு சிறப்பு அந்தஸ்தாக கொடுக்கப்பட்டதோ அதைப் போலவே வடகிழக்கு மாநிலங்களுக்கு 371 எச், 371 ஏ, 371 ஜி, 371 பி, 371 சி, 371 ஐ, என சிறப்புச் சலுகைகள் வழங்கப்பட்டன. இந்திய அரசியலமைப்புச்சட்டமே இந்தப் பிரிவுகளை

உறுதிப்படுத்துகிறது. இந்தச் சிறப்புப் பிரிவுகளோடு சேர்த்து 'ஐஎல்பி' என்று அழைக்கப்படும் அழைக்கப்படும் 'Inner Line Permit'முறையையும் உறுதிப்படுத்தியது. இந்தியாவுக்குள் இருக்கும் மற்ற மாநிலத்தவர்கள் வடகிழக்கு மாநிலங்களுக்கு பயணிக்க விரும்பினால் உள்நுழைய அனுமதிச் சீட்டு வாங்கித்தான் போகவேண்டும். அதாவது 'உள்நாட்டு விசா' என்றே எடுத்துக்கொள்ளலாம். இன்றைக்கும் வடகிழக்கு மாநிலங்களில் அப்படிதான் இருக்கிறது. இந்தியர் என்பதை அவர்கள் ஏற்றுக் கொள்வதில்லை. அந்த மாநிலங்களின் வளர்ச்சி வேலை வாய்ப்புகளில் கவனம் செலுத்த மாநிலக்கட்சிகள் உருவாயின.

பா.ஜ.கவின் ஒரே தேசம் ஒரே கலாச்சாரம்:

இப்படி மொழிவாரி அடிப்படையில் உருவான மாநிலங்களின் தனித்த அடையாளங்களைச் சிதைத்து, இன்று 'இந்து-இந்தி-இந்தியா என்னும் அடிப்படையில், "ஒரே தேசம் ஒரே கலாச்சாரம்" என்பதை நிலைநாட்டத் துடித்துக் கொண்டு இருக்கிறது ஒன்றியத்தில் ஆளும் பாரதிய ஜனதா அரசு. மற்ற மொழிகளை அழித்தொழிப்பது. இந்தியாவெங்கும் இந்தி மற்றும் சமஸ்கிருதத்தைத் திணிப்பதுதான் பா.ஜ.கவின் இப்போதைய சதித்திட்டமாக உள்ளது.

மெல்ல மெல்ல வட இந்தியர்களை தென்னிந்தியாவில் குடியமர்த்தும் பணிகளை மேற்கொண்டு வருகிறது. இந்தக் குடியேற்றங்களால் தமிழகத்தின் பணிகளில் தமிழரல்லாதோர் நிரம்பி வழிகின்றனர். அரசுப் பணிகளாகட்டும் அல்லது தனியார் தொழிற்சாலைகளாகட்டும் அத்தனை இடங்களிலும் தமிழர்கள் புறக்கணிக்கப்பட்டே வருகின்றனர். இந்தச் சதித்திட்டத்தால் தமிழ்நாட்டின் மண்ணின் மைந்தர்களுக்கு வேலை வாய்ப்பு பறிபோகும் நிலை ஏற்பட்டுள்ளது. இது அரசியலமைப்புச் சட்டத்துக்கு எதிரானதாகும். மொழிவழியாக உருவாக்கப்பட்ட மாநிலங்களில் உள்ள தேசிய இனங்களின் வளர்ச்சிதான் மிக முக்கியமானதாக மாநில சீரமைப்புச் சட்டம் 1956 உறுதிப்படுத்துகிறது. 90 சதவிகிதம் உள்ளூர் மக்களுக்குத்தான், அதாவது மண்ணின் மைந்தர்களுக்குத்தான் வேலைவாய்ப்பை உறுதிப்படுத்த வேண்டும். ஆனால், தமிழ்நாட்டின் நிலைமை மிக மோசமாகிக் கொண்டே

போகிறது. படித்து வேலை வாய்ப்புக்காக ஏங்கிக் கொண்டிருக்கும் தமிழ்நாட்டு இளைஞர்களின் வாய்ப்புகளை ‘இந்தி’யம் தட்டிப் பறித்துக் கொண்டிருக்கிறது.

மத்தியப் பிரதேச மக்களுக்குத்தான் 90 சதவிகித வேலை வாய்ப்பில் முன்னுரிமை என்று அந்த மாநில அரசு இயற்றிய சட்டம் பிரிவினைவாதமா? இல்லை; அது அவர்களின் பிறப்புரிமை. அப்படியொரு சட்டம் இயற்றத் தமிழ்நாடு அரசு ஏன் முன்வரவில்லை.

மற்ற மாநிலங்களைப் போல தமிழ்நாட்டிலும் அதற்கெனச் தனிச்சட்டம் இயற்றி தமிழகத்தின் வளத்தையும் அடையாளத்தையும் காக்க வேண்டும் என்று விடுதலைச் சிறுத்தைகள் கட்சி களமாடி வருகிறது. சாதி ஒழிப்பையும் தமிழ்த்தேசியத்தையும் இரு கண்களாக உயிர்க்கொள்கைகளாகக் கொண்டுள்ள விடுதலைச்சிறுத்தைகள், தமிழர்களின் பண்பாட்டையும் தேசிய இன அடையாளத்தையும் மீட்டெடுக்கவே போராடுகிறோம். இது எப்படி இனவாதமாகும்? பிரிவினைவாதமாகும்? பிற மொழிகளின்மீதும் இனங்களின்மீதும் வெறுப்பை விதைப்பதே இனவாதமாகும்! சமூக நல்லிணக்கத்தைப் பாதிக்கச் செய்யும் பிரிவினைவாதமாகும்!

17

சர்வாதிகார மோடியை வீழ்த்தும் துணிச்சல் அம்பேத்கரியத்துக்கு உண்டு

கடந்த 2002 ஆண்டு குஜராத் மாநிலத்தில் பாசிச பாஜகவின் திட்டமிட்ட பயங்கரவாதத்துக்கு பின்னர் மராட்டியத்தில் தொடங்கப்பட்டது தான் 'கபீர் கலா மஞ்ச்' என்னும் கலைக்குழு'. தலித்துகள் மற்றும் பழங்குடிகள் என ஒடுக்கப்பட்ட பிற்படுத்தப்பட்ட சமூகங்களை சேர்ந்த கலைஞர்களை கொண்டது இந்த புரட்சிகர கலைக் குழு. இவர்களின் துடிப்பான செயல்பாடுகளால், ஆரம்பம் முதலே இவர்களை நக்சலைட்டுகள் என்று மத்திய மாநில அரசுகள் பொய் குற்றஞ்சாட்டி வழக்கு போட்டு, சிறையிலடித்து வருகிறது.

2018ஆம் ஆண்டு மராட்டியத்தில் தலித்துகளின் எழுச்சிமிகு வரலாற்று நிகழ்வான பீமா கொரேகானின் நூற்றாண்டு விழா கொண்டாடப்பட்டது. மராட்டியத்தின் மண்ணின் மைந்தர்களான மஹர்களைக் கொண்ட ஆங்கிலேய படை, பேஷ்வா என்னும் உயர்சாதி மன்னனின் படைகளை பீமா எனும் இடத்தில் வெற்றி பெற்றதன் நூற்றாண்டு விழா

2018ஆம் ஆண்டு நடைபெற்றது. இதில் ஆயிரக்கணக்கில் பங்குகொண்ட தலித்துகள் மீது இந்துத்துவ அமைப்பினரும் சாதி வெறியர்களும் கொலைவெறித் தாக்குதல் நடத்தினர். மாநில அரசு வேடிக்கை பார்த்தது. மராட்டியம் முழுவதும் கலவரம் மூண்டது. இதன் எதிரொலியாக தலித்துகள் ஆங்காங்கே கலகத்தில் ஈடுபட்டுத் திருப்பி அடித்தனர். தலித்துகளின் எழுச்சி கண்டு திகைத்த மத்திய மாநில அரசுகள் விசாரணையை ஆரம்பித்தன.

இந்த கலவரத்துக்குப் பின்னால் இருந்து தூண்டியதாக நக்சல்கள் மீது குற்றஞ்சாட்டியது அரசு. பீமா கொரேகான் நினைவு நாளையொட்டி, அதற்கு முன்னதாக தலித்துகள் நடத்திய மாநாட்டில் தான் கலவரம் செய்ய மக்கள் தூண்டப்பட்டதாக அந்த நிகழ்வை ஒருங்கிணைத்த அமைப்புகளில் ஒன்றான கபீர் கலா மஞ்ச் என்னும் கலைக்குழு உள்ளிட்ட 23 பேர் மீதும் வழக்கு பதியப்பட்டது.

நாடறிந்த புரட்சிகர எழுத்தாளர் வரவர ராவ், புரட்சியாளர் அம்பேத்கரின் பேரன் அறிஞர் ஆனந்த் டெல்டும்டெ, தொழிலாளர் உரிமை போராளி சுதா பரத்வாஜ், அம்பேத்கரிய தலைவர் சுதிர் தவாலே உள்ளிட்ட 12 பேரை இதுவரை தேசிய பாதுகாப்புச் சட்டத்தின்கீழ் பொய் வழக்கில் சிறைப்படுத்தப்பட்டனர். இன்று வரை பிணை வழங்கவில்லை. நோய்வாய்ப்பட்டு மிக மோசமான நிலையில் இருந்த போதும் பாசிச பாஜக அரசு சிறைக்குள்ளேயே வைத்து சனநாயகவாதிகளை அச்சுறுத்தி வருகிறது. இவர்களை ‘அர்பன் நக்சல்கள்’ என்று முத்திரை குத்துகிறது மோடி அரசு.

மோடியைக் கொல்ல சதி செய்ததாகத்தான் இந்த எழுத்தாளர்கள், கவிஞர்கள் மற்றும் மனித உரிமையாளர்கள் மீது வழக்கு பதியப்பட்டுள்ளது.

அந்த வரிசையில் இப்போது கபீர் கலைக் குழுவின் சாகர் கோர்கே (32), ரமேஷ் காய்சோர் (36) மற்றும் ஜோதி ஜக்தாப் (33) ஆகியோரை தேசிய விசாரணை முகமை கைது செய்துள்ளது. இவர்கள் காடுகளில் மாவோயிஸ்ட்டுகளிடம் ஆயுதப் பயிற்சி எடுத்ததாகவும், தலித்துகளின் மாநாட்டை நடத்தி பீமா கொரேகான் கலவரத்துக்கு வித்திட்டதாகவும்

பொய்க் குற்றஞ்சாட்டப்பட்டுள்ளது. இவர்கள் கைதானவுடன் கபீர் கலைக் குழுவினர் வெளியிட்ட வீடியோவில், தங்களை அரசு தரப்பு சாட்சிகளாக மாறும்படியும், மாவோயிஸ்ட்டுகளுடன் தொடர்வு உள்ளதென்று பொய்யான ஒப்புதல் வாக்குமூலம் அளிக்கும்படியும், குற்றத்தை எற்றுக்கொண்டு மன்னிப்பு கடிதம் கொடுக்குபடியும் விசாரனை அதிகாரிகள் மிரட்டுவதாக தோழர்கள் ரமேஷும் சாகரும் பேசியுள்ளனர்.

இதற்கு முன்பாக மாவோயிஸ்ட் தொடர்பு என்ற பொய் வழக்கில் இருவரும் 3 ஆண்டுகளுக்கு மேல் பிணை ஏதும் கிடைக்காமல் சிறையில் அடைக்கப்பட்டனர். அந்த வழக்கு இப்போதும் நடைபெற்று வருகிறது.

அந்த வீடியோவில் பேசும் தோழர் சாகர் கோர்கே சொல்கிறார், “மன்னிப்பு கேட்க நாங்கள் ஒன்றும் சாவர்க்கரின் வாரிசுகள் அல்ல, பாபாசாகேப் அம்பேத்கரின் பிள்ளைகள் நாங்கள். எப்போதும் அரசியல் சாசனத்தை மதித்தே வந்திருக்கிறோம். செய்யாத குற்றத்தை ஏற்கும் பேச்சுக்கே இடமில்லை’ என முழங்கியுள்ளனர்.

இந்துத்துவத்தை ஏற்காது எதிர்ப்பவர்களை அச்சுறுத்தி அடக்கப்பார்க்கும் பாசிச பாஜகவின் அடங்கமாட்டோம். பொய் வழக்குகளுக்கு அஞ்ச மாட்டோம்.

ஏனெனில், நாங்கள் புரட்சியாளர் அம்பேத்கரின் பிள்ளைகள்.

மோடி அரசே!

சர்வதிகாரத்தை வீழ்த்தும் துணிச்சல் அம்பேத்கரியத்துக்கு உண்டு என்று எச்சரிக்கிறோம்!

18
இந்து ஆட்டுக்குட்டிகளும் ரத்தம் குடிக்க அலையும் ஓநாய் ராஜாக்களும்

இராமநாதபுரம் மாவட்டம் வசந்தம் நகரில் கடந்த 31.8.2020 அன்று, நண்பர்கள் அருண் பிரகாஷ், யோகேஸ்வரன் இருவரும் பேசிக் கொண்டிருக்கும்போது, இருவரையும் ஒரு கும்பல் வெட்டிப்போட்டு விட்டு ஓடி விடுகிறது. இத்தாக்குதலில் அருண் பிரகாஷ் மருத்துவமனைக்கு அழைத்துச் செல்லப்படும் வழியிலேயே இறந்து போகிறார். யோகேஸ்வரன் மருத்துவமனையில் சிகிச்சை பெற்று வருகிறார்.

இந்தச் சம்பவம் குறித்து காவல்துறை விசாரித்துக் கொண்டிருக்கும் போதே, பாரதிய ஜனதா கட்சியின் தேசிய செயலாளர் என்னும் பொறுப்பான பதவியில் இருக்கக்கூடிய எச்.ராஜா மறுநாளே (1.9.2020) காவல்துறையின் மோப்ப நாயைவிட விரைவாக குற்றவாளிகளைக் கண்டுபிடித்து 'ட்விட்டரி'ல் பதிவிடுகிறார். அவரது பதிவில் "கள்ளர்

தெருவைச் சார்ந்த அருண் பிரகாஷ் என்பவர், ‘லெப்ட்’ சேக் மற்றும் 10 முஸ்லிம் மதவெறியார்களால் வெட்டிக் கொல்லப்பட்டதை வன்மையாக கண்டிக்கிறேன்” என்று மதவெறியைத் தூண்டியுள்ளார்.

ஆனால், ராமநாதபுரம் மாவட்ட காவல்துறை இந்த படுகொலை குறித்து “ராமநாதபுரம் வசந்தம் நகரில் 31.8.2020 அன்று நடந்த அருண்பிரகாஷ் கொலை இரு குழுவினருக்கு இடையே நடந்த சம்பவம்.மதம் சார்ந்த பிரச்சனை ஏதும் இல்லை” என 2.9.2020 அன்று, ‘ட்விட்டரி’ல் விளக்கம் கொடுத்தது. அதுமட்டுமல்லாது 3தனிப்படைகள் அமைத்து குற்றவாளிகளைத் தேடி வருகிறோம் என்றும் மாவட்ட காவல்துறை அதிகாரி வருண்குமார் கூறியுள்ளார்.

இப்படி சொன்ன மறுநாளே அதாவது 3.9.2020 அன்று மாவட்ட எஸ்பி வருண்குமார் காத்திருப்போர் பட்டியலுக்கு மாற்றப்பட்டார். உண்மையைச் சொன்னதால் இந்த நடவடிக்கையா? என்பது குறித்து முதல்வர் எடப்பாடி பழனிச்சாமிதான் விளக்க வேண்டும். சட்டம் ஒழுங்கைக் காப்பாற்ற முதல்வரா அல்லது பாஜகவை காப்பாற்ற முதல்வரா? என்பது குறித்தும் விளக்க வேண்டும்.

இந்தக் கொலை இரு நண்பர் குழுக்களிடையே நடந்திருப்பதாகவும் கஞ்சா விவகாரம் இதில் இருப்பதாகவும் போலிஸ் தரப்பில் சொல்லப்படுகிறது.

வைகை நகரைச் சார்ந்த சரவணன் என்பவருக்கும் அருண் பிரகாஷ் என்பவருக்கும் மோதல் உருவாகியுள்ளது. அதனடிப்படையில்தான் படுகொலை நடந்தேறியுள்ளது. இந்தக் கொலை வழக்கில் சரவணன், வெற்றி, இம்ரான்கான், ‘லெப்ட்’ சேக் உள்ளிட்ட பலர் கைது செய்யப்பட்டிருப்பதாக காவல்துறை தெரிவித்துள்ளது. இரு குழுக்களிலும் இசுலாமியர்களும் இந்துக்களும் கலந்திருக்கிறார்கள்.

உண்மை இப்படி இருக்க, பொய்யான வதந்தியைப் பரப்பும் விதமாக எச்.ராஜா பதிவிடுவது சரியா? இப்போக்கு விசாரணையின் போக்கை மாற்றிவிடாதா? பொறுப்பான பதவியில் இருப்பவருக்கு இது அழகா? என்றெல்லாம் கேட்கலாம். ஆனால் பா.ஜ.கவிலிருக்கும் யாருக்குமே இது

பொருந்தாது. அவர்கள் வன்முறையின் மூலம் மட்டுமே அரசியல் செய்து பழகியவர்கள். நன்முறையின் மீதோ சனநாயகத்தின் மீதோ பாஜக சங்பரிவாரக் கும்பலுக்கு நம்பிக்கை கிடையாது. அந்த அவநம்பிக்கையின் வழியில்தான் எச். ராஜா இந்து, முஸ்லிம் கலவரத்தை தூண்டும் விதமாக தொடர்ந்து பதிவிடுகிறார். இப்படி பதிவிட்டால் கலவரம் வரும்; அதன் மூலம் தமது பார்ப்பனிய அரசியலை இந்துத்துவ அரசியலாக்கலாம் என திரிந்து வருகிறார். ரத்தம் குடிக்க அலையும் ஓநாயின் செயலை போல இருக்கிறது எச்.ராஜாவின் செயல்பாடு.

தமிழ்நாட்டில் எப்படியாவது மதக்கலவரம் ஏற்பட்டு அதன் மூலம் இசுலாமியர்களும் இந்துக்களும் மோதினால்தான் பா.ஜ.கவை வளர்க்க முடியும் என்னும் சதித்திட்டத்தை எச்.ராஜா போன்ற வன்முறையாளர்கள் செயல்படுத்தத் துடித்துக் கொண்டிருக்கிறார்கள். அந்த சதிச்செயலின் தொடர்ச்சிதான் இம்மாதிரியான மத வன்மத்தை பரப்பிவருவது.

அருண்பிரகாஷ் படுகொலை முழுக்க முழுக்க போதைக் குழுக்களுக்கிடையே நடந்தவை. இது வெளிப்படையாகவே தெரிகிறது. ஆனால், கள்ளர் தெரு என்றும், முஸ்லிம் தீவிரவாதிகள் என்றும் எச்.ராஜா பதிவிடுவதன் நோக்கம் கள்ளர் சமூகத்துக்கும் முஸ்லிம்களுக்கும் மோதலை உருவாக்குவதுதான். அதில்கூட 'இந்து' என்று வழக்கமாக சொல்வதைத் தவிர்த்துவிட்டு 'கள்ளர்' என்று கீழ்த்தரமான சாதி, மத அரசியல் நடத்துகிறார்.

ஆனால், இந்த இரு ஆபத்தான அரசியல் எதுவுமே அக்கொலைச் சம்பவத்தில் இல்லை. இரு குழுக்களும் போதை வியாபாரம் செய்பவர்கள். அப்படிப்பட்ட போதைக் குழுக்களைக்கூட, தமது 'பிணந்தின்னி' அரசியலுக்குப் பயன்படுத்தப் பார்க்கிறார் என்பதுதான் கேவலத்திலும் கேவலம்.

இந்த கேவலமான அரசியல் அரங்கேறுவது முதல்முறை அல்ல. இதற்கு முன்பே பலமுறை அரங்கேற்ற முயற்சித்தார். ஆனால், அத்தனையும் தோல்வியிலேயே முடிந்தது.

அதற்கு பல சாட்சியங்கள் உள்ளன. அந்த சாட்சியங்களை பார்ப்போம்.

சாட்சியம் – 1

கடந்த 27.1.2020 அன்று, விஜய் ரகு என்பவர் திருச்சி மார்க்கெட்டில் வைத்து வெட்டிக் கொல்லப்படுகிறார். இவர் பாரதிய ஜனதா கட்சியை சார்ந்தவர். விஜய்ரகு கொல்லப்பட்டவுடனே எச்.ராஜா தனது 'ட்விட்டர்' பக்கத்தில், "விஜய் ரகு இசுலாமிய பயங்கரவாதிகளால் கொல்லப்பட்டுள்ளார்" என்று பதிவிட்டார்.

அவரைத் தொடர்ந்து பா.ஜ.கவின் முன்னணி தலைவர்கள் பொன்.ராதாகிருஷ்ணன், முரளிதர்ராவ் உள்ளிட்டோரும் 'முஸ்லிம் பயங்கரவாதம்' என்றே குற்றம் சாட்டினர். திருச்சி பகுதியில் சாலை மறியல் போராட்டங்களையும் பாஜக நடத்தியது.

இந்த வழக்கை விசாரித்த டிஐஜி அமல்ராஜ் "இது மதரீதியாக நடந்த கொலை அல்ல; காதல் விவகாரத்தில்தான் நடந்தது" என ஊடகவியலாளர்களிடையே விளக்கினார்.

விஜய் ரகுவை கொன்ற வழக்கில் ஹரிபிரசாத் நாயுடு, சுடர் வேந்தன், சச்சின் என்ற சஞ்சய், முகமது யாசர், மிட்டாய் பாபு ஆகியோர் கைது செய்யப்பட்டனர். (இந்துக்களைக்கூட பயங்கரவாதப் பட்டியலில் சேர்த்த பெருமை எச்.ராஜாவைத்தான் சாரும்). கொலையாளிகளிடம் போலிஸ் விசாரணை செய்தது. விசாரணையில் பாலக்கரையை சார்ந்த முகமது உசேன் மகன் மிட்டாய் பாபுவுக்கும் விஜய் ரகுவின் மகள் காயத்ரிக்கும் நீண்ட காலமாக காதல் இருந்து வந்துள்ளது. இருவரும் கணவன் மனைவியாகவே சுற்றியுள்ளனர். காதலி காயத்ரியின் அம்மா உள்ளிட்டோருக்கும் இந்த காதல் விவகாரம் தெரியும். காயத்ரி வீட்டுக்கும் அடிக்கடி மிட்டாய் பாபு வந்து தேவையான பொருட்களை வாங்கிக் கொடுத்துள்ளார். திருமணத்திற்கு விஜய் ரகு மறுத்துள்ளதால் இந்தக் கொலை நடந்துள்ளதாக திருச்சி காவல்துறை உண்மையை அறிவித்தது. அதன்பிறகு விஜய்ரகு கொலை குறித்து பா.ஜ.க எதுவும் பேசவில்லை என்பது மட்டுமல்ல, அந்த குடும்பத்தையே நடுத்தெருவில்

விட்டுவிட்டது. பாஜகவை நம்பிபோன விஜய் ரகு குடும்பம் பாவம் இப்போது நடுத்தெருவில் நிற்கிறது.

சாட்சியம் 2

கடந்த 19.9.2016 அன்று கிருஷ்ணகிரி மாவட்டம் ஓசூரில் சூரி என்கிற சுரேஷ் படுகொலை செய்யப்படுகிறான்.

நண்பர்களோடு இரவில் குடித்துக் கொண்டிருந்தபோது ஓட ஓட விரட்டி செய்யப்பட்ட படுகொலை. இந்தப் படுகொலையைக் கண்டித்து பாஜக மற்றும் விசுவ இந்து பரிஷத் அமைப்பினர் சாலை மறியல் போராட்டம் நடத்தினர். காரணம், கொல்லப்பட்ட சூரி விசுவ இந்து பரிஷ்த் அமைப்பின் கிருஷ்ணகிரி மாவட்டச் செயலாளர்.

இது போதாதா பாஜக கும்பலுக்கு? வழக்கம் போல எச். ராஜா உள்ளிட்ட பாஜக தலைவர்கள் "சூரியை படுகொலையை செய்த இஸ்லாமிய பயங்கரவாதிகளை கைது செய்ய வேண்டும்" என அறிக்கை கொடுத்தனர். காவல்துறையும் பதற்றமாகி தனிப்படைகளை அமைத்து கொலையாளிகளை தேட ஆரம்பித்தன.

இந்தச் சூழலில் போச்சம்பள்ளி நீதிமன்றத்தில் கஜா என்னும் கஜேந்திரன் தனது சகாக்களுடன் சரண் அடைந்தார். இவர் விசுவ இந்து பரிஷத் அமைப்பின் ஓசூர் நகரச் செயலாளர் ஆவார்.

படுகொலையான சூரி அப்பகுதியின் பிரபல ரவுடி. காவல் நிலையத்தில் ரவுடிப் பட்டியலில் அவரது பெயர் உள்ளது. ஆள் கடத்தல், கந்து வட்டி, கேபிள் டிவி, கூலிக்கு கொலை செய்ய ஒருங்கிணைப்பது, 'ரியல் எஸ்டேட்', கட்ட பஞ்சாயத்து என அந்த மாவட்டத்தையே கலங்கடித்து வந்தவன். அதே போல சமூகவிரோதச் செயலைச் செய்து வந்தவன்தான் கஜேந்திரன். இருவருமே விசுவ இந்து பரிஷத் அமைப்பில் போட்டியாளர்கள். இந்தப் பின்னணியில்தான் சூரியைக் கொன்றதாக சொல்லி போச்சம்பள்ளி நீதிமன்றத்தில் சரணடைந்தான் கஜேந்திரன். இந்தச் சம்பவத்திலும் பாஜகவினருக்கு தோல்விதான். குறிப்பாக எச்.ராஜா போன்ற ரத்தம் குடிக்க அலையும் ஓநாய்களுக்கு பெருத்த ஏமாற்றம்.

சாட்சியம் 3

கடந்த 24.1.2008 அன்று தென்காசியில் உள்ள ஆர்.எஸ்.எஸ். அலுவலகத்தில் குண்டு வெடிக்கிறது. அதே போல தென்காசி பேருந்து நிலையத்தில் நிறுத்தப்பட்ட ஆட்டோக்களிலும் அடுத்தடுத்து வெடிகுண்டுகள் ஒரே நாளில் வெடித்தன.

இந்தக் குண்டு வெடிப்பு சம்பவத்தால் பதற்றமானது தென்காசி பகுதி. உடனடியாக எச். ராஜா,

இல.கணேசன் உள்ளிட்ட முன்னணி தலைவர்கள் உடனடியாக தென்காசிக்குப் பறந்து போய் சுற்றிப்பார்த்துவிட்டு "தமிழ்நாட்டில் வெடிகுண்டுக் கலாச்சாரம் பெருகிவிட்டது. முஸ்லிம் தீவிரவாதிகளை இந்த அரசு கட்டுப்படுத்தத் தவறிவிட்டது. முஸ்லிம் தீவிரவாதிகள்தான் ஆர்.எஸ்.எஸ். அலுவலகத்தில் குண்டு வைத்துள்ளார்கள்" என தடாலடியாக அறிக்கை கொடுத்தனர்.

அதிர்ச்சி அடைந்த காவல்துறை தீவிரமாக விசாரித்தது. விசாரித்ததில் குண்டு வைத்ததாக 3 முக்கிய குற்றவாளிகளை போலிஸ் தூக்கியது. ஒருவர் பெயர் ரவிபாண்டியன், இன்னொருவர் நாராயணன் சர்மா, மூன்றாமவர் கே.டி.சி. குமார் ஆகியோர் தான்.

கைது செய்யப்பட்டவர்களில் எந்த முஸ்லிம் சமூகத்தினரும் இல்லை. இது குறித்து, அன்றைய ஐ.ஜி சஞ்சீவ்குமார், டிஐஜி கண்ணப்பன், மாவட்ட எஸ்.பி. ஸ்ரீதர் ஆகியோர் கூட்டமாக செய்தியாளர்களிடம் விளக்கம் கொடுத்தனர்.

இதில் என்ன கொடுமை என்றால், கைதான ரவி பாண்டியன் இந்து முன்னணியின் திருநெல்வேலி மாவட்ட தலைவர் குமார் பாண்டியனின் உடன் பிறந்த அண்ணன்தான். குமார் பாண்டியன் 2007இல் படுகொலை செய்யப்பட்டார்.

எதற்காக இந்தக் கொலை?

பெரிதாக ஒரு புடலங்காயும் இல்லை.

இந்து முன்னணித் தலைவராக குமார் பாண்டியன் இருந்த போது நிறைய கட்டப்பஞ்சாயத்தில் ஈடுபட்டு வந்துள்ளார். இதனால் தனிப்பட்ட முறையில் பல்வேறு

தரப்பிலிருந்து பகை கூடிக்கொண்டே போனது. காவல் நிலையத்திலும் நிறைய புகார்கள். கந்து வட்டி புகாரும் குமார் பாண்டியன் மீது உள்ளது. இந்த பின்னணியில் தான் அவரால் பாதிக்கப்பட்டவர்களால் குமார் பாண்டியன் கொல்லப்பட்டுள்ளார்.

இந்த வழக்கில் இந்து முன்னணி தலைமை எந்த உதவியும் செய்யவில்லை என்னும் கோபத்தில்தான் ரவி பாண்டியன் தமது பரிவாரங்களுடன் தாமே குண்டுகளை வைத்து கவனத்தை ஈர்க்க முயற்சித்துள்ளார். இந்தக் குற்றவாளிகளின் வீடுகளில் டெட்டனேட்டர், வெடிக்காத ஒரு வெடிகுண்டு, சர்க்யுட், பேட்டரி, டைம் செட் போன்ற பொருட்களை தென்காசி காவல்துறை கைப்பற்றியது.

காவல்துறை வழக்கை இப்படி முடித்ததால் பா.ஜ.க கும்பலுக்கு பெருத்த அடிமேல் அடி. இந்த வழக்கிலும் பா.ஜ.க நினைத்த மதக்கலவரம் உருவாகவில்லை.

சாட்சியம் 4

திருப்பூர் மாவட்டம் பெருமாநல்லூர் கணக்கப்பாளையத்தைச் சார்ந்தவர் நந்து என்ற நந்தகுமார். இந்து மக்கள் கட்சியின் திருப்பூர் மாவட்டத் துணைச் செயலாளர் கடந்த 18.3.2020 அன்று பெருமாநல்லூர் காவல் நிலையத்தில், "தன்னை 6 பேர் கொண்ட கும்பல் வெட்டிப் போட்டு ஓடிவிட்டதாக" ரத்தம் சொட்ட சொட்ட புகார் மனு ஒன்றை கொடுத்தார். காவல் துறையும் விசாரணையை முடுக்கி விட்டது. இதற்காக தனிப்படையும் அமைக்கப்பட்டது. இந்து மக்கள் கட்சியின் தலைவர் அர்ஜுன் சம்பத் உள்ளிட்ட பாஜக தலைவர்கள் பலர் நந்தகுமாரை வெட்டிய முஸ்லிம் பயங்கரவாதிகளைக் கைது செய்ய வேண்டும் என அறிக்கை கொடுத்தனர்.

இறுதியாக ஒரே ஒருவர் கைதானார். பல கட்ட விசாரணைக்குப் பிறகு, துருவித் துருவி விசாரித்ததில் அவர் கைது செய்யப்பட்டார்.

கைதான குற்றவாளி யார் தெரியுமா?

அவர் புகார் கொடுத்த நந்தகுமாரேதான்!

காரணம் என்ன?

அவருக்கு அவரே வெட்டிக் கொல்ல முடியுமா? இதுவெல்லாம் நடக்குமா? என்று போலிசே திகைத்துப் போனது. நந்தகுமாரே ஒப்புக்கொண்டார். "இந்து மக்கள் கட்சியில் மாவட்டப் பொறுப்பிலேயே எத்தனை ஆண்டுகள்தான் இருப்பது. மாநில அளவில் பதவி உயர்வு கேட்டேன். மறுக்கப்பட்டே வந்தது. அதனால்தான் நானே என்னை வெட்டிக் கொண்டு புகார் கொடுத்தேன்" என்றார். 3 மாதம் கம்பி எண்ணி விட்டு இப்போது பிணையில் ஊர் சுற்றிக் கொண்டிருக்கிறார்.

யாராவது பொது வாழ்க்கையில் அதுவும் இந்துக்களுக்காகப் போராட வருபவர்கள் இந்த கேவலத்தை செய்வார்களா? இந்த கேவலமான வேலையைச் செய்துவிட்டு பழியை முஸ்லிம்கள் மீது போடுவது நேர்மையான அரசியல் தானா?

சாட்சியம் 5

இந்து முன்னணியின் திருப்பூர் மாவட்ட தலைவர் கோபிநாத். இவர் கடந்த 29.2.2016 அன்று திருப்பூர் காவல் நிலையத்தில் பரபரப்பு புகார் ஒன்றை கொடுத்தார். பொடனூர் அருகே காரில் போய்க்கொண்டிருக்கும் போது தொப்பி போட்ட முஸ்லிம் சிலர் தன்னுடைய கார் மீது வெடிகுண்டுகளை வீசிவிட்டுத் தப்பிவிட்டனர் என்று அந்த புகாரில் தெரிவித்திருந்தார். காரின் முன் பகுதி எரிந்த புகைப்படமும் பத்திரிகைகளில் வெளிவந்தது.

வழக்கம் போல் எச்.ராஜா, அர்ஜுன் சம்பத் உள்ளிட்டோர் "முஸ்லிம் தீவிரவாதிகளை கைது செய்ய வேண்டும்" என அறிக்கை விடுத்தனர். திருப்பூர் காவல் துறை தனிப்படை அமைத்து குற்றவாளிகளை தேட ஆரம்பித்தது.

இந்த வழக்கிலும் ஒரே ஒருவர் சிக்கினார். அவர் பெயர் முருகன். (எந்த முஸ்லிமும் சிக்கவில்லை)

சரி,

யார் இந்த முருகன்?

இவர் வேறுயாருமில்லை கோபிநாத்தின் உதவியாளர்

தான். உதவியாளர் என்று மட்டும் சொன்னால் சரியாகுமா? ஆகவே, இந்து முன்னணியின் தொழிற்சங்கப் பிரிவின் பொறுப்பாளராகவும் நியமித்தார்.

எதற்காக இந்த குண்டு வெடிப்பு நாடகம்?

வேறொன்றுமில்லை, "பத்திரிகைகளில் பேசப்படக்கூடிய தலைவராக வரவேண்டும் என கோபிநாத் விரும்பினார். அதற்கு கோபிநாத் சொன்னது போலவே அவரது காரில் நானே குண்டுகளை வீசினேன். பழி முஸ்லிம்கள் மீது போடப்பட்டது. இதற்கு முன்பும் அவரது வீட்டில் தபால் வெடிகுண்டு வந்ததாக நான்தான் புரளியை கிளப்பினேன்" என்று காவல் நிலையத்தில் வாக்குமூலம் கொடுத்தார். இந்த வெடிகுண்டு நாடகத்திலும் பாஜக இந்துத்துவக் கும்பலுக்கு மூக்கடைப்புதான்.

சாட்சியம் 6

இந்து முன்னணியின் சங்கரன் கோயில் (திருநெல்வேலி மாவட்டம்) நகரச் செயலாளர் ஜீவராஜ். இவர் கடந்த 5.7.2014 அன்று அவரது வீட்டு வாசலில் வைத்தே இரவில் வெட்டிப்படுகொலை செய்யப்பட்டார். இவர் மீது பல குற்றவழக்குகள். இருமுறை குண்டர் தடுப்புச் சட்டத்தில் தளைப்படுத்தப்பட்டார். நிறைய கட்டப்பஞ்சாயத்து, ஆள் கடத்தல், பெண்கள் விவகாரம் என பல வழக்குகள் இருந்தன. அதனால் இந்த பின்னணியில் கொல்லப்பட்டிருக்கலாமோ என சங்கரன் கோவில் காவல்துறை விசாரணையை மேற்கொண்டது.

ஆனால், இந்து முன்னணியின் 'வீரத்துறவி' ராமகோபாலன் நீண்ட அறிக்கை ஒன்றை வெளியிட்டார். அந்த அறிக்கையில், "இந்து மக்களுக்கு பாதுகாப்பில்லாத சூழலாக தமிழ்நாடு மாறிப்போவது வருந்தக்கூடியதாக இருக்கிறது. முஸ்லிம் பயங்கரவாதத்தை கட்டுப்படுத்த வேண்டும்" என ஆவேசமாக விடுத்திருந்தார். (எச். ராஜாவின் பெரியப்பாவாச்சே)

'ராமகோபாலன் கோபத்திற்கு ஆளாகக்கூடாது' என்கிற கவலையில் சங்கரன் கோவில் போலிஸ் மட்டுமல்லாது நெல்லை மாவட்ட போலிசே பல தனிப்படைகளாக பிரிந்து

கொலைக் குற்றவாளிகளை தேடின. கடைசியில் ஜீவராஜியின் முதல் மனைவி அய்யம்மாளை காவல் துறை கைது செய்தது.

அய்யம்மாள் எதற்காக ஜீவராஜை கொலை செய்ய வேண்டும்? அய்யம்மாளே சொல்கிறார் கேளுங்கள் "ஜீவராஜ் ஒரு குடிகாரன். தினமும் குடிச்சுட்டு அடிப்பான். அவனோட சித்ரவதையை தாங்க முடியாமல் தான் எனது அம்மா வீட்டுக்கு போய்விட்டேன். நான் வீட்டை விட்டு போனதும் சர்மிளா என்ற தேவியை இரண்டாவது திருமணம் செய்து கொண்டார். இதை தட்டிக்கேட்டதால் என்னைக் கொலை செய்து விடுவதாக மிரட்டினார். அதனால் நானே முந்திக்கொண்டு ஆட்களை வைத்து கொலை செய்தேன்" என்று வாக்குமூலம் கொடுத்தார்.

இப்படி கட்டப்பஞ்சாயத்து, ஆள் கடத்தல், பெண்கள் விவகாரம், பதவி ஆசை, ரவுடித்தனம் என சமூக விரோதச் செயல்களை செய்துவரும் பாஜக கும்பல் எப்படியாவது வன்முறையை கட்டவிழ்த்து,

இரு சமூகங்களை மோதவிட்டு லாபம் பார்க்கலாம் என கேவலமான அரசியலைச் செய்து வருகிறது.

எச்.ராஜா போன்ற பார்ப்பனக் கும்பல் உழைக்கும் மக்களிடையே பிரிவினையை உருவாக்கி அதில் அரசியல் செய்யும் கேவலத்தை தொடர்ந்து செய்து வருகிறது. எப்போது பேசினாலும் சாதி, மத வன்மம் என்னும் நஞ்சை கக்கியே வருகிறார் எச்.ராஜா. இந்த ரத்த சாட்சியங்கள் எல்லாம் ஒரு 'சாம்ப்பிள்'தான். நிறைய இருக்கின்றன. நேர்மையான அரசியல் செய்ய தெரியாத கோழைகள் தான் சங்பரிவாரக் கும்பல். ஆனால் தமிழ்நாடு இந்த பிணந்தின்னியாக அலையும் அரசியல் கோழைகளை எதிர்கொள்ளும் துணிச்சலைப் பெற்றுள்ளது.

19
மோடியின் கைப்பாவைகளா ஆளுநர்கள்?

ஆளுநர்களை வைத்து மோடி - ஷா கூட்டணி மாநில சுயாட்சியைப் பறிக்கும் செயல்களில் தொடர்ந்து ஈடுபட்டுக்கொண்டே இருக்கிறது. மேற்கு வங்க மாநிலத்தில் மம்தா பானர்ஜிக்கு எதிராக ஜகதீப் தன்கர், சி.வி. ஆனந்த் போசு, தமிழ்நாட்டில் மு.க. ஸ்டாலினுக்கு எதிராக ஆர்.என். ரவி, கேரளாவில் பினராயி விஜயனுக்கு எதிராக ஆரிப் முகமது கான், தெலங்கானாவில் சந்திர சேகர ராவிற்கு எதிராக தமிழிசை சவுந்தரராஜ் என பாஜக ஆளாத மாநிலங்களின் முதல்வர்களை மிரட்டவும், அவர்களை மக்கள் சேவை செய்ய விடாமல் தடுக்கும் பணியையும் ஆளுநர்களைக் கொண்டு மோடி நடத்திக்கொண்டு இருக்கிறார்.

இதற்கு முன்பு, கோவா ஆளுநர் மிருதுளா சின்கா சட்டத்திற்கு புறம்பாக பாஜகவை ஆட்சி அமைக்க அழைத்தார். பாதுகாப்புத்துறை அமைச்சராக இருந்த மனோகர் பாரிக்கர் தனது பதவியைத் துறந்து கோவை முதலமைச்சராக நியமிக்கப்பட கட்டப் பஞ்சாயத்தும் செய்யும்

அளவிற்கு ஆளுநராக இருந்த மிருதுளா சின்கா சென்றார். மணிப்பூரில் காங்கிரஸ் கட்சி தனிப்பெரும்பான்மையுடன் ஆட்சியைப் பிடித்தது. ஆனால், அந்த மாநிலத்தின் ஆளுநராக நியமிக்கப்பட்ட நஜ்மா ஹெப்துல்லா பா.ஜ.கவை ஆட்சி அமைக்க அழைத்து. இந்திய அரசியலமைப்புச் சட்டத்தையே மீறி சட்ட விரோத நடவடிக்கைகளுக்குத் துணை போனார்.

அரசியல் நோக்கத்துடன் ஆளுநர்கள்:

பாஜக ஆளாத மாநிலங்களில் ஆளுநர்களை வைத்து அரசியல் செய்யும் தந்திரத்தை மோடி பல வகைகளில் செய்து வருகிறார். 2014ல் ஒன்றிய பிரதமராக பொறுப்பேற்றது முதலே, ஆளுநர்களை அரசியல் நோக்கத்துடனேயே மோடி நியமித்தார். மோடிக்கு முந்தைய ஆட்சி காலத்தில் 3 ஆளுநர்கள் மட்டுமே மாற்றப்பட்டிருந்தனர். ஆனால், மோடி பதவியேற்ற உடனேயே இந்தியாவில் 26 மாநிலங்கள், ஏழு யூனியன் பிரதேசங்களின் ஆளுநர்களை அரசியல் நோக்கத்துடன் மாற்றினார். பாஜகவில் தீவிரமாக செயல்பட்ட அரசியல் தலைவர்கள் நேரடியாக மாநில ஆளுநர்களாக நியமிக்கப்பட்டனர். தமிழ்நாட்டில் இருந்து, தமிழிசை சவுந்தரராஜன், இல. கணேசன், சி.பி. ராதாகிருஷ்ணன் என்று பாஜகவிலும், ஆர்.எஸ்.எஸ். அமைப்பிலும் நீண்ட ஆண்டுகள் பணி செய்தவர்கள் மாநிலங்களின் ஆளுநர்களாக நியமிக்கப்பட்டனர்.

என்.என்.வோஹ்ரா, ஈஎஸ்.எல் நரசிம்மன், எஸ்.சி ஜமீர், கேசரி நாத் திரிபாதி, கல்யாண் சிங், அனந்திபென் பட்டேல், ததாகதா ராய், கிரண்பேடி ஆகியோர் மோடியின் நேரடி பார்வையில் நியமிக்கப்பட்டவர்கள்.

அதே போல, மோடி - அமித்ஷா வழக்குகளில் அவர்களுக்குச் சாதகமான தீர்ப்புகளைக் கொடுத்தவர்கள் கூட ஆளுநர்களாக நியமிக்கப்பட்டார்கள் என்ற விமர்சனமும் உள்ளது. உச்சநீதிமன்ற முன்னாள் தலைமை நீதிபதி பி.சதாசிவம் கேரள மாநில ஆளுநராக நியமிக்கப்பட்ட போது இந்த விமர்சனம் எழுந்தது.

ஆர்.எஸ்.எஸ். பிரச்சாரகர்கள் ஆளுநர்கள்:

ஆர்.எஸ்.எஸ். சித்தாந்தத்தை பல ஆண்டுகளாக பரப்பி வந்த நபர்களை மாநிலங்களின் ஆளுநர்களாக நியமித்து மோடி உத்தரவிட்டது இந்திய ஜனநாயகத்தின் மீதான தாக்குதலாக அமைந்தது. அரசியல் சாசன பதவியில் இருந்தாலும் கூட சமூக வலைதளத்தை இந்துத்துவா ஆதரவு கருத்துக்காக பயன்படுத்தும் ஒரு நபராக அறியப்பட்டவர் ததாகதா ராய். இவரை மோடி திரிபுராவின் ஆளுநராக நியமித்தார். மேகாலயா ஆளுநர் வி. சண்முகநாதன் இளம் வயதில் இருந்தே ஆர்.எஸ். எஸ். கருத்துகளைப் பரப்பும் நபராக அறியப்பட்டவர். இவரையும் மோடி, மேகாலயா ஆளுநராக நியமித்தார். இவரின் நியமனத்திற்குப் பிறகு மேகாலயா ஒரு அவமானக் குறியீடாக மாறிப்போனது. மேகாலயாவில் ராஜ்பவனை ஒரு கேளிக்கை விடுதியாக மாற்றினார். ராஜ்பவன் ஊழியர்கள் 80 பேர் ஆளுநர் வி. சண்முகநாதன் ராஜ்பவனை விபச்சார விடுதியைப் போல் நடத்துகிறார் என வெளிப்படையாகவே புகார் தெரிவித்தனர். ஆர்.எஸ்.எஸ். கருத்தைப் பரப்புபவர்கள் இப்படித்தான் பெண்களை நடத்துவார்கள் என்பதற்கான உதாரணமாக சண்முகநாதன் மாறிப்போனார். தமிழ்நாட்டில் கூட, பாஜகவால் நியமிக்கப்பட்ட பன்வாரிலால் புரோகித் ராஜ்பவனை பெண்களைக் கொண்டு இன்பம் கழிக்கும் இடமாக மாற்றினார். அதிமுகவின் எடப்பாடி பழனிசாமி அரசு ஆளுநரின் இந்த கொடிய செயலைக் கண்டும் காணாமல் இருந்தது. இபிஎஸ் அமைச்சரவையில் இருந்த அமைச்சர்களின் ஊழல் புகார்கள் மீது எங்கு ஆளுநர் நடவடிக்கை எடுத்துவிடுவாரோ என்ற அச்சம் அதற்கு காரணம்.

டெல்லியில் 'ஆம் ஆத்மி' கட்சிக்கு எதிராக பாஜகவின் முதலமைச்சர் வேட்பாளராக களமிறங்கி தேர்தலில் தோல்வி அடைந்த கிரண்பேடி புதுச்சேரி ஆளுநராக நியமிக்கப்பட்டார். புதுச்சேரி முதலமைச்சர் நாராயணசாமியை அவரது கடமையைச் செய்ய விடாமல் பல வகைகளில் இடையூறை ஏற்படுத்தினார். இறுதியில், காங்கிரஸ் உள்ளிட்ட கூட்டணி கட்சிகளின் தொடர் அழுத்தத்தின் காரணமாக கிரண்பேடி ஆளுநர் பதவியில் இருந்து நீக்கப்பட்டார்.

செயற்கை பாஜக ஆட்சி – ஆளுநர்களின் மறைமுக நடவடிக்கை:

மக்களால் தேர்ந்தெடுக்கப்பட்ட அரசுகளைக் கவிழ்ப்பது. பாஜக ஆட்சியை அமைக்க திரைமறைவில் வேலை செய்வது என்ற இரண்டு நோக்கங்களுக்காக மட்டுமே மோடியால் ஆளுநர்கள் நியமிக்கப்பட்டனர். ஆட்சி மாற்றம் நடக்க வாய்ப்பே இல்லை என்ற இடங்களில் ஆளுநர்களைக் கொண்டு ஒரு தனி அரசை நடத்துபவர்களாக ஆளுநர்கள் இருந்தனர். மக்கள் மன்றத்தில் வெற்றி பெற முடியாத பாஜக ஆளுநர்களைக் கொண்டு தங்களின் ஆட்சியை உறுதி செய்து கொண்டது. இதற்கு பல உதாரணங்கள் இருந்தாலும் கூட, கோவா, மணிப்பூர் மாநிலங்களில் பாஜக ஆட்சி அமைத்த விதம் என்பது ஆளுநர்களைக் கொண்டு கொள்ளைப்புறமான ஆட்சியைத் தான் உறுதிபடுத்துகிறது.

கோவாவில் ஆட்சி மாற்றம்:

கோவாலில் 2017ல் நடந்து முடிந்த சட்டப்பேரவைத் தேர்தலில் காங்கிரஸ் கட்சி தான் ஆட்சி அமைத்திருக்க வேண்டும். ஆனாலும், ஒன்றியத்திலும், மாநில ஆளுநராகவும் ஆர்.எஸ்.எஸ். சித்தாந்தவாதிகள் இருந்ததால் சூழ்ச்சியால் காங்கிரஸ் கட்சியை ஆட்சி அமைக்க விடாமல் தடுத்தனர். கோவாவில், 18 இடங்களில் காங்கிரஸ் கட்சி வெற்றி பெற்றிருந்தது. ஆட்சி அமைப்பதற்குத் தேவையான இடங்களுக்கு 3 எம்.எல்.ஏக்கள் இடங்கள் மட்டுமே காங்கிரஸ் கட்சிக்குத் தேவைப்பட்டது. கோவா சட்டமன்றத்தில் மொத்தமுள்ள 40 இடங்களில் 18 இடங்களில் காங்கிரஸ் கட்சி வெற்றிபெற்றிருந்தது. 10 இடங்களை சுயேட்சைக்களும் பிறக்கட்சிகளும் பெற்றிருந்தன. பாஜக வெறும் 13 இடங்களில் மட்டுமே வெற்றிபெற்றது. பெரும்பான்மைப் பெற்ற கட்சி என்ற அடிப்படையில் காங்கிரஸ் கட்சியைத் தான் ஆளுநர் மிருதுளா சின்ஹா ஆட்சி அமைக்க அழைப்பு விடுத்திருக்க வேண்டும். ஆனால், அவர் அவ்வாறு செய்யவில்லை. மாறாக பாஜகவின் குதிரைபேர அரசியலுக்கு வழிவிட்டார். காங்கிரஸ் கட்சி ஆட்சி அமைக்க உரிமை கோருவதற்கு முன்பாகவே பாஜகவின் தலைவர்களைச் சந்திக்க மிருதுளா

சின்ஹா அழைத்துப் பேசினார். மனோகர் பாரிக்கர் ஒரு சிறந்த முதலமைச்சர். அவர் கோவாவின் முதலமைச்சராக நியமிக்கப்பட்டார் மாநிலத்தை சிறப்பாக வழிநடத்துவார். அத்துடன், அனைத்துக் கட்சிகளையும் ஒருங்கிணைத்துக் கொண்டு சென்று மாநிலத்தின் வளர்ச்சிக்கு உதவுவார் என மிருதுளா சின்ஹா நற்சான்றிதழ் அளித்தார். கோவா விவகாரம் தொடர்பாக அப்போது ஒன்றிய நிதி அமைச்சராக இருந்த அருண் ஜெட்லியுடன் பேசினார். நள்ளிரவில் இருவரும் பேசி கோவா மாநிலத்தின் முதலமைச்சராக மனோகர் பாரிக்கரை நியமித்தனர். ஒன்றிய பாதுகாப்புத்துறை அமைச்சராக இருந்த மனோகர் பாரிக்கர் தனது பதவியை ராஜினாமா செய்துவிட்டு கோவா முதலமைச்சராக பொறுப்பேற்றுக்கொண்டார். பாதுகாப்புத்துறை அமைச்சராக இருந்த ஒருவரை அவசர அவசரமாக ராஜிமானா செய்ய வைத்து கோவா மாநில முதலமைச்சராக நியமிக்க வைக்க வேண்டிய அவசியம் என்ன வந்தது என காங்கிரஸ் உள்ளிட்ட கட்சிகள் எதிர்ப்புக்குரல் எழுப்பின. ஆனாலும், ஒன்றிய அரசோ ஆளுநர் மிருதுளா சின்ஹாவோ அதைப்பற்றிக் கவலைப்படவில்லை. கோவாவில் குதிரைபேரம் நடத்தப்பட்டு பாஜக ஆட்சியானது கொண்டு வரப்பட்டது.

மணிப்பூரில் பா.ஜ.க ஆட்சி அமைந்த விதம்:

கோவா மாநிலத்தைப் போலவே மணிப்பூரிலும் ஆளுநர் மூலமாகத்தான் பாஜக தனது ஆட்சியை கட்டமைத்தது. மணிப்பூர் மாநில தேர்தல் முடிவில், காங்கிரஸ் கட்சியானது 28 இடங்களில் வெற்றிப் பெற்றிருந்தது. பாஜக 21 இடங்களை மட்டுமே கைப்பற்றியது. 60 சட்டமன்றத் தொகுதிகளைக் கொண்ட மணிப்பூர் சட்டமன்றத்தில் தனிப்பெரும் கட்சியாக காங்கிரஸ் கட்சி இருந்தாலும் கூட பாஜக தான் ஆட்சியை அமைத்தது. இந்திய ஜனநாயகத்தையே கேலிக்கூத்தாக்கும் வகையில் தான் அங்கு பாஜக ஆட்சி கொண்டுவரப்பட்டது. மணிப்பூர் சட்டமன்றத் தேர்தல் முடிவுகள் வெளியான பிறகு காங்கிரஸ் சட்டமன்ற உறுப்பினர் ஷியாம் குமார் பாஜக பிரமுகர்களுடன் ஆளுநர் ஹெப்துல்லாவை சந்தித்தார். இது அப்பட்டமான கட்சித் தாவல் நடவடிக்கை என்று தெரிந்திருந்தும் கூட ஷியாம் குமார் மீது எந்த விதமான

நடவடிக்கைகளையும் ஆளுநர் ஹெப்துல்லா எடுக்கவில்லை. மாறாக அவரை அழைத்து ஆட்சி அமைப்பதற்கான பேச்சுவார்த்தையை முடுக்கிவிட்டார். காங்கிரசின் ஷியாம் குமாரை விலைக்கு வாங்கியதைப் போலவே, தேசிய மக்கள் கட்சியின் நான்கு சட்டமன்ற உறுப்பினர்கள், திரிணாமுல் காங்கிரஸ் கட்சியின் சட்டமன்ற உறுப்பினர்களின் உதவியுடன் மணிப்பூரில் பாஜக ஆட்சி கொண்டுவரப்பட்டது. அரசியலமைப்புச் சட்டத்தைக் காப்பாற்ற வேண்டிய ஆளுநர் ஹெப்துல்லா அதனை காலில் போட்டு மிதித்தார். இவை எல்லாவற்றிற்கும் மேலாக, மணிப்பூரின் ஒரே சுயேட்சை சட்டமன்ற உறுப்பினராக இருந்த அஷாத் உதின் மணிப்பூர் தலைநகர் இம்பால் விமான நிலையத்தில் இருந்து கடத்தப்பட்டார். இவ்வளவு களோபரங்களை இந்தியா பார்த்துக்கொண்டு தான் இருந்தது. இந்திய இறையாண்மையையும், அரசியல் அமைப்பு சட்டத்தையும் குழி தோண்டி புதைக்கும் வகையில் தான் ஆளுநர்களைக் கொண்டு பாஜக அதிகாரம் செலுத்தியது. பாஜக தனது ஆட்சி அதிகாரத்தை ஒப்பீட்டளவில் இப்படித்தான் விரிவுப்படுத்தியது.

தமிழ்நாட்டில் ஆளுநரின் அடாவடி:

பாஜக ஆளாத மாநிலங்களின் நிலையை எடுத்துக்கொண்டால் மக்களால் தேர்ந்தெடுக்கப்பட்ட முதலமைச்சர்களுக்கு இடையூறு ஏற்படுத்துவது, மக்களுக்கு பயன் அளிக்கும் சட்ட மசோதாக்களுக்கு அனுமதி அளிக்காமல் இழுத்தடிப்பது என ஆளுநர்கள் மோடிக்கு சேவகம் செய்து வருகின்றனர்.

இதற்கு சிறந்த உதாரணமாக தமிழ்நாட்டைத் தான் எடுத்துக்கொள்ள வேண்டும். தமிழ்நாட்டின் ஆளுநர் ஆர்.என். ரவி நேரடியாகவே சனாதனத்தின் குரலாக ஒலித்துக்கொண்டு இருக்கிறார். மாநில சுயாட்சி தொடங்கி பல விவகாரங்களில் தமிழ்நாட்டின் பண்பாட்டிற்கு எதிரான நடவடிக்கைகளையே ரவி செய்து வருகிறார்.

14க்கும் மேற்பட்ட மசோதாக்கள் மீது எந்த விதமான நடவடிக்கைகளையும் எடுக்காமல் ரவி கிடப்பில் போட்டுள்ளார். இந்த 14 மசோதாக்களும் மக்களுக்குப் பயன்

அளிக்கக் கூடியவையாக இருந்தாலும் கூட அதைப்பற்றிக் கவலைப்படாமல் பாஜக சொல்லக் கூடியவற்றை மட்டுமே செயல்படுத்துபவராக ரவி இருக்கிறார். கூட்டுறவு சங்கம் தொடர்பான திருத்தச் சட்டம் ஆளுநருக்கு அனுப்பப்பட்டு ஓராண்டிற்கும் மேலாகியும் கூட அதன் மீது ரவி இன்னும் நடவடிக்கை எடுக்கவில்லை. நீட் விலக்கு மசோதா செப்டம்பர் மாதம் 13 ஆம் தேதி ரவிக்கு அனுப்பப்பட்டது. அதன் மீது நடவடிக்கை எடுக்காமல் காலம் தாழ்த்தி வந்தார். தமிழ்நாடு அமைச்சரவையின் நீண்ட அழுத்தம், குடியரசு தலைவர், மத்திய உள்துறை அமைச்சர் உள்ளிட்டோர்களை திமுக எம்.பிக்கள் குழு நேரடியாக சென்று முறையிட்ட பிறகு மீண்டும் நீட் விலக்கு மசோதாவை தமிழ்நாடு அமைச்சரவைக்கே ரவி அனுப்பி வைத்தார். இதனால், மீண்டும் அதில், ஒரு காற்புள்ளியைக் கூட மாற்றாமல் அதே நீட் விலக்கு மசோதாவை மீண்டும் ரவிக்கே தமிழ்நாடு அமைச்சரவை திருப்பி அனுப்பியது. நீட் தேர்வில் இருந்து விலக்கு வேண்டும் என்பது தமிழ்நாட்டு மக்களின் நிலைப்பாடாக உள்ளது. ஆனால், அரசியல் காரணங்களுக்காகவும், பாஜக நீட் தேர்வை ஆதரிக்கிறது என்பதற்காகவும் அந்த மசோதாவைக் கிடப்பில் போட்டு தமிழ்நாட்டு மக்களின் உணர்வுகளுக்கு எதிராக ரவி செயல்பட்டுக்கொண்டு இருக்கிறார்.

முன்னாள் அமைச்சர்கள் பி.வி. ரமணா, டாக்டர் சி. விஜயபாஸ்கர், கே.சி. வீரமணி, எம்.ஆர். விஜயபாஸ்கர் உள்ளிட்ட முன்னாள் அமைச்சர்கள் ஊழல் செய்துள்ளனர். அவர்கள் மீது நடவடிக்கை எடுக்க கோரி தமிழ்நாடு அமைச்சரவை ஒரு கோப்பை ஆளுநர் மாளிகைக்கு அனுப்பியது. பா.ஜ.க - அ.தி.மு.க கூட்டணியில் இருப்பதால் ரவி அந்த கோப்பில் கையெழுத்து இடாமல் காலம் தாழ்த்தி வருகிறார்.

ரவி தனது தனிப்பட்ட அரசியல் மற்றும் மதக்கருத்துகளைப் பரப்பக் கூடிய இடமாக ராஜ்பவனை மாற்றியுள்ளார். “உலகின் பிற பகுதிகளைப் போலவே இந்தியாவும் ஒற்றை மதத்தைச் சார்ந்துள்ளது” என்று 2022 நவம்பர் மாதம் 9 ஆம் தேதி ரவி பேசினார். இது அப்பட்டமான அரசியலமைப்புச் சட்டத்திற்கு எதிரான கருத்து. திருக்குறள் ஒரு சனாதன நூல்

என்றும், வள்ளலார் ஒரு சனாதனி என்றும் இந்தியாவிலேயே சனாதனம் வளர்ந்த இடம் தமிழ்நாடு என்றும் ரவி சனாதனத்திற்கு ஆதரவாகவே பல முறை பேசி வருகின்றார்.

இவை எல்லாவற்றையும் விட தமிழ்நாடு சட்டமன்றத்தில் ஆளுநர் உரையில், சமத்துவம், பெண் உரிமை, மதநல்லிணக்கம், மனிதநேயம், திராவிட மாடல் ஆட்சி, தந்தை பெரியா, சட்ட மேதை அம்பேத்கர், பெருந்தலைவர் காமராஜர், பேரறிஞர் அண்ணா, கலைஞர் கருணாநிதி ஆகியோரின் பெயர்களை வாசிக்காமல் சென்றார். தமிழ்நாடு அமைச்சரவை கொடுத்தவற்றின் மீது ஆளுநருக்கு அதிருப்தி இருந்தால் அதனைத் திருத்தி அளிக்குமாறு அமைச்சரவைக்கு அறிவுறுத்தலாம். ஆனால், தன்னிச்சையாக ரவி தமிழ்நாட்டின் மாண்பை சீர்குலைக்கும் வகையில் அந்தப் பெயர்களை எல்லாம் தவிர்த்துவிட்டுச் சென்றார். ரவியின் இந்த நடவடிக்கை, பிரிவு 163 (1) இன்படி ஆளுநர் என்பவர் அமைச்சரவையின் வழிகாட்டுதல் மற்றும் அறிவுரையின் படி தனது கடமைகளைச் செய்ய வேண்டும் என்ற விதியை மீறினார். தன்னிச்சையாக, தனது விருப்பு வெறுப்பின்படி நடக்கும் நபராக ரவி வெளிப்பட்டார். அமைச்சர் செந்தில் பாலாஜியை அமைச்சரவையில் இருந்து நீக்குவதும், அதற்கு சட்டரீதியாக நடவடிக்கை எடுக்கப்படும் என தமிழ்நாடு முதலமைச்சர் மு.க.ஸ்டாலின் பதிலடி கொடுத்ததும், ஆளுநர் தனது உத்தரவு நகலை திரும்பப் பெற்றுக்கொள்வதாக அறிவித்தார். இப்படி, மாநிலக் கட்சிகளுக்கு தொடர்ச்சியாக இடையூறு கொடுக்கும் நபர்களாகவே மோடி- அமித்ஷாவால் நியமிக்கப்பட்ட ஆளுநர்கள் இந்தியாவில் பா.ஜ.க ஆளாத மாநிலங்களில் செயல்படுகின்றனர்.

20
ஜனநாயகத்தின் தாய் நாடா இந்தியா?

தில்லியில் கடந்த 9.9.2023 அன்று நடைபெற்ற ஜி20 மாநாட்டின் முதல் அமர்வில் பேசிய மோடி, 'ஜனநாயகத்தின் தாய்நாடாக இந்தியா விளங்குவதால், பன்னெடுங்காலமாக பேச்சுவார்த்தை மற்றும் ஜனநாயக விழுமியங்களில் எங்களது நம்பிக்கை மாறாமல் உள்ளது. உலகம் ஒரு குடும்பம் என்று பொருள் கொண்ட வசுதைவ குடும்பகம் என்பதே எங்கள் சர்வதேச பார்வையின் அடித்தளமாக விளங்குகிறது' என்று பெருமைப்பட்டுக் கொண்டார்.

கடந்த ஒரு வார காலமாக வெளிவரும் செய்திகள் பா.ஜ.க கும்பல் கட்டமைக்க முயன்ற போலி பிம்பத்தை சுக்குநூறாக உடைத்துள்ளது கனடா தேசம். டெல்லியில் ஜி20 மாநாட்டை முடித்த கையோடு கனட நாடாளுமன்றத்தில் அந்நாட்டின் பிரதமர் ஜஸ்டின் ட்ரூடோ அதிர்ச்சிகரமான தகவல் ஒன்றை வெளியிட்டார்.

கடந்த ஜூன் 18ஆம் தேதி கனடாவின் பிரிட்டிஷ் கொலம்பியா மாகாணத்தில் உள்ள சர்ரே நகரத்தில் அமைந்துள்ள குருநானக் சீக்கிய குருத்வாராவின் தலைவராக

இருந்த ஹர்தீப்சிங் நிஜ்ஜார் என்பவர், அந்த சீக்கிய கோவிலின் வாகனம் நிறுத்துமிடத்தில் அடையாளம் தெரியாத நபர்களால் சுட்டுக்கொல்லப்பட்டார்.

நிஜ்ஜாரின் படுகொலையில் இந்திய அரசின் ஏஜெண்டுகள் ஈடுபட்டிருப்பதாக கனடா நம்புவதாவும், அது தொடர்பான விசாரணை நடைபெற்று வருவதாகவும் அறிவித்தார் ட்ரூடோ. கனடா மண்ணில் கனடிய குடிமகன் ஒருவர் அந்நிய நாட்டின் அரசால் கொல்லப்படுவது என்பது கனடாவின் இறையாண்மைக்கு ஏற்பட்டுள்ள ஆபத்து என்று பிரகடனம் செய்தது கனடா பாராளுமன்றம்.

இதனையொட்டி, கனடாவுக்கான இந்தியத் தூதரகத்திலிருந்து முக்கிய அதிகாரியை வெளியேற்றியது கனடா. இந்த குற்றச்சாட்டை கடுமையாக மறுத்த இந்திய வெளியுறவுத்துறை, அதற்கு பதிலடியாக இந்தியாவுக்கான கனடா தூதரக அதிகாரியை வெளியேற்றியும், கனடிய குடிமக்களுக்கு விசா வழங்கும் நடைமுறையை நிறுத்தி வைத்தும் உத்தரவிட்டுள்ளது.

யார் இந்த ஹர்தீப்சிங் நிஜ்ஜார்?

இந்தியாவின் பஞ்சாப் மாநிலத்தில் உள்ள ஜலந்தர் மாவட்டத்தை பூர்விகமாக கொண்ட நிஜ்ஜார் கடந்த 1996ஆம் ஆண்டு இந்தியாவிலிருந்து வெளியேறி கனடாவில் தஞ் சமடைந்துள்ளார். இந்தியாவில் சீக்கியர்களுக்கு எதிரான அரசு ஒடுக்குமுறையால் பாதிக்கப்பட்டேன் என்ற வாதத்தை முன்வைத்து அகதி குடியுரிமை கோரிய நிஜ்ஜாரின் மனு முதலில் தள்ளுபடி செய்யப்பட்டது. பின்னர், இந்தியாவில் சீக்கியர்களின் நிலை, நெருக்கடி இவற்றை தெளிவுபடுத்தி கனடா நாட்டில் அகதியாக குடியேறினார்.

ஆனால், நிஜ்ஜார் குறித்து இந்திய அரசு வெளியிட்டுள்ள தகவல்குறிப்பில், தொடக்கத்தில் பாபர் கல்சா இண்டர்நேஷ்னல் என்ற அமைப்பில் இணைந்து செயல்பட்டவர், பாகிஸ்தானில் ஆயுத பயிற்சியும் எடுத்துக்கொண்டதாக குற்றஞ்சாட்டியுள்ளது. பின்னாட்களில், ’காலிஸ்தான் டைகர் ஃபோர்ஸ்’ என்ற அமைப்பின் தலைவராகவும் செயல்பட்டு வந்துள்ளார். இந்த இரண்டு அமைப்புகளும் இந்திய அரசின் தீவிரவாத

அமைப்புகளின் பட்டியலில் உள்ளன. மேலும், 2020ஆம் ஆண்டு ஹர்தீப்சிங் நிஜ்ஜாரை 'ஊபா' சட்டத்தின் கீழ் தேடப்படும் தீவிரவாதியாக அறிவித்தது இந்திய அரசு. கடந்த சில ஆண்டுகளாக அயலகத்தில் வாழும் சீக்கியர்கள் மத்தியில் காலிஸ்தான் தனிநாடு கோரிக்கையை முன்வைத்து வாக்கெடுப்பு நடத்தும் செயல்பாட்டிலும் ஈடுபட்டு வந்துள்ளார்.

சில கூலிப்படையினரால் கொல்லப்படும் ஆபத்து உள்ளது என்று நிஜ்ஜாருக்கு கனடிய உளவுத்துறை முன்னரே எச்சரிக்கை விடுத்ததாக அவரது உறவினர்கள் தற்போது தெரிவித்துள்ளனர். நிஜ்ஜார் படுகொலை செய்யப்பட்ட ஒரு வாரத்திலேயே வான்கூவரில் அமைந்துள்ள இந்திய தூதரகத்தை முற்றுகையிட்டு, இந்த கொலையை இந்திய அரசு தான் செய்தது என்று குற்றஞ்சாட்டி சீக்கிய அமைப்பினர் போராட்டம் நடத்தினர். கனடாவின் பிரதான எதிர்க்கட்சியான புதிய ஜனநாயக கட்சியின் தலைவர் ஜக்மீத் சிங், பல ஆண்டுகளாக கனடிய சீக்கிய செயற்பாட்டாளர்கள் வெளிபடுத்தி வந்த அச்சம் தற்போது உண்மையாகி உள்ளதாக தெரிவித்துள்ளார்.

வாசுதைவ குடும்பகம் என்று டெல்லியில் மோடி பாடம் எடுத்துக்கொண்டிருந்த போதே, ஜி20 பின்னணியில் நடைபெற்ற சந்திப்பில் நிஜ்ஜாரின் படுகொலையில் இந்திய அரசின் தொடர்பு குறித்து நேரடியாக மோடியிடம் கேள்வியெழுப்பி உள்ளார் ஜஸ்டின் ட்ரூடோ. இதற்கு பல மாதங்கள் முன்பாகவே படுகொலை குறித்து இந்திய அரசுடன் நேரடியாகவே விவாதித்ததாக இப்போது தகவல் வந்துள்ளது.

நிஜ்ஜார் படுகொலைச் செய்தி அடங்குவதற்குள், கனடாவில் செயல்பட்டு வந்த மற்றொரு காலிஸ்தான் ஆதரவாளர் சுக்தூல் சிங் என்பவர் அடையாளம் தெரியாத நபரால் சுட்டுக்கொல்லப்பட்டுள்ளார். இரு குழுக்களிடையே நடைபெற்ற மோதல் என்று சொல்லப்பட்டாலும், 2015ஆம் ஆண்டு முதல் திஹார் சிறையில் அடைக்கப்பட்டுள்ள லாரன்ஸ் பிஷ்னாய் என்ற பயங்கரவாதியின் குழுவினர் இந்த கொலைக்கு பொறுப்பேற்பதாக அறிவித்துள்ளனர். சமீபத்தில் தன்னை தீவிரவாதி என்று அழைக்க வேண்டாம் என்றும்,

தாம் தாய்நாட்டை நேசிப்பதாகவும், பாரத நாட்டுக்காக வாழ்ந்து இறப்பதே தனது நோக்கம் என்று என்.ஐ.ஏ. நீதிமன்றத்தில் மனு செய்திருந்தான் லாரன்ஸ் பிஷ்னாய். இவனையும் பா.ஜ.க ஆதரவு கும்பல் சமூக வலைதளங்களில் கொண்டாடி வருகிறது.

சீக்கியர்களைக் கண்டு பா.ஜ.க அஞ்சுவது ஏன்?

காஷ்மீர் தொடங்கி தமிழ்நாடு வரை பல்வேறு தேசிய இனங்களின் தனித்த மொழி, பண்பாடு, நம்பிக்கை ஆகியவற்றை ஒடுக்கி, பாரதம் என்ற பெயரில் சனாதனத்தின் அடிப்படையிலான நாட்டை உருவாக்குவதை நோக்கமாக கொண்டுள்ளது ஆர்.எஸ்.எஸ். சங்பரிவார் கும்பல். அதனை செயல்படுத்தி வருவது மோடி தலைமையிலான பாசிச பாஜக கும்பல். இந்த நோக்கத்துக்கு தெற்கே தமிழர்கள் போல, வடக்கே எதிர்த்து நிற்பது சீக்கிய தேசிய இனம் தான்.

வீரஞ்செறிந்த போராட்டத்தின் வழியே வந்த பல்வேறு குருக்களால் கட்டமைக்கப்பட்ட சீக்கிய சமயம் என்பது மனிதகுலத்துக்கு எதிரான சனாதன கோட்பாட்டுக்கு வெளியே உள்ளது. சீக்கியர்கள் எப்போதும் தங்களை இந்துக்கள் அல்லாத தனித்த இனமாகவே கருதி வந்துள்ளனர். மேலும், இன்றளவும் போர்க்குணமுள்ள இனமாக தங்களை பாவித்து அதனை நடைமுறைப்படுத்தி வருகின்றனர்.

இந்தியாவில் காலிஸ்தான் கோரிக்கை இந்திரா காந்தி அரசால் ஒடுக்கப்பட்ட பின்பு, இந்திய ஒன்றிய அரசால் சீக்கிய அரசியல் கைதிகள் இன்றளவும் சிறைகளில் அடைக்கப்பட்டுள்ளனர். எல்லை மாநிலத்தின் பாதுகாப்பு என்ற பெயரில் சீக்கிய இளைஞர்கள் வேட்டையாடப்பட்டு வருகின்றனர்.

கடந்த சில ஆண்டுகளாக பஞ்சாப் மாநிலத்தில் போதைப் பொருட்களின் பயன்பாடு திட்டமிட்டு அதிகரித்துள்ளதாகவும், வீரியமிக்க தங்கள் இளைஞர்களை குறிவைத்து போதை பொருட்கள் விநியோகிக்கப்படுவதாக சீக்கிய செய்ற்பாட்டாளர்கள் குற்றஞ்சாட்டி வந்துள்ளனர். இதன் அடுத்த கட்டமாக, சீக்கியர்களின் வலுவான விவசாய பொருளாதாரத்தின் பின்னணியில் அமைந்துள்ள பஞ்சாப்,

ஹரியான உள்ளிட்ட வட இந்திய மாநிலங்களை குறிவைத்தே 3 வேளாண் சட்டங்களை கொண்டு வந்தது ஒன்றிய பா.ஜ,.க அரசு.

தில்லி ஆட்சியாளர்களைப் பணியவைத்த சீக்கியப் படை

வேளாண் சட்டத்தில் ஒரு புள்ளியைக் கூட மாற்ற முடியாது என்று சவடால் பேசியது பாசிச பாஜக அரசு. ஆனால் தில்லியை ஒரு வருட காலம் முற்றுகையிட்டு, தங்களது தீரமிக்க போராட்டத்தால் சட்டங்களைத் திரும்பப்பெறச் செய்தனர் விவசாயிகள். இதன் முழுப் பெருமையும் சீக்கிய விவசாயிகளையே சாரும். போராடுபவர்கள் விவசாயிகள் அல்ல, காலிஸ்தான் தீவிரவாதிகள் என்று அவதூறு பிரச்சாரம் செய்தது பா.ஜ.க அரசு. “இது இந்தியாவுக்கு எதிரான சர்வதேச சதி” என்று கண்ணீர் வடித்தது மோடியின் ஊடகக் கும்பல். எவராலும் வீழ்த்த முடியாத சாணக்கியன் என்று சொல்லப்பட்ட உள்துறை அமைச்சர் அமித்ஷா விவசாயிகள் போராட்டத்தின் முன் மண்டியிட்டார்.

வரலாறு முழுக்க தங்கள் மீதான அந்நிய ஆதிக்கத்தை முறியடித்தே வந்துள்ளனர் சீக்கியர்கள். தங்கள் சமய நம்பிக்கைகளை சனாதனக் கோட்பாடு உள்வாங்க நடைபெறும் முயற்சிகளை இப்போதும் தொடர்ந்து எதிர்த்து வருகின்றனர். இந்தியாவில் பன்னெடுங்காலமாக நடைபெறுவது பவுத்தத்துக்கும் சனாதனத்துக்கும் இடையேயான போர் என்பார் புரட்சியாளர் அம்பேத்கர்.

வரலாற்றுப் பார்வையோடு சமீபத்திய சம்பவங்களை அணுகினால், நடப்பவை என்னவென்று நாம் அறிந்துகொள்ளலாம். கனடாவின் குற்றச்சாட்டை ஒன்றிய பா.ஜ.க அரசு திட்டவட்டமாக மறுத்தாலும், மறுபக்கம் எக்ஸ், வாட்சப் உள்ளிட்ட தளங்களில் நிஜ்ஜாரின் படுகொலையை மோடியின் அரசு செய்தது என்று பிரச்சாரம் மேற்கொள்ளப்பட்டு வருகிறது.

இந்தியாவுக்குப் பாடமெடுத்த அமெரிக்கா!

ஜி20 மாநாட்டுக்காக இந்திய வந்த அமெரிக்க அதிபர் ஜோ பைடன், இந்தியாவில் இருந்த காலகட்டத்தில்

ஊடகவியலாளர்களை சந்திக்கவே இல்லை. மோடி பைடன் இருவரும் கூட்டாக செய்தியாளர்களை சந்திக்க வேண்டும் என்ற அமெரிக்க அரசின் கோரிக்கையை நிராகரித்தது 56 இன்ச் மார்பளவு கொண்டவரின் அரசு. ஆனால் இந்தியாவிலிருந்து நேரடியாக கம்யூனிச நாடான வியட்நாம் சென்ற அமெரிக்க அதிபர் பைடன், அங்கு ஊடகவியலாளர்களை சுதந்திரமாக சந்தித்தார். அப்போது அவர், ‘இந்தியப் பயணத்தின் போது மனித உரிமைகளை மதிப்பது குறித்தும், வலிமையான, வளமான நாட்டுக்கு சுதந்திரமான ஊடகத்தின் முக்கியத்துவம் குறித்தும் பிரதமர் மோடியிடம் வலியுறுத்தியதாகத் தெரிவித்தார்.

ஜனநாயகத்தின் தாய்நாடு என்று ஜி20ல் வாயளந்தார் மோடி. ஆனால் கம்யூனிச நாட்டில் நின்று கொண்டு, இந்தியாவில் மோடிக்குப் பாடமெடுத்ததாகத் தெரிவித்துள்ளார் அமெரிக்க அதிபர் பைடன்.

கனடாவுக்கு ஆதாரங்களை அளித்தது யார்?

அமெரிக்கா, கனடா, பிரிட்டன், நியூசிலாந்து மற்றும் ஆஸ்திரேலியா ஆகிய 5 நாடுகள், தங்களுக்கிடையே பரஸ்பர உளவுத் தகவல்களைப் பகிர்ந்து கொள்ளும் அமைப்பைக் கொண்டுள்ளன. இதற்கு ‘ஃபைவ் ஐஸ் உளவு கூட்டமைப்பு’ (Five Eyes Intelligence Alliance) என்று பெயர்.

நிஜ்ஜாரின் படுகொலை குறித்த முக்கிய ஆதாரங்களை இந்த உளவுக் கூட்டமைப்பைச் சேர்ந்த ஒரு நாட்டிடம் இருந்து தான் கனடா பெற்றுள்ளதாக தகவல் வெளியாகியுள்ளது. அது பெரும்பாலும் அமெரிக்கா அல்லது பிரிட்டனாக இருக்கக்கூடும். நிஜ்ஜார் கொலை குறித்து கனடாவில் உள்ள இந்திய தூதரக அதிகாரிகள் இந்தியாவில் உள்ள அதிகாரிகளுடன் பேசிய உரையாடல்களும் அதில் அடக்கம் என்றும் சொல்லப்படுகிறது.

ஜெய்சங்கரின் அமெரிக்கப் பயணம்

இந்தியா கனடா மோதல் பின்னணியில் கடந்த வாரம் அமெரிக்கா சென்றார் வெளியுறவுத்துறை அமைச்சர் ஜெய்சங்கர். அங்கு செய்தியாளர்கள் கேள்விகளுக்குப்

பதிலளித்து பேசிய அவர் 'இந்தியா ஒரு ஜனநாயக நாடு. வேறு எவரிடமிருந்தும் கருத்துரிமை குறித்து எங்களுக்கு எந்தப் பாடமும் தேவை இல்லை' என்றார்.

சர்வதேச ஊடகச் சுதந்திர குறியீட்டில் (Press Freedom Index) மொத்தமுள்ள 180 நாடுகளில் 2022ஆம் ஆண்டும் 150வது இடத்தில் இருந்த இந்தியா, 2023ஆம் ஆண்டு 161வது இடத்துக்கு இன்னும் கீழே தள்ளப்பட்டுள்ளது. 9 ஆண்டுகளாக ஊடகவியலாளர் கேள்விகளை எதிர்கொள்ள பயப்படும் பிரதமர், காஷ்மீரின் மயான அமைதியை செய்தியாக்கியதால் சிறையில் வாடும் காஷ்மீர் பத்திரிகையாளர்கள், வெளிநாட்டு மாநாட்டில் கலந்துகொள்ள அனுமதி மறுக்கப்படும் ஊடகவியலாளர்கள் என இந்தியாவின் ஊடக சுதந்திரம் உலக அரங்கில் பல்லிளிக்கிறது.

மேலும் பேசிய அமைச்சர் ஜெய்சங்கர், 'இந்தியாவில் சிறுபான்மையினருக்குப் பாகுபாடு காட்டப்படுகிறது என்று உங்களால் நிரூபிக்க முடியுமா என்று சவால்விடுகிறேன்' என்றார்.

கடந்த வாரம் தான் இந்திய பாராளுமன்றத்தில் டேனிஷ் அலி என்ற இஸ்லாமிய எம்பி குறித்து அச்சில் ஏற்ற முடியாத வசை சொற்களை பேசியது பாஜகவின் எம்பி. ரமேஷ் பிதூரி என்பதும், அவருக்கு எதிராக நடவடிக்கை கோரி சபாநாயகரிடம் மனு அளிக்கப்பட்டுள்ள நிலையில், ராஜஸ்தான் சட்டமன்றத் தேர்தல் பொறுப்பாளராக பிதூரியை பா.ஜ.க நியமித்துள்ளதையும் ஜெய்சங்கர் வசதியாக மறந்துவிட்டார் போல.

பாஜக மூத்த தலைவர்கள் ஆர்ப்பரிக்க வெறுப்பைக் கக்கிய பிதூரி

நிஜ்ஜார் படுகொலை மற்றும் கனடாவின் குற்றச்சாட்டு குறித்து கருத்து தெரிவித்துள்ள அமெரிக்க அரசின் பாதுகாப்பு ஆலோசகர் ஜேக் சல்லிவன், 'கனடாவின் குற்றச்சாட்டை மிகத்தீவிரமானதாக அமெரிக்க அரசு கருதுகிறது. கனடாவின் விசாரணை முழுமை பெற்று, குற்றவாளிகள் தண்டிக்கப்பட வேண்டும். இந்த விடயத்தில் இந்தியாவுக்கு சிறப்பு சலுகை எதுவும் தரப்படவில்லை' என்று தெரிவித்துள்ளார். மேலும்

கனடாவின் விசாரணைக்கு இந்தியா முழு ஒத்துழைப்பு அளிக்க வேண்டும் என்று வலியுறுத்தி உள்ளார்.

ஏற்கனவே இந்தியாவின் அருணாச்சல பிரதேசம், லடாக், காஷ்மீர் உள்ளிட்ட பகுதிகளில் எல்லைகளை ஆக்கிரமித்து சாலைகளையும், கிராமங்களையும் சீனா அமைத்து வருவதை எதிர்க்க முடியாமல், சீனா என்ற பெயரையே உச்சரிக்கப் பயந்து வாய்மூடி அமைதி காத்து வரும் பிரதமர் மோடி, அமெரிக்கா குறித்து மட்டும் வாய் திறப்பாரா என்ன?

அதுவும் அடுத்த ஆண்டு இந்தியாவில் பொதுத்தேர்தல் நடைபெற உள்ள சூழலில், குடியரசு தின கொண்டாட்டத்துக்கு சிறப்பு விருந்தினராக அமெரிக்க அதிபர் ஜோ பைடனை மோடி அழைத்துள்ளதாக செய்தி வெளியாகி உள்ளது. அமெரிக்க பொதுத்தேர்தலின் போது அங்கு சென்று டிரம்புக்கு வாக்கு கேட்டவர் தானே மோடி?

மோடியின் விஸ்வகுரு எனும் வெற்று விளம்பரத்துக்கு இன்னும் என்ன விலை கொடுக்கப் போகிறதோ இந்தியா?

21
மகளிர் உரிமைத் தொகை அரசியல்: யு.பி.ஐ (UBI)

இந்தியா முழுக்க பல துறைகளில் ஆண்களுக்கு இணையான ஊதியம் பெண்களுக்கு கிடைப்பதில்லை. இதனை ஈடுகட்டும் வகையில் இந்தியாவில் உள்ள அரசியல் கட்சிகள் மகளிருக்கான உரிமைத் தொகையை கையில் எடுத்து தேர்தல் அறிக்கையில் இடம் பெறச்செய்துள்ளன. இதன் மூலம், அரசியல் கட்சிகள் தங்களுக்கு வெற்றி கிடைக்கும் என நம்புகின்றன. திமுக ஆட்சிக்கு வந்தால் குடும்பத் தலைவிகளுக்கு மாதம் ஆயிரம் ரூபாய் உரிமைத் தொகை வழங்கப்படும் என அறிவித்தது. மகளிர் உரிமைத்தொகை மூலம் 2021 தமிழ்நாடு சட்டமன்றத் தேர்தலில் திமுகவின் வெற்றி உறுதி செய்யப்பட்டது. இதே வியூகத்தை கர்நாடகாவில் காங்கிரஸ் கட்சியும் கையில் எடுத்தது. கர்நாடகாவில் குடும்பத்தலைவிகளுக்கு மாதம் 2 ஆயிரம் ரூபாய் உரிமைத்தொகை வழங்கி தேர்தல் வெற்றியை உறுதி செய்தது. தமிழ்நாடு, கர்நாடகாவில் பெண்களின் வாக்கினைப் பெறுவதற்காக திமுக மற்றும் காங்கிரஸ் கையில் எடுத்த இந்த யுக்தியானது தேசிய அளவில் தவிர்க்க முடியாத

ஒன்றாக தேர்தல் அறிக்கையில் இடம் பெறும் அளவிற்கு மாறியுள்ளது. மத்திய பிரதேச சட்டமன்றத் தேர்தலில் காங்கிரஸ் கட்சி வெற்றி பெற்றால் குடும்பத் தலைவிகளுக்கு மாதம் 1,500 உரிமைத் தொகை வழங்கப்படும் என தேர்தல் அறிக்கையில் காங்கிரஸ் கட்சி கூறியுள்ளது. இதன் மூலம், மகளிர் உரிமைத் தொகை என்பது தேர்தலில் வெற்றி பெறக் கூடிய வகையில் பிரபலமாக உருவெடுத்துள்ளது.

மகளிருக்கு உரிமைத் தொகை கொடுப்பது என்பது இந்திய தேர்தல் அறிக்கையில் தவிர்க்க முடியாத ஒன்றாக எதிர்காலத்தில் மாறக் கூடிய சூழல் உருவெடுத்துள்ளது. மகளிர் உரிமைத் தொகை கொடுக்க வேண்டிய அவசியம் என்ன? மகளிர் உரிமைத் தொகை ஏன் கொடுக்கப்படுகிறது என்பதை விரிவாக ஆராய்கிறது இந்த கட்டுரை.

இந்தியாவில் ஆண்ப் பெண் ஊதிய பாகுபாடு:

இந்தியாவில் பாலியல் ரீதியாக ஊதிய பாகுபாடானது அதிகரித்துக் காணப்படுகிறது. இந்தியா முழுவதும் பணியிடங்களில் ஆண், பெண் பணி சேர்ப்பில் பாகுபாடு காட்டப்படுகிறது. ஊதியம், ஆட் சேர்ப்பு ஆகியவற்றில் பெண்கள் சார்பு நிலையிலேயே உள்ளனர். சாதாரண வேலையில் கூட ஆண்களுக்கு அளிக்கப்படும் ஊதியத்தைவிட பெண்களுக்கு குறைந்த அளவிலேயே ஊதியமானது கொடுக்கப்படுகிறது. 2020 ஆம் ஆண்டுக்கு முன்பு ஆண், பெண் ஊதிய அளவில் பெரிய மாற்றமானது தெரிகிறது. அதாவது, சாதாரண வேலைக்கு ஒரு ஆன் ரூ.9,017 பெறுகிறார் என்றால், அதே வேலைக்கு ஒரு பெண்ணின் சராசரி ஊதியமானது ரூ.5,709க்கும் கீழாகவே கொடுக்கப்படுகிறது. 2020 கணக்கீட்டின் படி, ஆண்களின் சராசரியாக ரூ.19,779 ஊதியம் பெற்றனர். ஆனால், பெண்களின் ஊதியம் ரூ.15,996 ரூபாய் மட்டுமே கிடைத்துள்ளது.

ஆண்டு	ஆண்கள்	பெண்கள்	வித்தியாசம்
2019	ரூ.9,017	ரூ.5,709	58%
2020	ரூ.19,779	ரூ.15,578	27%

Source: FRONTLINE

2022-2023 இந்திய பொருளாதார ஆய்வின் படி 20182019ல் 18.6 சதவீதமாக இருந்த பெண் தொழிலாளர் பங்கேற்பு விகிதம் 20202021ல் 25.1 சதவிகிதமாக அதிகரித்துள்ளது. கொரோனா பேரிடரால் பெண்கள் வேலை இழக்கும் நிலைக்குத் தள்ளப்பட்டனர். பொருளாதார பெருமந்தம், கொரோனா ஊரடங்கு, பண மதிப்பு நீக்க நடவடிக்கை, ஜி.எஸ்.டி உள்ளிட்ட பல்வேறு பொருளாதார நடவடிக்கைகளால் பெண் தொழிலாளர்களின் பங்கேற்பு விகிதமானது 20202021 காலக்கட்டத்தில் 25.1 சதவிகிதமாக அதிகரித்தது. சிறு – குறு தொழில்கள் முடங்கின. இதுவும் பெண்களின் வேலை இழப்பு, ஊதிய பாகுபாட்டு அதிகரிக்க முக்கிய காரணியாக மாறிப்போனது.

காலமுறை தொழிலாளர் படை கணக்கெடுப்பின் 20202021 ஆண்டுகளின் அறிக்கை படி ஆண்களில் 57.75 சதவிகிதம் பேர் வேலை பெறுகின்றனர். ஆண்களோடு ஒப்பிடுகையில், இந்தியப் பெண்களிடையே தொழிலாளர் பங்கேற்பு விகிதம் வெறும் 23.15 சதவீதமாக மட்டுமே உள்ளது. அதே போல, 20192021 தேசிய குடும்ப சுகாதர ஆய்வு அறிக்கைபடி, 74.8 சதவிகிதம் ஆண்கள் இந்தியாவில் வேலையில் உள்ளனர். 25.2 சதவீதம் பெண்கள் மட்டுமே வேலை பெறுவதாக கூறப்படுகிறது. மீதமுள்ள 70 சதவிகிதத்திற்கும் அதிகமான பெண்கள் வேலையின்றி உள்ளனர். பணி இடங்களில் பெண்கள் எதிர்கொள்ளும் பாலியல் ரீதியிலான பிரச்னைகள், குடும்பத்தைப் பராமரிக்க வேண்டும் என்ற இந்திய பாரம்பரிய கடமைகள் போன்றவை பெண்களை வீட்டைத் தாண்டி வெளியே சென்று வேலை செய்ய முடியாத நிலையை உருவாக்கியுள்ளது.

பெண் தொழிலாளர்கள் பங்கேற்பு விகிதம்:

இந்தியாவில் பெண் தொழிலாளர்களின் பங்கேற்பு விகிதம் குறித்த விவரங்களை ஒன்றிய தொழிலாளர் மற்றும் வேலைவாய்ப்புத்துறை இணையமைச்சர் ஸ்ரீ ராமேஸ்வர் டெலி நாடாளுமன்றத்தில் எழுத்துப்பூர்வமாக தாக்கல் செய்துள்ளார். அதில், 201920, 202021, 202122 ஆகிய காலக்கட்டங்களில் பெண் தொழிலாளர்களின் பங்கேற்பு விகிதமானது முறையே 30.0%, 32.5%, மற்றும் 32.8% ஆக

இருக்கிறது. ஒன்றிய அரசின் இந்த விவர அறிக்கையும், இந்திய பொருளாதார ஆய்வறிக்கையின் விவரங்களும் நேரெதிர் தன்மை கொண்டதாக இருக்கிறது. பெண் தொழிலாளர்களின் பங்கேற்பை உயர்த்துவதற்காக ஒன்றிய அரசு பல திட்டங்களை தொடங்கியுள்ளது. ஆனால், அவை அனைத்தும் ஆமை வேகத்தில் மட்டுமே பலன் அளிக்கின்றன. எந்தவிதமான சாதகமான சூழலையும் பெண்கள் வாழ்வில் அவை ஏற்படுத்தவில்லை. வணிகத்திற்கு ஊக்கமளிக்கவும், கொரோனா19 ஊரங்கால் ஏற்பட்ட பெண்களின் வேலை இழப்பை மேம்படுத்த ஆத்மநிர்பர் பாரத் தொகுப்பு திட்டத்தை ஒன்றிய அரசு அறிமுகப்படுத்தியது. இதே போல், ஆத்மநிர்பர் பாரத் ரோஜ்கர் யோஜனா (ABRY) பிரதாம் மந்திரி முத்ரா யோஜனா (PMMY) பிரதம மந்திரியின் வேலைவாய்ப்பு உருவாக்கத் திட்டம் (PMEGP) மகாத்மா காந்தி தேசிய ஊரக வேலை உறுதித் திட்டம் (MGNREGS) ஆகிய திட்டங்கள் பெண்களின் வாழ்கையில், பெண் தொழிலாளர்களின் ஊதிய பாகுபாட்டில் எந்த விதமான சாதகமான சூழலையும் ஏற்படுத்தவில்லை. ஒன்றிய அரசு, மகாத்மா காந்தி தேசிய ஊரக வேலைவாய்ப்பு உறுதி திட்டத்திற்கான நிதியை ஒவ்வொரு வருடமும் குறைத்துக்கொண்டே வருகிறது. இந்தப் பின்னணியில் தான் அரசியல் கட்சிகள் குடும்பத் தலைவிகளுக்கான உரிமைத் தொகையை தேர்தல் அறிக்கையில் இடம் பெறச் செய்து அவர்களின் வாக்கினைப் பெற்று தேர்தலில் வெற்றியை ஈட்டுகின்றன.

பெண் உரிமைத் தொகை ஒரு சர்வதேச அரசியல்:

அனைவருக்குமான அடிப்படை ஊதியம் என்ற கொள்கையானது, பின்லாந்து, இத்தாலி, கனடா மற்றும் இந்தியாவில் சோதனை அடிப்படையில் மேற்கொள்ளப்பட்டது. ஊதிய விவகாரத்தில் உலகளவில் பெண்கள் ஒடுக்கப்படும் போக்கு இருக்கிறது. இதனை, அமெரிக்கா, ஐரோப்பிய நாடுகள் கவனத்தில் கொண்டு, சம ஊதிய முறைமையை ஏற்படுத்த பல்வேறு செயல் திட்டங்களில் அவர்களின் நாடுகளில் அமல்படுத்துகின்றன. ஐரோப்பிய நாடுகளில் வேலையின்மை உதவித் தொகை, அகதி வாழ்க்கை உதவித்தொகை போன்றவை அளிக்கப்படுகின்றன. சமீப காலமாக ஐரோப்பா, அமெரிக்கா

ஆகிய நாடுகள் அனைவருக்குமான அடிப்படை ஊதியம் (UBI) என்ற திட்டத்தை நடைமுறைப்படுத்துகின்றன. 2020 அமெரிக்க அதிபர் தேர்தலில் ஜனநாயக கட்சியின் முன்னாள் அதிபர் வேட்பாளர் ஆண்ட்ரூ யாங், அடிப்படை வருமானம் கணிசமான கவனத்தைப் பெற்றது. அவரின் யோசனைப்படி சுதந்திர ஈவுத் தொகை என்ற திட்டத்தின் மூலம் 18 வயதுக்கு மேற்பட்ட ஒவ்வொரு அமெரிக்கருக்கும் மாதம் 1,000 அமெரிக்க டாலர்கள் வழங்கப்படும் என்று அறிவிக்கப்பட்டது. வேலை செய்யும் அல்லது வேலை தேடும் அமெரிக்கர்களின் சதவிகிதம் பல தசாப்தங்களில் மிகக்குறைவாக இருந்து வருகிறது. இதனை ஈடுகட்ட, வேலை தேடுவோர், சொந்தமாக தொழில் தொடங்குவோர், குடும்பத்தைப் பராமரிப்பவர்களுக்கு இந்தத் தொகை உதவியாக இருக்கும் என ஆண்ட்ரூ யாங் கூறினார். போப் பிரான்சிஸ் தனது 2020 ஈஸ்டர் கடிதத்தில் உலகளாவிய அடிப்படை ஊதியம் அடிப்படை தேவை என்பதை வலியுறுத்தினார். இதன் தொடர்ச்சியாகத்தான் அமெரிக்க அதிபர் தேர்தலில் வெற்றி பெற்ற அதிபர் ஜோ பைடன் அமெரிக்க மீட்புத் திட்டத்தை 2021 மார்ச் 11 ஆம் தேதி கையெழுத்திட்டு அமல்படுத்தினார்.

காங்கிரஸ் கட்சியின் தேர்தல் அறிக்கை:

இந்தப் பின்னணியில்தான் அடிப்படை உரிமைத் தொகை என்பது உலகளாவிய கண்ணோட்டத்தைப் பெற்றது. கொரோனா, பண மதிப்பு நீக்க நடவடிக்கைகளுக்கு பிறகு இந்தியாவிலும் பெண்கள் வேலை இழப்பு விகிதம் அதிகரித்தது. பல தசாப்தங்களாக பெண்கள் ஊதியம் இன்றி வீட்டு வேலை செய்வதும், அவர்களின் பராமரிப்புச் செலவு பற்றிய உரையாடல் அதிகரித்தது. 2019 நாடாளுமன்றத் தேர்தலிலேயே வறியோரின் வறியவர் என்ற திட்டத்தை காங்கிரஸ் கட்சி தனது தேர்தல் அறிக்கையில் சுட்டிக்காட்டியது. காங்கிரஸ் தலைவராக இருந்த ராகுல் காந்தி, காங்கிரஸ் கட்சி ஆட்சி அமைத்தால் ஏழைகள் பயன்பெறும் வகையில் உலகளாவிய அடிப்படை வருமானத்தில் மாறுபாட்டை செயல்படுத்துவோம் எனக் கூறினார். சத்தீஸ்கர் மாநிலத்தில் நடந்த தேர்தலில், இந்த அறிவிப்பு முக்கிய இடத்தைப்

பெற்றது. இந்தியாவில், 49 சதவிகிதம் விவசாயிகள் அடிப்படை வருமானம் இன்றித் தவிக்கின்றனர். காங்கிரஸ் கட்சிக்கு வாக்களித்தால், விவசாயிகளுக்கான அடிப்படை தொகை அளிக்கப்படும் என வாக்குறுதி அளித்தார். ஏழைகளின் வாழ்க்கையில் ஒரு திருப்பு முனை என்று ஒன்றிய முன்னாள் நிதி அமைச்சர் ப.சிதம்பரம் இதனைப் புகழ்ந்தார். நமது சூழ்நிலை மற்றும் நமது தேவைகளுக்கு ஏற்ப கொள்கையை மாற்றியமைத்து அதனை ஏழைகளுக்கும் செயல்படுத்த வேண்டிய நேரம் வந்துவிட்டதாக சிதம்பரம் குறிப்பிட்டார்.

இது உண்மையில் ஒரு முற்போக்கான திட்டமாகப் பார்க்கப்பட்டது. கொள்கையளவில் அனைவருக்கும் அடிப்படை ஊதியம் என்ற திட்டமானது வேலை செய்கிறார்களா? எவ்வளவு சம்பாதிக்கிறார்கள் என்பதை பொருட்படுத்தாமல் ஒரு நிபந்தனையற்ற மாதாந்திரத் தொகையை செலுத்துவதை உள்ளடக்கியதாக இருந்தது. 2011 ஆம் ஆண்டு மக்கள் தொகை கணக்கெடுப்பின் தரவுகளின் உலக வங்கியின் பகுப்பாய்வின் படி சுமார் 21.9 சதவிகிதம் இந்தியர்கள் வறுமைக் கோட்டிற்கு கீழே இருப்பதாக கூறப்படுகிறது. இதன் அடிப்படையில், இந்தியாவில் இரண்டு இந்தியர்கள் இருக்கிறார்கள். ஒரு வகையினர் செல்வம் படைத்தவர்கள். மற்றொரு வகையினர் வறுமைக் கோட்டிற்கு கீழ் இருப்பவர்கள் இவர்களின் நிலையைக் கருத்தில் கொண்டு காங்கிரஸ் கட்சி அனைவருக்குமான அடிப்படை ஊதியம் என்ற முயற்சியைப் பற்றிய உரையாடலை மேற்கொண்டது.

அனைவருக்குமான அடிப்படை ஊதியத் திட்டம் செயல்படுத்தப்பட்டால், வருடத்திற்கு 72 ஆயிரம் கோடி செலவாகும் எனக் கணிக்கப்பட்டது. இதன் மூலம், பணப்புழக்கம் ஏற்பட்டு, மக்கள் பொருள் வாங்குவார்கள் என்று பார்க்கப்பட்டது. அதாவது, நலிவடைந்த பொருளாதாரத்தை மேம்படுத்த அனைவருக்குமான அடிப்படை ஊதியம் பயன்படும் என்று காங்கிரஸ் கட்சியின் தலைவராக இருந்த ராகுல் காந்தி, ஒன்றிய முன்னாள் நிதி அமைச்சர் ப.சிதம்பரம் உள்ளிட்டோர் கூறினர். அதாவது, அனைவருக்கும் அடிப்படை ஊதியம் செயல்படுத்தப்பட்டால், பணப்புழக்கம்

அதிகரிக்கும். பணப்புழக்கம் அதிகரித்தால், மக்களிடையே பொருட்கள் வாங்குவது உயரும். மக்களின் பொருட்கள் வாங்கும் திறன் மேம்பட்டால் பொருளுக்கான தேவை அதிகரிக்கும். பொருளுக்கான தேவை உயரும் பட்சத்தில், சந்தை நெருக்கடி குறையும். சந்தை நெருக்கடி குறைந்தால் உற்பத்தி அதிகரிக்கும். இந்த சுழற்சி பொருளாதார கொள்கையால் தொழில் வளம் பெருகும். இதனால், தொழில் நிறுவனங்களால் வங்கிக் கடனை அடைக்க முடியும். 4.50 லட்சம் கோடி மதிப்பிலான வங்கி கடன் நெருக்கடி குறையும். வங்கி கடன் நெருக்கடி குறைவதுடன், சந்தை உற்பத்தியும் அதிகரிக்கும். அதாவது, பணப்புழக்கம் பெருகும் என்ற அடிப்படையில் காங்கிரஸ் "அனைவருக்கும் அடிப்படை ஊதியம்" என்ற திட்டத்தை வகுத்தது. காங்கிரஸ் கட்சியானது 2019 நாடாளுமன்றத் தேர்தலில் தோல்வியடைந்ததால் "அனைவருக்கும் அடிப்படை ஊதியம்" என்ற திட்டத்தை செயல்படுத்த முடியாமல் போனது.

திமுகவின் தேர்தல் அறிக்கை:

ஒன்றிய அரசின் நிதி முறையாக தமிழ்நாடு உள்ளிட்ட மாநிலங்களுக்கு கிடைப்பதில்லை என்ற விமர்சனம் திமுக எதிர்க்கட்சியாக இருந்த போதில் இருந்தே தொடர்ச்சியாக எழுப்பப்பட்டது. மற்றொருபுறம், பெண்களுக்கான அடிப்படை உரிமைத் தொகை கிடைக்காமல் இருப்பதையும் கருத்தில் கொண்டது. இதனால், 2021 சட்டமன்றத் தேர்தலில் தி.மு.க குடும்பத் தலைவிகளுக்கு மாதம் தோறும் 1,000 ரூபாய் என்ற உரிமைத்தொகையைக் கொடுப்பதாக வாக்குறுதி அளித்தது. திமுகவின் தேர்தல் அறிக்கைக்கு தேர்தல் வெற்றியும் கிடைத்தது. இந்த பின்னணியில் தான், இந்தியா முழுமைக்கும் தற்போது, மகளிர் உரிமைத் தொகை என்ற இந்த திட்டம் தேர்தல் அறிக்கையில் இடம்பெறக் கூடிய முக்கிய அம்சமாக மாறியுள்ளது.

பெண்களை அடிமைகளாக்கிய மோடி:

திமுக, காங்கிரஸ் இரு கட்சிகளும் தங்களின் தேர்தல் வாக்குறுதிகளில் பெண்களின் உரிமைத்தொகை என்ற பிரதான முழக்கத்தை முன்னெடுக்க முக்கியமான காரணம்

மோடி ஆட்சியின் சீர்கேடுகள். மோடி ஆட்சிக்கு வந்த பிறகு இந்தியாவில் வேலையில்லாத திண்டாட்டம் அதிகரித்துள்ளது என்பதை விரிவாகப் பார்த்தோம். அதேநேரம், பெண்களின் வேலைவாய்ப்பு மற்றும் பெண் கல்வியின் முக்கியத்துவம் ஆகியவை அழிக்கப்பட்டுவிட்டன. பெண்களின் எதிர்காலம் நூற்றாண்டு பின்னோக்கிச் சென்றுவிட்டது. யுனிசெஃப் அறிக்கையின் படி, தோராயமாக 43 சதவீதம் பெண்கள் இந்தியாவில் இடைநிலைக் கல்வியை முடிப்பதற்கு முன்பே இடைநிலைக் கல்வியை கைவிடுவதாக கூறுகிறது. வீட்டுப் பொறுப்புகள், இளமை திருமணம், குழந்தைத் தொழிலாளர் முறை, பள்ளிகளுக்கு நீண்ட தூரம், மற்றும் போதிய சுகாதார வசதிகள் இல்லை போன்ற காரணங்களால் பெண்கள் தங்களின் கல்வியைத் தொடர முடியாத நிலை ஏற்பட்டுள்ளது. மேலும், வேலைவாய்ப்பு மற்றும் தொழில் வாய்ப்புகளுக்கான கல்வியின் வரையறுக்கப்பட்ட பொருந்தக்கூடிய தன்மை, உயர் இடைநிற்றலுக்கு பங்களிக்கிறது. உத்தரப்பிரதேசம், மத்தியப்பிரதேசம் போன்ற பாஜக ஆளும் மாநிலங்களில் பெண்களின் உரிமைகள் மறுக்கப்பட்டுள்ளன. சனாதன காலத்தில் பெண்கள் நடத்தப்பட்டதைப் போன்ற நிலையானது மோடி ஆட்சியில் உருவாகியுள்ளது. இதனால், பெண்கள் வீட்டிற்குள்ளேயே அடைக்கப்பட்டுள்ளனர். அவர்களின் கல்வி உரிமைகள் மறுக்கப்பட்டுள்ளன. பெண்களுக்கு சமமான ஊதியம் கிடைப்பதை உறுதி செய்ய மோடி அரசு தயங்குகிறது.

1990 முதல் பெண் தொழிலாளர் பங்கேற்பு தொடர்ந்து குறைந்து வருகிறது. 2010 இல், பெண்களுக்கான பங்கேற்பு விகிதம் 28.8 சதவிகிதமாக இருந்தது, இது 2020ல் 22.7 சதவிகிதமாகக் குறைந்துள்ளது. 1990 முதல் இந்தியாவில் பெண் தொழிலாளர்களின் பங்களிப்பு 30 சதவிகிதத்தைத் தாண்டவில்லை. அதே சமயத்தில், மோடி ஆட்சி காலத்தில் 22.7 சதவிகிதமாக பெண் தொழிலாளர்களின் பங்களிப்பு விகிதம் குறைந்ததற்கு காரணம் பெண்கள் பற்றிய ஆர்.எஸ். எஸ். சித்தாந்தத்தின் பார்வையை கூடுதல் கவனத்தோடு ஆராய்ச்சி செய்ய வேண்டியுள்ளது. ஒருபக்கம், திரௌபதி முர்மு குடியரது தலைவராக தேர்ந்தெடுக்கப்பட்டுள்ளார்.

நிர்மலா சீதாராமன் நிதியமைச்சராக்கப்பட்டுள்ளார். பல பெண்கள் அமைச்சர்களாகவும், பா.ஜ.கவின் முக்கிய பொறுப்புகளுக்கு கொண்டுவரப்பட்டுவிட்டதால் பெண்களின் உரிமைகளை பாஜக முன்னேற்றியுள்ளதாக கூறுகிறது. ஆனால், இந்தியாவின் சராசரி பெண்களின் நிலை, அவர்களின் உரிமைகள் பறிக்கப்பட்டு கீழே தள்ளப்பட்டுள்ளனர். பெண் விடுதலைக்காகவும், பெண்களின் சமூக அங்கீகாரத்திற்காகவும் பாடுபட்ட நூற்றாண்டு உழைப்பை மோடி காலில் போட்டு மிதித்துள்ளார்.

வாழாவெட்டிகளா திருமணமான பெண்கள்?:

திருமணமான பெண்கள் தொழிலாளர் சந்தையில் பங்கேற்க விருப்பம் தெரிவிக்கும் போது பிரச்சினை மிகவும் மோசமாக உள்ளது. திருமணத்திற்குப் பிறகு, பல காரணங்களால் பெண்களுக்கு வேலை கிடைக்காமல் உள்ளது. வரையறுக்கப்பட்ட கல்வித் தகுதி, அதிகரித்து வரும் குடும்பக் கட்டுப்பாடுகள், பெண்களை பார்க்கும் விதம் ஆகியவை மோடி ஆட்சியில் மாற்றப்பட்டுள்ளது. ‘பெண்கள் வீட்டில் இருந்து குடும்பத்தைக் கவனிக்க வேண்டும்’. என்ற எழுதப்படாத சட்டத்தை மோடி அமல்படுத்திக்கொண்டு உள்ளார். சனாதனம் பெண்களின் சமத்துவத்தைக் கேள்விக்குள்ளாக்குகிறது. சனாதன அரசைக் கட்டமைத்துள்ள மோடியும் அதே பாதையில் தான் பெண்களைப் பார்க்கிறார். திமுக, காங்கிரஸ் கட்சிகள் பெண்கள் முன்னேற்றத்திற்காக மகளிர் உரிமைத் தொகை என்ற கருத்தியலைக் கையில் எடுத்தால், பெண்களை ஏமாற்றுவதற்காக 33 சதவிகித இடஒதுக்கீடு என்ற நாடகத்தை மோடி நிகழ்த்துகிறார். (33 சதவிகித இடஒதுக்கீடு பெண்களுக்கு வேண்டும் என்பதில் விசிக எப்போது உறுதியாக இருக்கிறது. விசிக கட்சி அமைப்பில், கட்சியின் உயர் மட்ட பொறுப்பு முதல் கிராமக் கட்டமைப்பு வரை பெண்களின் அதிகாரம் எந்த இடத்திலும் சீர்குலைந்துவிடக் கூடாது என்பதில் தலைவர் திருமாவளவன் உறுதியாக உள்ளார். அதே நிலைப்பாட்டில் தான் விசிக தொண்டர்களும் உள்ளார்கள்.) பெண் முன்னேற்றத்திற்கான சமூக மற்றும்

கலாச்சார தடைகளை உடைக்க எந்த முயற்சியையும் மோடி எடுக்கவில்லை.

திருமணமான பெண்களின் உழைப்பு சக்தியின் ஈடுபாடு குறைவதற்கு அல்லது திருமணத்திற்குப் பிறகு அவர்கள் தொழிலாளர் துறையில் இருந்து வெளியேறுவதற்காக காரணிகளை மோடி இந்த பத்து ஆண்டுகளில் எப்போதும் ஆய்வுக்கு உட்படுத்தி செயல்பட்டதில்லை. அதற்கு, சனாதனம் என்ற கருத்தியல் மோடியின் கைகளைக் கட்டியுள்ளது. 2004–2005 இடைப்பட்ட காலத்தில் 45 சதவிகிதமாக பெண் தொழிலாளர்களின் பங்களிப்பு இருந்தது. ஆனால், 2022–2023 காலக்கட்டத்தில் 25 முதல் 49 வயதுடைய திருமணமான பெண் தொழிலாளர்களின் பங்கேற்பு விகிதம் குறிப்பிடத்தக்க அளவில் 5 சதவிகிதம் குறைந்துள்ளது.

பெண்கள் ஒடுக்கப்பட்ட வர்க்கமாகவே இருக்க வேண்டும் என்பதில் ஆர்.எஸ்.எஸ் - மோடி - சனாதனம் ஆகிய மூன்று ஒரே புள்ளியில் சங்கமித்துச் செயல்படுகின்றன. இதனை முறியடிப்பது சமூக நலனில் அக்கறை கொண்ட முற்போக்குவாதிகளின் முக்கியக் கடமையாக உள்ளது.

வன்னிஅரசு ◻ 223